പുസ്തകം 21

ഡോ. വേലുക്കുട്ടി അരയൻ

Dr. Velukutti Arayan

Rajesh Chirappadu
Rajesh K Erumeli

 CHINTHA PUBLISHERS
Thiruvananthapuram

First Edition
February 2017

Second Impression
April 2021

Published & Typesetting
Chintha Publishers, Thiruvananthapuram

Cover Design
Midas

ISBN - 978-93-86364-55-5

CO - NS. 21/ 2484 / 5451

Email: chinthapublishers@gmail.com
Website: www.chinthapublishers.com

Distribution
DESHABHIMANI BOOKHOUSE
H O Thiruvananthapuram 695035

Branch
Head Office Kunnukuzhi • Statue Thiruvananthapuram •
KSRTC Bus Station Thiruvananthapuram
KSRTC Bus Station Alappuzha • KSRTC Bus Station Ernakulam •
Machingal Lane Thrissur • IG Road Kozhikode •
Mavoor Road Kozhikode • NGO Union Building Kannur •
Central Bus Terminal Complex Thavakkara Kannur

ഡോ. വേലുക്കുട്ടി അരയൻ

രാജേഷ് ചിറപ്പാട്
രാജേഷ് കെ എരുമേലി

ചിന്ത പബ്ലിഷേഴ്സ്
തിരുവനന്തപുരം-695 035

രാജേഷ് ചിറപ്പാട്

നിരൂപകനും എഴുത്തുകാരനും. കണ്ണൂർ ജില്ലയിലെ ഇരിട്ടിയിൽ ജനനം. അമ്മ: പരേതയായ മേരി സി പി. അച്ഛൻ: ചാക്കോ. കേരള ഭാഷാ ഇൻസ്റ്റിറ്റ്യൂട്ടിന്റെ യുവപരി ഭാഷകർക്ക് നല്കുന്ന എം പി കുമാരൻ അവാർഡ് ലഭിച്ചിട്ടുണ്ട്. ആനുകാലികങ്ങളിൽ നിരൂപണങ്ങൾ, ലേഖനങ്ങൾ എഴുതുന്നു. പ്രസിദ്ധീകരിച്ച കൃതികൾ: *മാംസനിബദ്ധം* (കവിതകൾ), *കുമാരനാശാൻ കവിതയും ജീവിതവും, അയ്യൻകാളി ജീവിതവും പോരാ ട്ടവും, കുട്ടികളുടെ നെൽസൺ മണ്ടേല, അംബേദ്കർ: ജീവിതം കൃതി ദർശനം, സൗന്ദ ര്യശാസ്ത്രം ചരിത്രവും വികാസവും, ഇന്ത്യൻ നവോത്ഥാന നായകൻ* (രാജേഷ് കെ എരുമേലിക്കൊപ്പം), *ദളിത് വർത്തമാനം* (എഡിറ്റർ), *പുതുകാലം പുതുകവിത കൾ* (എഡിറ്റർ), *സ്വത്വം വർഗ്ഗം മൃദുഹിന്ദുത്വം, യേശു വിമോചകനും രക്തസാക്ഷിയും, മഹാനടൻ, മാറുന്നകാലം മാറുന്ന കവിത* (എഡിറ്റർ; രാജേഷ് കെ എരുമേലിക്കൊപ്പം), *കെ ഇ എൻ സംഭാഷണങ്ങൾ* (സമാഹരണം പി എസ് പുഴനാടിനൊപ്പം), *എം എഫ് ഹുസൈൻ എന്ന ഇതിഹാസം* (സമാഹരണം പി പി സത്യനോടൊപ്പം), *മതമൗലിക വാദവും ഇന്ത്യൻ മതേതരത്വവും* (പരിഭാഷ).

കേരള ഭാഷ ഇൻസ്റ്റിറ്റ്യൂട്ട് ഭരണസമിതിയംഗം.

വിലാസം	:	എഡിറ്റോറിയൽ വിഭാഗം, ചിന്ത പബ്ലിഷേഴ്സ്
		എ കെ ജി സെന്ററിനു സമീപം
		തിരുവനന്തപുരം – 695 035
ഫോൺ	:	8113904202
email	:	rajeshchirappadu@gmail.com

രാജേഷ് കെ എരുമേലി

പത്രപ്രവർത്തകനും എഴുത്തുകാരനും. കോട്ടയം ജില്ലയിലെ എരുമേലിയിൽ ജനനം. അച്ഛൻ: ജോൺ കെ എരുമേലി. അമ്മ: അമ്മിണിക്കുട്ടി. ഗാന്ധിയൻ ചിന്തയിലും വികസനത്തിലും എം എ ബിരുദവും ജേണലിസത്തിൽ പി ജി ഡിപ്ലോമയും നേടി. മല യാളത്തിലെ വിവിധ ആനുകാലികങ്ങളിൽ ലേഖനങ്ങളും ഫീച്ചറുകളും എഴുതുന്നു. 2012 ൽ മലപ്പുറത്ത് നടന്ന സംസ്ഥാന സ്കൂൾ കലോത്സവത്തിൽ മികച്ച റിപ്പോർട്ടിങ്ങിനുള്ള പുരസ്കാരം നേടി. *മാധ്യമം, ജനയുഗം, നവമലയാളി ഓൺ ലൈൻ മാഗസിൻ* എന്നിവിടങ്ങളിൽ ജോലി ചെയ്തു. ഇപ്പോൾ കിസലയ പബ്ലിഷേഴ്സ്, *ലെഫ്റ്റ് വേർഡ് മാഗസിൻ* എഡിറ്റർ

കൃതികൾ: *പത്രവും പത്രപ്രവർത്തനവും, ജ്യോതി റാവു ഫൂലെ* (ജീവചരിത്രം), *സൗന്ദര്യശാസ്ത്രം ചരിത്രവും വികാസവും, ഇന്ത്യൻ നവോത്ഥാന നായകർ* (രാ ജേഷ് ചിറപ്പാടിനൊപ്പം), *സ്വത്വം വർഗ്ഗം മൃദുഹിന്ദുത്വം, യേശു വിമോചകനും രക്തസാക്ഷിയും, മഹാനടൻ, മാറുന്നകാലം മാറുന്ന കവിത* (എഡിറ്റർ: രാജേഷ് ചിറപ്പാടിനൊപ്പം), *മലയാളത്തിലെ മതേതര കവിതകൾ* (എഡിറ്റർ: സന്തോഷ് ഒ കെയ്ക്കൊപ്പം), *യുക്തിവാദം, ചോദ്യോത്തരങ്ങൾ* (എഡിറ്റർ: രാജഗോപാൽ വാക ത്താനത്തിനൊപ്പം), *ജാതിക്കുമ്മി: പാഠവും പഠനവും* (സഹ എഡിറ്റർ) കേരള ഭാഷാ ഇൻസ്റ്റിറ്റ്യൂട്ട് ഭരണ സമിതിയംഗം.

ജീവിതപങ്കാളി	:	സ്നേഹലത
മകൻ	:	തരുൺ
വിലാസം	:	കാവുംപാടം വീട്, കനകപ്പലം തപാൽ
		എരുമേലി, കോട്ടയം – 686509.
ഫോൺ	:	9947881258
email	:	rajeshkerumeli@gmail.com

ഉള്ളടക്കം

അനുബന്ധങ്ങൾ

ഡോ. വി വി വേലുക്കുട്ടി അരയൻ
(1894-1969)

പ്രസാധകക്കുറിപ്പ്

ഇന്നത്തെ കേരളം ഒരു സുപ്രഭാതത്തിൽ ഉണ്ടായതല്ല. സഹസ്രാ ബ്ദങ്ങളുടെ ചരിത്രമുണ്ട് അതിന്. ഇരുപതാം നൂറ്റാണ്ടിന്റെ പകുതിവരെ ജന്മിനാടുവാഴിത്തത്തിന്റെ അധീശത്വവും അധികാരവുമാണ് കേരളത്തി ലുണ്ടായിരുന്നത്. വ്യവസായവല്ക്കരണവും യുക്തിചിന്തയും കേരളീയ ജീവിതത്തിൽ വിവിധകാലങ്ങളിൽ ഗണനീയമായ പരിവർത്തനമുണ്ടാ ക്കിയിട്ടുണ്ട്. വിദേശീയരുമായുള്ള കേരളീയരുടെ സമ്പർക്കം ആരംഭി ച്ചത് ആയിരക്കണക്കിന് വർഷങ്ങൾക്കുമുമ്പാണ്. കേരളത്തിന്റെ സുഗ ന്ധദ്രവ്യങ്ങൾക്കുവേണ്ടിയുള്ള മത്സരം യൂറോപ്യന്മാരുടെ ഭൂപരമായ കണ്ടെത്തലുകൾക്ക് കാരണമായിരുന്നു. ബി സി 3000 മുതൽ സുഗന്ധ ദ്രവ്യങ്ങൾക്കുവേണ്ടിയുള്ള ഈ പര്യവേക്ഷണങ്ങൾ ആരംഭിച്ചിരിക്കണം. സഹ്യപർവ്വതത്തിന്റെ പടിഞ്ഞാറുഭാഗത്തായി മലനിരകളും ഇടനാടും സമതലവും ചേർന്ന ഈ പ്രദേശം എക്കാലത്തും വ്യത്യസ്തമായ ഒരു പ്രദേശമായിരുന്നു. നാനാജാതിമതങ്ങൾക്ക് താവളവും അഭയവുമായി രുന്നു കേരളം.

ആധുനിക കേരളത്തിന്റെ ഭാവരൂപങ്ങൾ രൂപപ്പെടുത്തിയ അനേകം മഹാവ്യക്തിത്വങ്ങളുണ്ട്. അവർ ജീവിച്ച കാലഘട്ടവുമായി സംഘർഷ ത്തിലേർപ്പെട്ട് ഉയർന്നുവന്നവരാണവർ. അവരിൽ ഭരണാധികാരികളുണ്ട്, കലാകാരന്മാരുണ്ട്, സാഹിത്യകാരന്മാരുണ്ട്, ദാർശനികരും രാഷ്ട്രമീമാം സക്കാരുമുണ്ട്.

ഒരു കാര്യം സുവ്യക്തമാണ്. ഇന്ത്യാ രാജ്യത്തിന്റെ ഏറ്റവും തെക്കെ അറ്റത്തുള്ള ഈ ഭൂപ്രദേശം നീതിമാന്മാരെ വരിക്കാൻ എല്ലായ്പ്പോഴും സന്നദ്ധമായിട്ടുണ്ട്. മഹാബലിയെ സ്വന്തം രാജാവായി വരിക്കാൻ മല യാളദേശം സന്നദ്ധമായെന്ന കഥ തീർച്ചയായും നീതിമാന്മാരെ അംഗീ

കരിക്കുന്ന ഒരു ജനസംസ്കാരത്തിൽ നിന്നുള്ള ഉപലബ്ധിയാണ്. നീതി ക്കുവേണ്ടിയുള്ള ഈ ദാഹത്തിൽ നിന്നാണ് കേരളം വിദേശവാഴ്ച യ്ക്കെതിരെ ആയുധമെടുത്തത്, പിന്നീട് സ്വന്തം മനസ്സുകളുടെ ഇരുൾ ക്കയങ്ങളിലേക്ക് നൂതനചിന്തയുടെയും, സമരത്തിന്റെയും പ്രകാശരശ്മി കൾ ഏറ്റുവാങ്ങിയത്. നവോത്ഥാനത്തിലേക്ക് കേരളം നയിക്കപ്പെട്ടത് ഇങ്ങനെയാണ്.

ഇരുപതാം നൂറ്റാണ്ടിലെ കേരളം തിളച്ചുമറിയുന്ന ഒരു പാത്രം പോലെയായിരുന്നു. രാഷ്ട്രീയമുന്നേറ്റങ്ങളും പോരാട്ടങ്ങളും കേരളീയ ജീവിതത്തിന്റെ സ്വാഭാവികമായ അവസ്ഥയായി മാറി. പഴമയുടെ കാവൽക്കാരായ നാടുവാഴി-ഭൂപ്രഭുവർഗ്ഗത്തിനെതിരെ മാനസികവും ഭൗതികവുമായ പോരാട്ടങ്ങളുണ്ടായി. ഇത് കേരളീയരുടെ ഭൗതിക ജീവി തത്തെ മാത്രമല്ല, മാനസിക ജീവിതത്തെയും മാറ്റിമറിച്ചു. കവിതയിലും (സാമാന്യമായി സാഹിത്യത്തിലും) ചിന്തയിലും രാഷ്ട്രീയ പ്രവർത്തന ത്തിലുമെല്ലാം ഈ മാറ്റം പ്രകടമായിരുന്നു.

ഈ പരിവർത്തനങ്ങൾക്ക് രൂപംനല്കിയവരെയാണ് 'നവകേരളശി ല്പികൾ' എന്ന പരമ്പരയിലൂടെ ചിന്ത പരിചയപ്പെടുത്തുന്നത്. നമ്മുടെ അറിവും ഉറവും നിർണ്ണയിക്കുന്നതിൽ നവകേരളശില്പികൾ വലിയ പങ്കു വഹിച്ചു. അവരുടെ ചരിത്രം അറിയുന്നത് കേരളീയ ജീവിതം മുന്നോട്ടു കൊണ്ടുപോവുന്നതിനുള്ള ഒരു മുന്നുപാധിയാണ്. നവകേരളശില്പികൾ എന്ന പരമ്പരയിലെ ഓരോ പുസ്തകവും ഈ ദൗത്യം നിർവ്വഹിക്കു ന്നുണ്ട്.

ശ്രീ. പ്രദീപ് പനങ്ങാടാണ് ഈ പരമ്പരയുടെ എഡിറ്റർ. അദ്ദേഹ ത്തിനും പരമ്പരയിലേക്ക് പുസ്തകങ്ങൾ തയ്യാറാക്കുന്ന എഴു ത്തുകാർക്കും ചിന്ത പബ്ലിഷേഴ്സ് കൃതജ്ഞത അറിയിക്കുന്നു.

ചിന്ത പബ്ലിഷേഴ്സ്

വെളിച്ചം വിതറിയ വിളക്ക്

കേരളത്തിലെ നവോത്ഥാന പ്രസ്ഥാനത്തിന്റെ നിരവധി ജ്വാല മുഖ ങ്ങളുടെ വലിയ സംഭാവനകള്‍ ഇപ്പോഴും ചരിത്ര രചനയുടെ മുഖ്യധാര യില്‍ എത്തിയിട്ടില്ല. നമ്മുടെ ചരിത്രരചനയിലെ വിവിധ താല്പര്യങ്ങ ളുടെ ഇരകളായി പലതും മാറിയിട്ടുമുണ്ട്. കേരളീയ നവോത്ഥാനത്തിന്റെ യഥാര്‍ത്ഥ ചാലകശക്തികളായി പ്രവര്‍ത്തിച്ചുവരാണ്. ഇങ്ങനെ പാര്‍ശ്വ വല്‍ക്കരിക്കപ്പെട്ടത്. അതിലൊരാളാണ് ഡോ. വി വി വേലുക്കുട്ടി അര യന്‍. കേരളത്തിലെ ഒരു പ്രത്യേക ജനവിഭാഗത്തിന്റെയും അതുപോലെ ഒരുദേശത്തിന്റെയും ജീവിതധാരകളെ നിര്‍ണ്ണായകമായി സ്വാധീനിച്ച ഈ സാമൂഹിക പോരാളിയുടെ ജീവിതപാതകള്‍ക്ക് ഇന്നും പ്രസക്തിയുണ്ട്. രാജേഷ് ചിറപ്പാടും, രാജേഷ് കെ എരുമേലിയും ചരിത്രത്തിലെ വലിയ മുദ്രകളെ കണ്ടെത്തുകയാണ് ഈ പുസ്തകത്തില്‍.

സാമൂഹിക മുന്നേറ്റം, സാംസ്കാരിക പരിവര്‍ത്തനം, ഭാഷാപരിഷ്ക രണം തുടങ്ങി നിരവധി തലങ്ങളിലൂടെയാണ് വേലുക്കുട്ടി അരയന്റെ സാമൂഹിക ജീവിത പോരാട്ടങ്ങള്‍ മുന്നോട്ട് പോയത്. ഒരുജനതയുടെ സാമൂഹികവും രാഷ്ട്രീയവുമായ വിമോചനമായിരുന്നു എപ്പോഴത്തേയും ലക്ഷ്യം. വ്യത്യസ്ത രീതികളിലൂടെയാണ് അതിന് വേണ്ടി പ്രവര്‍ത്തി ച്ചത്. കേരളത്തിലുണ്ടായ നവോത്ഥാന പ്രക്രിയയുടെ വലിയ ധാരയി ലേക്ക് ലയിച്ചു ചേരുന്ന പ്രവര്‍ത്തനങ്ങളാണ് ഓരോ സന്ദര്‍ഭങ്ങളിലും അദ്ദേഹം നടത്തിയത്.

കേരളത്തിന്റെ മാധ്യമചരിത്രത്തിലും വേലുക്കുട്ടി അരയന് വലിയ സ്ഥാനമുണ്ട്. *സുജാനന്ദിനി* മുതല്‍ തുടങ്ങുന്ന പത്രപ്രവര്‍ത്തന ജീവി തമാണ് അദ്ദേഹത്തിന്റേത്. സമുദായ പരിഷ്കരണത്തിനും സാമൂഹ്യാവ ബോധത്തിന്റെ പുനസൃഷ്ടിക്കും വേണ്ടിയാണ് പത്രപ്രവര്‍ത്തനത്തെ

അദ്ദേഹം ഉപയോഗപ്പെടുത്തിയത്. തികഞ്ഞ ലക്ഷ്യബോധത്തോടെ നട ത്തുന്ന ഇത്തരം മാധ്യമപ്രവർത്തനങ്ങൾ പലപ്പോഴും ചരിത്രത്തിൽ അട യാളപ്പെടുത്തപ്പെട്ടിട്ടില്ല. ഈ പുസ്തകത്തിലെ 'പത്രപ്രവർത്തകനായ അരയൻ' എന്ന അദ്ധ്യായത്തിൽ അത് വിശദമായി രേഖപ്പെടുത്തുന്നു. പത്രപ്രവർത്തക വിദ്യാർത്ഥികൾക്ക് ഇത് ഗവേഷണ പഠനങ്ങൾക്കുള്ള വലിയ വാതായനങ്ങളാണ് തുറന്നിടുന്നത്.

ചരിത്രത്തെയും സമൂഹത്തെയുംകുറിച്ചുള്ള ഇത്തരം നിരവധി അന്വേഷണങ്ങൾക്കുള്ള സന്ദർഭങ്ങളാണ് *വേലുക്കുട്ടി അരയൻ* എന്ന ഈ പുസ്തകം ഒരുക്കുന്നത്. പത്രപ്രവർത്തകരും എഴുത്തുകാരും ഗവേ ഷകരുമായ രാജേഷ് ചിറപ്പാട്, രാജേഷ് കെ എരുമേലി എന്നിവർ കൃത്യ മായ ലക്ഷ്യബോധത്തോടെയാണ് ഈ ചരിത്രരചന നിർവ്വഹിച്ചിരിക്കു ന്നത്. ചരിത്രത്തിലെ ഇരുളടങ്ങ അദ്ധ്യായങ്ങളിലേക്ക് അവർ വെളിച്ചം തെളിക്കുന്നു. നവകേരളശില്പികൾ എന്ന പരമ്പരയിൽ ഈ പുസ്തകം ഉൾപ്പെടുത്തി പ്രസിദ്ധീകരിക്കാൻ കഴിഞ്ഞതിൽ അഭിമാനമുണ്ട്.

പ്രദീപ് പനങ്ങാട്
എഡിറ്റർ
നവകേരളശില്പികൾ
ജീവചരിത്ര പരമ്പര.

വേലുക്കുട്ടി അരയൻ:
നവോത്ഥാനത്തിന്റെ വൻതിര

നവോത്ഥാനത്തിന്റെ തിരമാലകൾ കേരളക്കരയിൽ ആഞ്ഞടിച്ച പ്പോൾ അന്ധവിശ്വാസങ്ങളുടെയും അനാചാരങ്ങളുടെയും ജാതിമേധാ വിത്വത്തിന്റെയും മാലിന്യങ്ങൾ തുടച്ചുമാറ്റപ്പെടുകയുണ്ടായി. ശ്രീനാരാ യണഗുരുവും അയ്യൻകാളിയും ഉൾപ്പെടെയുള്ള നിരവധി വൻതിരക ളാണ് കേരളത്തിൽ നവോത്ഥാനത്തിന്റെ വേലിയേറ്റം സൃഷ്ടിച്ചത്. അത്ത രമൊരു വൻതിരയായിരുന്നു ഡോ. വി വി വേലുക്കുട്ടി അരയൻ. സാമൂ ഹിക പരിഷ്കർത്താവ്, പണ്ഡിതൻ, പത്രാധിപർ, യുക്തിവാദി, സ്വാത ന്ത്ര്യസമരസേനാനി, ഇടതുപക്ഷ സഹയാത്രികൻ, എഴുത്തുകാരൻ തുടങ്ങി നിരവധി രംഗങ്ങളിൽ വ്യക്തിമുദ്രപതിപ്പിക്കാൻ വേലുക്കുട്ടി അരയന് കഴിഞ്ഞു.

നവോത്ഥാന ചരിത്ര നിർമ്മിതിയിൽ വേലുക്കുട്ടി അരയൻ ഉൾപ്പെടെ യുള്ളവരുടെ സംഭാവനകൾ വേണ്ടരീതിയിൽ ഇന്നും അടയാളപ്പെട്ടിട്ടില്ല. അവർണ്ണപക്ഷത്തുനിന്നാരംഭിച്ച കേരളത്തിന്റെ നവോത്ഥാനമുന്നേറ്റ ങ്ങളെ അംഗീകരിക്കാൻ ഇന്നും സാമ്പ്രദായിക ചരിത്രകാരന്മാർ തയ്യാ റാവുന്നില്ല. അതുകൊണ്ട് തന്നെ കേരളനവോത്ഥാനത്തിലെ ജ്വലിക്കുന്ന നക്ഷത്രങ്ങളായ ഇവരെക്കുറിച്ച് വരുംതലമുറയ്ക്ക് പഠിക്കാൻ കഴിയാതെ വരുന്നു. അതുകൊണ്ടുതന്നെ മൂടിവയ്ക്കപ്പെടുകയോ അവഗണിക്കപ്പെ ടുകയോ ചെയ്ത ചരിത്രസന്ദർഭങ്ങളെയും വ്യക്തികളെയും പുതിയ കാലഘട്ടത്തിൽ അടയാളപ്പെടുത്തുക എന്നത് വലിയൊരു രാഷ്ട്രീയ– ചരിത്രദൗത്യമാണെന്ന് ഞങ്ങൾ കരുതുന്നു.

കടലും കടലോരത്തെ മനുഷ്യരും മുഖ്യധാരാ ജീവിതത്തിന്റെ തുറ കളിൽനിന്ന് ഇന്നും മാറ്റിനിർത്തപ്പെടുകയാണ്. അവരുടെ അദ്ധ്വാനവും അറിവും ആത്മാർത്ഥതയും സാഹസികതയും ചരിത്രത്തിന്റെ ഭാഗമാണ്.

പക്ഷേ, അവരുടെ ചരിത്രവും അനുഭവങ്ങളും രേഖപ്പെടുത്താതെ പോകു മ്പോൾ അവർക്കിടയിൽ ഒരു അരയൻ ഉണ്ടായിരുന്നുവെന്നും ആ അര യൻ അവരുടെ പിടയുന്ന ജീവിതത്തിൽ പുതിയ വെളിച്ചം വിതറുകയും ചെയ്തിരുന്നു എന്ന ചരിത്രസത്യത്തെ രേഖപ്പെടുത്തുകയാണ് ഈ പുസ്തകം. വേലുക്കുട്ടി അരയന്റെ ചരിത്രപ്രസക്തി കേരള നവോത്ഥാ നത്തെ സംബന്ധിച്ചുള്ള പുതിയ അന്വേഷണത്തിന്റെ പരിസരത്ത് കൂടു തൽ പ്രസക്തമാണ്.

ഡോ. വേലുക്കുട്ടി അരയന്റെ പത്രത്തിന്റെ പേര് *അരയൻ* എന്നായി രുന്നു. അരയൻ എന്നത് തന്റെ പേരിനോടൊപ്പവും അദ്ദേഹം ചേർത്തി രുന്നു. അഭിമാനത്തിന്റെയും ആഭിജാത്യത്തിന്റെയും ചിഹ്നമായി സവർണ്ണർ സ്വന്തം പേരിനൊപ്പം ജാതിവാൽ കൊണ്ടുനടന്നപ്പോൾ തങ്ങ ളിൽ അടിച്ചേൽപിക്കപ്പെട്ട ജാതി അധമബോധമാണ് കീഴാളർക്ക് നല്കി യത്. സ്വന്തം പേരിനൊപ്പം കീഴാളർ ഈ ജാതിപ്പേര് ചേർത്തുവയ്ക്കു മ്പോൾ അത് ജാതിക്കെതിരായ വലിയ കലാപമായി മാറും. ഇത്തരം കലാപമാണ് വേലുക്കുട്ടി അരയൻ നടത്തിയത്.

> ഡോ. വി വി വേലുക്കുട്ടി എന്ന എക്കാലത്തെയും കേരളത്തിന്റെ അഭിമാനമായ ആ മഹാനായ നവോത്ഥാന പ്രതിഭ, സ്വന്തം പേരി നൊപ്പം 'അരയൻ' 'വാൽ' ചേർത്തത് അലങ്കാരത്തിനോ ആഭി ജാത്യപ്രദർശനത്തിനോ വേണ്ടിയായിരുന്നില്ല. ഓരങ്ങളിലേക്ക് ഉന്തി വീഴ്ത്തപ്പെട്ട കീഴാള മനുഷ്യരുടെ ആത്മാഭിമാനം ഉയർത്തി പ്പിടിക്കാനായിരുന്നു. 'അരയൻ' എന്ന ജാതിപ്പേരിനെ കീഴാളസ മൂഹങ്ങൾ നിർവ്വഹിച്ച ജനാധിപത്യപ്രതിരോധത്തിന്റെ ഉജ്ജ്വല പ്രതീകമെന്ന നിലയിൽ നമുക്ക് തിരിച്ചറിയാൻ കഴിയും. അതൊരു മേൽജാതി വാൽ പോലുള്ള മേൽക്കോയ്മയല്ല, മറിച്ച് ആ മേൽക്കോയ്മയെ മറിച്ചിടാനുള്ള സാംസ്കാരിക സമരത്തിന്റെ ഭാ ഗമാണ്. ആധിപത്യ സന്തുലിതാവസ്ഥ തകർത്ത്, പുതിയ സ്വാത ന്ത്ര്യത്തിന്റെ ലോകം സൃഷ്ടിക്കുകയെന്ന സാംസ്കാരിക ദൗത്യ മാണ് ഡോ. വി വി വേലുക്കുട്ടി 'ജാതിവാൽ' ചേർത്തുകൊണ്ട് നിർവ്വഹിച്ചത്. സ്വന്തം പേരിനൊപ്പം ജാതിവാൽ വയ്ക്കുന്ന സവർണ്ണാഭിമാന പതിവുകളെ ഒരു ഹാസ്യാനുകരണം വഴി അട്ടി മറിക്കാനാണ് അദ്ദേഹം ശ്രമിച്ചത്. എന്ന കെ ഇ എന്നിന്റെ നിരീ ക്ഷണം (*ചെമ്മീനിലെ സംഘർഷങ്ങൾ*, റാസ്ബെറി ബുക്സ്, കോഴിക്കോട്) ഇതിനോട് ചേർത്തുവായിക്കാവുന്നതാണ്.

തൊഴിലാളിവർഗ്ഗത്തെ സംഘടിപ്പിക്കുകയും സമുദായ സേവനം നട ത്തുകയും സർഗ്ഗാത്മകജീവിതം നയിക്കുകയുമൊക്കെ ചെയ്തിരുന്ന വേലുക്കുട്ടി അരയന്റെ ജീവിതം കേരളത്തിന്റെ വർത്തമാന പരിസരത്ത് പ്രസക്തമാണ്.

ഇ എം എസ് എഴുതുന്നു:

1095 ലെ ഒന്നാം റെഗുലേഷനെതിരെ തിരുവിതാംകൂറിൽ ആദ്യ മായി പ്രതിഷേധിച്ചത് വേലുക്കുട്ടി അരയനായിരുന്നു. 1103 ൽ ബ്രൂക്ക്ബോണ്ട് പദ്ധതിയെ അദ്ദേഹം എതിർത്ത് രാജ്യത്താകമാനം കോളിളക്കം സൃഷ്ടിക്കുകയയും സർക്കാരിനെക്കൊണ്ട് അത് പിൻവലിപ്പിക്കാൻ ചെങ്ങന്നൂർ മഹായോഗം വിളിച്ചുകൂട്ടുകയും ചെയ്തിട്ടുണ്ട്.

സ്വന്തം സമുദായത്തെ സേവിക്കൽ, തൊഴിലാളിവർഗത്തെ ആകെ സംഘടിപ്പിക്കൽ, പൊതുരാഷ്ട്രീയ പ്രവർത്തനത്തിൽ പങ്കെടു ക്കൽ എന്നിവ പരസ്പര വിരുദ്ധമല്ല, പരസ്പര പൂരകമാണ് എന്നും അവയുടെ യുക്തിയുക്തമായ പരിണാമമാണ് കമ്യൂണിസ്റ്റ് പാർട്ടി യുടെ നേതൃത്വത്തിൽ ഇടതുപക്ഷ പ്രസ്ഥാനം വളർത്തി ശക്തി പ്പെടുത്തലെന്നും ഒരു പിന്നോക്ക സമുദായ നേതാവായിരുന്ന ഡോ. അരയൻ മനസ്സിലാക്കിയിരുന്നു എന്നർത്ഥം. ഇത് ഇന്നത്തെ രാഷ്ട്രീയ സാഹചര്യത്തിൽ വിശേഷിച്ചും പ്രസക്തമാണ്. (ഇം എം എസിന്റെ ഡയറി, *ദേശാഭിമാനി* വാരിക, 1994)

കീഴാളജനതയെ മാത്രമല്ല, അവരുടെ ചരിത്രത്തെയും നേതാക്ക ളെയും അധീശ പ്രത്യയശാസ്ത്രം കുഴിച്ചുമൂടിയെന്ന യാഥാർത്ഥ്യം ഇന്ന് തിരിച്ചറിയപ്പെടുന്നുണ്ട്.

കെ ഇ എൻ എഴുതുന്നു:

വേലുക്കുട്ടി അരയനെ പോലുള്ള മഹാനായ ഒരു വലിയ പ്രക്ഷോഭ പ്രതിഭ അർഹിക്കുന്ന ആദരവും പരിഗണനയും കിട്ടാതെ മറവി യുടെ മഹാസമുദ്രത്തിലേക്ക് മറിഞ്ഞ് വീണിരുന്നെങ്കിൽ, കേരള ത്തിന്റെ സാംസ്കാരിക ജീവിതം ഒരു മരുപ്പറമ്പായി മാറുമായിരു ന്നു. ചരിത്രം സൃഷ്ടിക്കുന്നവരെ, 'ചരിത്രത്തിൽ ഇല്ലാത്തവരായി' മാറ്റും വിധം, അപരവല്ക്കരണവും പാർശ്വവല്ക്കരണവും അദൃ ശ്യഭിത്തികൾ സൃഷ്ടിക്കുന്നതുകൊണ്ടാണ് വലിയ ജീവിതമുള്ളവർ ഒരു ചെറിയ ജീവചരിത്രം പോലുമില്ലാതെ വിസ്മൃതരാകുന്നതും ചെറിയ ജീവിതം മാത്രമുള്ളവർ വലിയ ജീവചരിത്രമുള്ളവരായി അരങ്ങുവാഴുന്നതും. (അവതാരിക, *അരയൻ*, ഡോ. വള്ളിക്കാവ് മോഹൻദാസ്, പ്രസാ. കേരള സാഹിത്യ അക്കാദമി തൃശൂർ, 2010)

ഈ പുസ്തകം തയ്യാറാക്കുന്നതിനായി ഞങ്ങളെ അതിരറ്റ് സഹാ യിച്ച വേലുക്കുട്ടി അരയന്റെ ചെറുമകനും സാംസ്കാരിക പ്രവർത്തകനും ചലച്ചിത്രകാരനുമായ അനിൽ വി നാഗേന്ദ്രനോടുള്ള നന്ദിയും കടപ്പാടും ഇവിടെ രേഖപ്പെടുത്തുന്നു.

വായനക്കാരുടെ സഹകരണവും സംവാദവും പ്രതീക്ഷിക്കുന്നു.

രാജേഷ് ചിറപ്പാട്
രാജേഷ് കെ എരുമേലി

1

അരയന്റെ ജനനവും വിദ്യാഭ്യാസവും

ആയിരത്തി എണ്ണൂറ്റി തൊണ്ണൂറ്റി നാല് മാർച്ച് 11 ന് കരുനാഗ പ്പള്ളിയിൽ ആലപ്പാട്ട് അരയനാണ്ടി വിളാകത്ത് കുടുംബത്തിലാണ് വേലു ക്കുട്ടി അരയൻ ജനിച്ചത്. പിതാവ് വേലായുധൻ വൈദ്യൻ പ്രശസ്ത പണ്ഡിതനും ആയുർവേദാചാര്യനുമായിരുന്നു. ചെറിയഴീക്കൽ തെക്കേ പ്പുറത്ത് വെളുത്ത കുഞ്ഞുഅമ്മയാണ് മാതാവ്. ചെറുപ്പത്തിൽ തന്നെ മാതാവ് മരിച്ചതോടെ അമ്മാവന്റെ ശിക്ഷണത്തിലാണ് വേലുക്കുട്ടി വളർന്നത്.

ഓച്ചിറ പ്രയാറിലെ കളരിവാതുക്കൽ നമ്പൂശിരികുടുംബത്തിൽ നിന്നാണ് വേലുക്കുട്ടി വിദ്യാഭ്യാസ ജീവിതം ആരംഭിക്കുന്നത്. സംസ്കൃതം, ഇംഗ്ലീഷ് ഭാഷകളിൽ വളരെ ചെറുപ്പത്തിൽ തന്നെ അഗ്ഗേ ഹത്തിന് പരിജ്ഞാനം നേടാനായി. പന്ത്രണ്ടാമത്തെ വയസ്സിൽ പ്രശസ്ത ആയുർവേദ ഗുരുകുലമായ ചാവർകോട്ട് വൈദ്യപഠനം ആരംഭിച്ചു. വൈദ്യ ത്തിൽ അപാര പാണ്ഡിത്യമുണ്ടായിരുന്ന ശങ്കരൻ വൈദ്യനിൽനിന്നാണ് വേലുക്കുട്ടി വൈദ്യത്തിന്റെ ആദ്യപാഠങ്ങൾ അഭ്യസിച്ചത്. ഇക്കാലത്ത് കരുനാഗപ്പള്ളി പടനായർകുളങ്ങര ഊട്ടുപുരയിൽ തമിഴ് ബ്രാഹ്മണർ സംസ്കൃതം പഠിപ്പിച്ചിരുന്നു. ഇവിടെ ചേർന്ന് സംസ്കൃതം പഠിക്കാനും വേലുക്കുട്ടി സമയം കണ്ടെത്തി.

പത്തൊമ്പതാം നൂറ്റാണ്ടിന്റെ അവസാനഘട്ടം കേരളം ജാതിവ്യവ സ്ഥയുടെയും അസ്പൃശ്യതയുടെയും തീക്ഷ്ണമായ അനുഭവങ്ങളിലൂടെ കടന്നുപോവുകയായിരുന്നു. അധഃസ്ഥിത ജനതയ്ക്ക് വഴിനടക്കാൻ പോലും അവകാശമില്ലാതിരുന്ന കാലം. ഇക്കാലത്തുതന്നെ ഇത്തരം അനാചാരങ്ങൾക്കെതിരെ വലിയ പ്രക്ഷോഭങ്ങളും ചെറുത്തുനില്പുകളും ഉണ്ടാവുന്നുണ്ട്. ഇത് പിന്നീട് നവോത്ഥാന കേരളത്തിന്റെ പിറവിക്ക് കാര

ണമായി. ഈ ഘട്ടത്തിലാണ് വേലുക്കുട്ടി അരയൻ തന്റെ ജനനവും വിദ്യാഭ്യാസ കാലഘട്ടവും പിന്നിടുന്നത്.

അരയസമുദായം

വേലുക്കുട്ടി ജനിച്ചത് അരയ സമുദായത്തിലാണ്. വലിയ ചരിത്രവും അനുഭവങ്ങളുമുള്ള ഒരു ജനസമൂഹമാണ് അരയർ. തീരദേശത്ത് താമ സിക്കുന്ന ജനത എന്ന നിലയിൽ മത്സ്യബന്ധനമാണ് ഇവരുടെ പ്രധാ നതൊഴിൽ. തലമുറകളായി അവർ ഈ തൊഴിൽ മേഖലയിൽ പ്രവർത്തി ക്കുന്നു. കടലിനെക്കുറിച്ചും അതിന്റെ ആവാസവ്യവസ്ഥകളെക്കുറിച്ചും ഇവർക്ക് നന്നായി അറിയാം. ആ അർത്ഥത്തിൽ വലിയ വിജ്ഞാനത്തിന്റെ ശേഖരം തലമുറകളായി ഇവർ കാത്തുസൂക്ഷിക്കുന്നു.

'അരശൻ' എന്ന ദ്രാവിഡപദത്തിൽ നിന്നാണ് അരയൻ എന്ന വാക്കു ണ്ടായതെന്ന് കരുതപ്പെടുന്നു. അരശൻ എന്നാൽ നാടുവാഴി എന്നർത്ഥം. ധീവരവിഭാഗക്കാർ ഇന്ത്യയുടെ വിവിധഭാഗങ്ങളിൽ നാടുവാഴികളായി ഭരണം നടത്തിയിരുന്നു. അതുകൊണ്ട് അധികാരവുമായി ബന്ധമുള്ള മറ്റൊരു പേരായ അരയൻ എന്നും ഇവർ അറിയപ്പെട്ടുവന്നു. മത്സ്യബ ന്ധനം, സമുദ്രവ്യാപാരം എന്നിവയായിരുന്നു ഇവരുടെ മുഖ്യതൊഴിൽ. മീനാട്, പരവനമാട്, മരംകൊത്തി നാട്, ഏൾനാട് എന്നിങ്ങനെ നാല് രാജ്യങ്ങൾ സിന്ധു പ്രാചീന ഇന്ത്യയിൽ നിലനിന്നിരുന്നതായി ചില പഠ നങ്ങളിൽ കണ്ടെത്താൻ കഴിയും. ഈ രാജ്യങ്ങളുടെ കൊടിയടയാള മായി രണ്ട് മത്സ്യങ്ങളെ മുഖാമുഖമായി ചിത്രീകരിച്ചിട്ടുണ്ട്. (അരയൻ, ഡോ. വള്ളിക്കാവ് മോഹൻദാസ്, പ്രസാ. കേരള സാഹിത്യഅക്കാദമി, തൃശ്ശൂർ)

ദക്ഷിണേന്ത്യയുടെ ചരിത്രത്തിൽ അരയർക്ക് സവിശേഷമായ സ്ഥാനമുള്ളതായി കാണാനാവും. ഇവിടത്തെ പ്രാചീന കൃതികളിൽ ഈ സമൂഹത്തെക്കുറിച്ച് സൂചനയുണ്ട്. ഡോ. വള്ളിക്കാവ് മോഹൻദാസ് എഴു തുന്നു:

ഉത്തരപൂർവ്വദേശങ്ങളിലെ ആദിമ ഗോത്രവിഭാഗങ്ങൾ ദക്ഷിണേ ന്ത്യയിലെ മീനവരാജ്യത്തേക്ക് കുടിയേറിയതായി വിശ്വസിച്ചുവ രുന്നു. സംഘകാല കൃതികളിൽ ധീവരവർഗ്ഗക്കാരുടെ ദക്ഷിണേ ന്ത്യയിൽ വേലൂർ പട്ടണം കേന്ദ്രമായി നിലനിന്നിരുന്നു എന്നാണ് കാണുന്നത്. വേലൂരിലേക്ക് കുടിയേറിയവരിൽ പ്രമുഖർ മീനവ ന്മാരും പരവന്മാരുമായിരുന്നു. അങ്ങനെ വന്നുചേർന്നവരിൽ കര മാർഗം എത്തിയവർ മലഞ്ചെരിവുകളിലും സമതലങ്ങളിലും വന ഭാഗങ്ങളിലും വാസമുറപ്പിച്ചു. കടൽവഴി വന്നവർ കേരള ത്തിന്റെയും തമിഴകത്തിന്റെയും കടൽത്തീരങ്ങളിൽ താവളം കണ്ടെത്തി. താമസിക്കുവാൻ ലഭിച്ച സ്ഥലങ്ങളുടെ പ്രത്യേകത കളനുസരിച്ച് ജീവിതമാർഗം അന്വേഷിച്ച ധീവരർക്ക് വ്യത്യസ്ത

ങളായ ഉപജീവനവും ലഭിച്ചു. സമതലങ്ങളിൽ കോലം (കുരുമു ളക്) കൃഷി ചെയ്തവർ കോലരയന്മാർ ആയി മാറി. വനങ്ങളിലും മലയോരങ്ങളിലും വേട്ടയാടിയും കൃഷിചെയ്തും കഴിഞ്ഞവർ മല യരയന്മാർ എന്നുവിളിക്കപ്പെട്ടു. മത്സ്യബന്ധനത്തിൽ ഏർപ്പെട്ടു കൊണ്ട് പൂർവ്വികമായ തൊഴിലിൽ മുഴുകിയ കടൽത്തീരവാസി കൾ കടലരയന്മാർ എന്നാണ് അറിയപ്പെട്ടത്. അരയന്മാർ എന്ന പൊതു നാമധേയം മത്സ്യബന്ധനത്തിൽ ശ്രദ്ധ കേന്ദ്രീകരിച്ചിട്ടുള്ള തീരദേശവാസികൾ ഉൾപ്പെടുന്ന സമൂഹമാണ് പിൽക്കാലത്ത് സ്വീകരിച്ചത്. *(അതേ പുസ്തകം)*

ചരിത്രരേഖകളെക്കൂടാതെ നിരവധി ഐതിഹ്യങ്ങളിലും പുരാണ ങ്ങളിലും അരയസമൂഹത്തെക്കുറിച്ചുള്ള പരാമർശങ്ങളും കഥകളുമുണ്ട്. അതിലൊക്കെ കടലും കടൽത്തീരവും മത്സ്യവും മനുഷ്യനും മുഖാമുഖം നില്ക്കുന്നു.

ഗ്രന്ഥശാലയും ഗ്രന്ഥകാരനും

ചെറുപ്രായത്തിൽ തന്നെ സാഹിത്യസംബന്ധിയായ വിഷയങ്ങളിൽ വേലുക്കുട്ടിക്ക് വളരെയധികം താല്പര്യമുണ്ടായിരുന്നു. പിതാവിനോ ടൊപ്പം വിവിധ സ്ഥലങ്ങളിൽ യാത്രചെയ്യാൻ അദ്ദേഹത്തിന് ഇഷ്ടമാ യിരുന്നു. വേലുക്കുട്ടിയുടെ പിതാവ് വേലായുധൻ വൈദ്യർക്ക് നല്ലനില യിൽ പ്രവർത്തിക്കുന്ന ഒരു വൈദ്യശാലയുണ്ടായിരുന്നു. അവിടത്തെ മരു ന്നുകളുടെ ലേബലുകൾ അച്ചടിച്ചിരുന്നത് കൊല്ലത്തെ പ്രശസ്തമായ എസ് ടി റെഡ്യാർ പ്രസിലായിരുന്നു. വിദ്യാഭിവർദ്ധിനി എന്ന പേരിൽ അറിയപ്പെട്ടിരുന്ന ഈ പ്രസിൽ പിതാവിനോടൊപ്പം വേലുക്കുട്ടിയും സന്ദർശിക്കുക പതിവായിരുന്നു. ഈ സമയത്താണ് അവിടെ അച്ചടിച്ചി രുന്ന പല പുസ്തകങ്ങളുമായും വേലുക്കുട്ടി പരിചയപ്പെടുന്നത്. പിതാ വിനോട് കുറെ പുസ്തകങ്ങൾ വാങ്ങിത്തരണമെന്ന് വേലുക്കുട്ടി ആവ ശ്യപ്പെട്ടു. അദ്ദേഹം മകന്റെ വായനയിലുള്ള താല്പര്യം തിരിച്ചറിഞ്ഞു. നിരവധി പുസ്തകങ്ങൾ വിലകൊടുത്തുവാങ്ങി മകന് നല്കുകയും ചെയ്തു. ഇങ്ങനെ വാങ്ങിയ പുസ്തകങ്ങൾ വൈദ്യശാലയോട് ചേർന്ന മുറിയിൽ സൂക്ഷിച്ചുവയ്ക്കുകയും ഒരു ഗ്രന്ഥശാലതന്നെ അവർ ആരം ഭിക്കുകയും ചെയ്തു.

വൈദ്യശാലയിൽ എത്തിയിരുന്ന ആനുകാലിക പ്രസിദ്ധീകരണ ങ്ങളും പത്രങ്ങളും പിന്നീട് ഈ ഗ്രന്ഥശാലയിൽ സൂക്ഷിക്കാൻ തുട ങ്ങി. ഇക്കാലത്ത് വേലുക്കുട്ടി *കിരാതർജ്ജുനീയം* എന്ന ഓട്ടൻതുള്ളൽ എഴുതുകയുണ്ടായി. ഇത് അച്ചടിച്ചത് കൊല്ലത്തെ എസ് ടി റെഡ്യാർ പ്രസിലാണ്. പ്രസിന്റെ ഉടമയായ റെഡ്യാർ സാഹിത്യത്തിൽ തൽപര നായിരുന്നു. വേലുക്കുട്ടിയുടെ പിതാവ് മകനെഴുതിയ ഓട്ടൻ തുള്ളലിന്റെ കൈയെഴുത്തുപ്രതി കൊടുത്തപ്പോൾ തന്നെ റെഡ്യാർ സന്തോഷ

ത്തോടെ അത് അച്ചടിക്കാൻ തയ്യാറായി. എട്ട് കാശായിരുന്നു ഈ പുസ്തകത്തിന്റെ വില. ആദ്യ പുസ്തകം പുറത്തിറങ്ങിയതോടെ എഴുതാനുള്ള ആഗ്രഹം വേലുക്കുട്ടിയിൽ ശക്തമായി. തുടർന്ന് *ഓണം ഡേ* എന്ന തലക്കെട്ടിൽ ഒരു കവിതാസമാഹാരത്തിന്റെ കയ്യെഴുത്തു പ്രതിയുമായി റെഡ്യാരുടെ അടുത്തെത്തി. ആ പുസ്തകവും റെഡ്യാർ അച്ചടിച്ചു. ഈ പുസ്തകത്തിന്റെ പ്രതിഫലം വേലുക്കുട്ടി പണമായി സ്വീകരിച്ചില്ല. പകരം പ്രസിൽ നിന്ന് അച്ചടിച്ചിരുന്ന പുസ്തകങ്ങളാണ് ആവശ്യപ്പെട്ടത്. സന്തോഷത്തോടെ റെഡ്യാർ അത് നല്കുകയും ചെയ്തു. ഇങ്ങനെ ശേഖരിച്ച പുസ്തകങ്ങൾകൊണ്ട് തന്റെ ലൈബ്രറി വിപുലമാക്കാൻ വേലുക്കുട്ടിക്ക് കഴിഞ്ഞു. വായന അദ്ദേഹത്തിന് ലഹരിയായിരുന്നു. ഏതു പുസ്തകം കൈയിൽ കിട്ടിയാലും അത് വായിച്ചുതീർക്കാതെ മറ്റൊന്നിലും അദ്ദേഹം ശ്രദ്ധകേന്ദ്രീകരിക്കുമായിരുന്നില്ല.

രണ്ട് പുസ്തകം പുറത്തുവന്നതോടെ അത് പ്രസിദ്ധീകരിച്ച വിദ്യാഭിവർദ്ധിനി പ്രസുമായും ഉടമ റെഡ്യാരുമായുമുള്ള വേലുക്കുട്ടിയുടെ ബന്ധം ദൃഢമായി. വിദ്യാഭിവർദ്ധിനി പ്രസുമായുള്ള ഈ ബന്ധമാണ് തന്റെ ഗ്രന്ഥശാലയ്ക്ക് വിജ്ഞാനസന്ധായിനി എന്ന് പേരു നല്കാൻ വേലുക്കുട്ടിക്ക് പ്രേരണയായത്.

1908 ൽ വേലുക്കുട്ടി ഈ ഗ്രന്ഥശാല സ്ഥാപിക്കുമ്പോൾ അദ്ദേഹത്തിന് വെറും പതിനാല് വയസ്സായിരുന്നു പ്രായം. ഈ ഗ്രന്ഥശാല പിന്നീട് തിരുവിതാംകൂറിൽ ഔദ്യോഗികമായി അംഗീകരിച്ച ആറാമത്തെ ഗ്രന്ഥ ശാലയായി മാറി. പത്തുവർഷക്കാലം മംഗലത്ത് കേശവനാശാനായിരുന്നു വായനശാലയുടെ പ്രസിഡന്റ്. വേലുക്കുട്ടി സെക്രട്ടറിയുമായിരുന്നു. ഇതേ കാലഘട്ടത്തിലാണ് മംഗലത്തു കേശവനാശാൻ ചെറിയഴീക്കലിൽ ഒരു പഠനകേന്ദ്രം നടത്തിയിരുന്നത്. ഈ പഠനകേന്ദ്രത്തിൽ പുതിയതായി എത്തുന്നവരെ പഠിപ്പിച്ചിരുന്നത് വേലുക്കുട്ടിയായിരുന്നു. കേശവനാശാ നുമായുള്ള സൗഹൃദമാണ് വേലുക്കുട്ടിയെ നവോത്ഥാന ആശയങ്ങളി ലേക്ക് അടുപ്പിച്ചത്.

വിദ്യകൊണ്ട് പ്രബുദ്ധനാകുന്നു

കേശവനാശാന്റെ ചെറിയഴീക്കലിലുള്ള പഠനകേന്ദ്രത്തിനടുത്തേക്ക് വിജ്ഞാനസന്ധായിനി ഗ്രന്ഥശാല വേലുക്കുട്ടി മാറ്റി സ്ഥാപിച്ചു. പഠന കേന്ദ്രത്തിൽ എത്തുന്ന വിദ്യാർത്ഥികൾക്ക് തന്റെ ഗ്രന്ഥശാല പ്രയോജ നപ്പെടട്ടെ എന്ന ലക്ഷ്യമായിരുന്നു അതിനുപിന്നിൽ. ഇവിടെ പഠിപ്പിക്കുന്ന കാലത്താണ് വേലുക്കുട്ടി ശാസ്ത്രി പരീക്ഷ പാസാകുന്നത്. തുടർന്ന് സംസ്കൃതത്തിൽ ഉപരിപഠനം നടത്തുന്നതിനായി പരവൂർ കേശവനാ ശാന്റെ ഗുരുകുലത്തേക്ക് അദ്ദേഹം യാത്ര തിരിച്ചു. അക്കാലത്ത് ഉന്നത വിദ്യാകേന്ദ്രം എന്ന നിലയിൽ പേരുകേട്ട ഗുരുകുലമായിരുന്നു അത്.

മഹാകവി കെ സി കേശവപിള്ളയെപ്പോലുള്ള പ്രതിഭാശാലികൾ കേശവനാശാന്റെ ശിഷ്യനായി അവിടെ പഠിച്ചിരുന്ന കാലമായിരുന്നു

അത്. കാവ്യങ്ങൾ, വേദാന്തം, വ്യാകരണം, അലങ്കാരശാസ്ത്രം, തർക്ക
ശാസ്ത്രം, ന്യായം എന്നിവയെല്ലാം ഇവിടെ നിന്ന് പഠിക്കാൻ വേലുക്കു
ട്ടിക്ക് സാധിച്ചു. അക്കാലത്തെ സംസ്കൃത പണ്ഡിതർക്കൊപ്പം ഈ ഭാഷ
യിൽ അറിവ് നേടുവാൻ വേലുക്കുട്ടിക്ക് കഴിഞ്ഞു. ഇത് അദ്ദേഹത്തിന്റെ
പില്ക്കാല സാഹിത്യ-സാംസ്കാരിക ജീവിതത്തെ ഗുണപരമായി സ്വാധീ
നിച്ചു.

സി വി കുഞ്ഞുരാമന്റെ മയ്യനാട് പാട്ടത്തിൽ വീട്ടിൽ താമസിച്ചു
കൊണ്ടാണ് വേലുക്കുട്ടി ഉപരി വിദ്യാഭ്യാസം നടത്തിയത്. ഇവിടെ താമ
സിക്കുമ്പോൾ സി കേശവന്റെ തോപ്പിൽവീട്ടിലും അദ്ദേഹം സന്ദർശി
ക്കാറുണ്ടായിരുന്നു. സി വി കുഞ്ഞിരാമൻ, സി കേശവൻ, സി കൃഷ്ണൻ
വൈദ്യൻ തുടങ്ങിയ നവോത്ഥാനനായകരും പ്രതിഭാശാലികളുമായുള്ള
സൗഹൃദം വേലുക്കുട്ടിയുടെ വിജ്ഞാന മണ്ഡലത്തെ മാറ്റിമറിക്കുന്നതിന്
കാരണമായി. പിന്നീട് പണ്ഡിറ്റ് കറുപ്പനെപ്പോലെയുള്ളവരുമായുള്ള കൂടി
ക്കാഴ്ചയും സാമൂഹിക സാംസ്കാരിക പ്രവർത്തനത്തിന് മുതൽക്കൂട്ടായി.

കേശവനാശാന്റെ ഗുരുകുലം സാഹിത്യചർച്ചകളുടെയും സംവാദ
ങ്ങളുടെയും വേദിയായിരുന്നു. ശ്രീനാരായണഗുരു, കുമാരനാശാൻ
എന്നിവർ ഇടയ്ക്കിടെ ഇവിടെ സന്ദർശനം നടത്തിയിരുന്നു. ഇത്
വിദ്യാർഥികൾക്ക് പുതിയൊരു ആവേശമായിരുന്നു. അറിവ് സാമൂഹ്യമാ
റ്റത്തിനുള്ള ചാലകശക്തിയാണെന്ന ബോധ്യം ശരിയായ അർത്ഥത്തിൽ
വേലുക്കുട്ടി മനസ്സിലാക്കുന്നത് ഇവരുടെ പ്രബോധനങ്ങളും പ്രവർത്ത
നങ്ങളും കണ്ടറിഞ്ഞതോടെയാണ്. കേരളത്തെ കാർന്നുതിന്നുകൊണ്ടി
രിക്കുന്ന അസ്പൃശ്യതയും ജാതിമേധാവിത്വവും കടപുഴക്കിയാലേ അടി
സ്ഥാന മനുഷ്യർക്ക് വിമോചനം സാധ്യമാകൂ എന്ന് വേലുക്കുട്ടി തിരിച്ച
റിഞ്ഞു. സാമൂഹികനീതിക്കും തുല്യതയ്ക്കും വേണ്ടി ശ്രീനാരായണഗു
രുവും കുമാരനാശാനും നടത്തുന്ന പ്രവർത്തനങ്ങൾ വേലുക്കുട്ടിയെ
ആഴത്തിൽ സ്വാധീനിക്കുന്നത് ഇക്കാലത്താണ്. വിദ്യാഭ്യാസം മനുഷ്യ
നെ പ്രബുദ്ധനാക്കുകയും അജ്ഞതയിൽനിന്ന് ഉണർത്തുകയും ചെയ്യും
എന്ന ശ്രീനാരായണദർശനം ചെറുപ്പം മുതൽക്കേ പ്രാവർത്തികമാക്കാൻ
വേലുക്കുട്ടി അരയന് കഴിഞ്ഞു.

സാഹിത്യപ്രവർത്തനത്തിൽ തല്പരനായിരുന്ന കേശവനാശാൻ
സുജനാനന്ദിനി എന്നൊരു പ്രസിദ്ധീകരണം അക്കാലത്ത് നടത്തിയിരു
ന്നു. വേലുക്കുട്ടിയുടെ പിന്നീടുള്ള സാംസ്കാരിക സാഹിത്യപ്രവർത്ത
നങ്ങൾക്ക് വേദിയായത് കേശവനാശാന്റെ ഗുരുകുലത്തിലെ പഠനമായി
രുന്നു. സംസ്കൃതം, ഇംഗ്ലീഷ്, ആയുർവേദം എന്നിവയിൽ പതിനെട്ടുവ
യസ്സിനുമുമ്പ് തന്നെ അറിവു സമ്പാദിക്കാൻ വേലുക്കുട്ടിക്ക് കഴിഞ്ഞു.

2

കേരളത്തിനു പുറത്തേക്ക്

കേശവനാശാന്റെ ഗുരുകുലത്തിലെ പഠനത്തിനുശേഷം ഉപരിപ ഠനത്തിനായി വേലുക്കുട്ടി മദ്രാസിലേക്കാണ് വണ്ടികയറിയത്. അവിടെ യെത്തിയ അദ്ദേഹം അലോപ്പതി ചികിത്സാസമ്പ്രദായം പഠിക്കാനാണ് ചേർന്നത്. കേരളത്തിലെപോലെ അവിടെയും വലിയൊരു സൗഹൃദ ബന്ധം സ്ഥാപിച്ചെടുക്കാൻ വേലുക്കുട്ടിക്ക് സാധിച്ചു. മദ്രാസിൽനിന്നാണ് ഫിഷറീസ് സയൻസ്, നിയമം എന്നീ വിഷയങ്ങളിൽ അദ്ദേഹം അറിവ് നേടുന്നത്. പഠനത്തിനുശേഷം മദ്രാസിൽ നിന്ന് തിരികെ പോന്നിട്ടും അവി ടത്തെ സൗഹൃദങ്ങൾ അദ്ദേഹം നിലനിർത്തി. മദ്രാസ് ജീവിതകാലത്ത് കുമാരനാശാൻ ഉൾപ്പെടെയുള്ളവർ അദ്ദേഹത്തെ അവിടെവെച്ച് കാണു കയും സംസാരിക്കുകയും ചെയ്യാറുണ്ടായിരുന്നു.

അലോപ്പതി പഠനത്തിനുശേഷം ഹോമിയോപ്പതി പഠനത്തിനായി വേലുക്കുട്ടി കൽക്കത്തയിലേക്ക് പോയി. കൽക്കത്ത വിദേശാധിപത്യ ത്തിൻ കീഴിലായിരുന്ന കാലമായിരുന്നു അത്. കൊളോണിയൽ വാഴ്ച യ്ക്കതിരെ വലിയ പ്രതിഷേധങ്ങളും സമരങ്ങളും കൽക്കത്തയിൽ നട ക്കുന്ന കാലമായിരുന്നു അത്. കൽക്കത്തയിലെ ഹോമിയോ മെഡിക്കൽ കോളേജിലാണ് അദ്ദേഹം ബിരുദ പഠനത്തിന് ചേർന്നത്, ഇവിടെ പഠി ക്കുന്ന കാലത്താണ് വേലുക്കുട്ടി ബംഗാളിലെ നവോത്ഥാന പ്രസ്ഥാന ങ്ങളെക്കുറിച്ച് പഠിക്കുന്നതും മനസ്സിലാക്കുന്നതും. ഇത് തന്റെ പിൽക്കാല ജീവിതത്തെയും പ്രവർത്തനത്തെയും സ്വാധീനിക്കുന്നുണ്ട്.

മദ്രാസിൽ നിന്ന് കൽക്കത്തയിലേക്കുള്ള ഇത്തരം പ്രയാണം വേലു ക്കുട്ടിയിൽ മാത്രമല്ല നമുക്ക് കാണാനാവുക. സമാന അനുഭവങ്ങൾ ഉള്ള വരാണ് നമ്മുടെ മറ്റ് ചില നവോത്ഥാനനായകരും എന്നു കാണാനാ വും. കുമാരനാശാൻ, ഡോ. പല്പു തുടങ്ങിയവർ ഉപരിപഠനത്തിനായി

മദ്രാസിലേക്കും അവിടെ നിന്ന് കൽക്കത്തയിലും എത്തിച്ചേർന്നിട്ടുണ്ട്. കൽക്കത്തയിലെ നവോത്ഥാന ആശയങ്ങൾ അവരുടെ സാമൂഹിക-സാംസ്കാരിക ജീവിതത്തെ ഒട്ടൊന്നുമല്ല സ്വാധീനിച്ചിട്ടുള്ളത്. സ്വാമി വിവേകാനന്ദൻ, രബീന്ദ്രനാഥ ടാഗോർ, രാജാറാം മോഹൻ റോയ് തുടങ്ങിയവരുടെ ആശയങ്ങളും ചിന്തകളും ഇവരിലൊക്കെതന്നെ വലിയ സ്വാധിനം ചെലുത്തിയിട്ടുണ്ട്.

മാതൃകാ ഡോക്ടർ

അതുപോലെ തന്നെ വേലുക്കുട്ടിയുടെ കൽക്കത്ത ജീവിതം അദ്ദേഹത്തെ അടിമുടി മാറ്റിമറിച്ചു. മറ്റൊരു വേലുക്കുട്ടിയായാണ് അദ്ദേഹം നാട്ടിലേക്ക് മടങ്ങിയത്. കൽക്കത്ത ഹോമിയോ കോളേജിൽ നിന്ന് ഒന്നാം റാങ്കോടെയാണ് അദ്ദേഹം പാസായത്. അലോപ്പതിയിലും ഹോമിയോപ്പതിയിലും ബിരുദങ്ങൾ നേടിയ വേലുക്കുട്ടി ഒരു യുവഡോക്ടറായി മാറുകയായിരുന്നു. കേരളത്തിലെത്തിയ ഡോ. വേലുക്കുട്ടി സാധാരണക്കാർക്കായി ചെലവുകുറഞ്ഞ ചികിത്സാസമ്പ്രദായം നടപ്പാക്കാനാണ് ശ്രമിച്ചത്. ആയുർവേദവും അലോപ്പതിയും മുതൽ സിദ്ധവൈദ്യം വരെ അദ്ദേഹത്തിന് വശമായിരുന്നു.

കേരളത്തിന്റെ നവോത്ഥാന ചരിത്രത്തിൽ ഇത്തരമെരു ഡോക്ടറെക്കൂടി നമുക്ക് കണ്ടെത്താനാവും. ഡോ. പല്പുവായിരുന്നു അത്. ഒരു അലോപ്പതി ഡോക്ടറായിരുന്ന അദ്ദേഹത്തെ ജാതിയിൽ താഴ്ന്നവൻ എന്ന് പറഞ്ഞുകൊണ്ട് സവർണ്ണാധിപത്യം കേരളത്തിൽ ജോലി ചെയ്യാൻ അനുവദിച്ചില്ല. അങ്ങനെ മദ്രാസിലാണ് പല്പു തന്റെ ആരോഗ്യമേഖലയിലെ പ്രവർത്തനങ്ങളുമായി ഏറെക്കാലം ജീവിച്ചത്. എക്കാലത്തെയും മാതൃകാ ഡോക്ടറായിരുന്നു പല്പു. നിന്ദിതർക്കും പീഡിതർക്കും വേണ്ടി നിശ്ശബ്ദമായി സേവനം അനുഷ്ഠിച്ച ആ മഹാന്റെ ജീവിതം കേരളത്തിന്റെ നവോത്ഥാനചരിത്രത്തിലെ സുപ്രധാന അദ്ധ്യായമാണ് (പല്പുവിനെക്കുറിച്ച് കൂടുതൽ അറിയുവാൻ ഈ ലേഖകരുടെ *ഡോ. പല്പു* എന്ന കൃതി വായിക്കുക)

ഡോ. പല്പുവിനെപ്പോലെ ഡോ. വേലുക്കുട്ടിയും ഒരു മാതൃകാ ഡോക്ടറായിരുന്നു. പഠനത്തിനുശേഷം തിരികെ നാട്ടിലെത്തിയ അദ്ദേഹം ഇവിടെ നിലനിന്നിരുന്ന സാമൂഹിക വ്യവസ്ഥയെക്കുറിച്ച് ആഴത്തിൽ പഠിക്കുകയും അതിനെതിരായി പ്രതിരോധം തീർക്കേണ്ടതിന്റെ ആവശ്യകത മനസ്സിലാക്കുകയും ചെയ്തു. സവർണ്ണാധിപത്യത്തിന്റെ ചൂഷണങ്ങൾ മനസ്സിലാക്കിയ വേലുക്കുട്ടി കീഴാള സമൂഹത്തെ സംഘടിപ്പിക്കാനുള്ള ശ്രമം ആരംഭിച്ചു. ശ്രീനാരായണഗുരുവിന്റെ വിദ്യകൊണ്ട് പ്രബുദ്ധരുക, സംഘടനകൊണ്ട് ശക്തരാകാവുക എന്നീ മുദ്രാവാക്യങ്ങൾ കേരളത്തിലെ കീഴാളജനതയിൽ പുതിയൊരു ദിശാബോധം നല്കിയ ചരിത്രഘട്ടത്തിലാണ് വേലുക്കുട്ടിയും സാമൂഹിക പ്രവർത്തനരംഗത്തേക്ക് ഇറങ്ങുന്നത്.

കേശവനാശാന്റെ ഗുരുകുലത്തിലെ പഠനകാലത്താണല്ലോ ശ്രീനാ രയണഗുരുവിനെയും കുമാരനാശാനെയും അവരുടെ പ്രവർത്തനങ്ങളെ ക്കുറിച്ചും വേലുക്കുട്ടി കൂടുതൽ അറിയുന്നത്. അതിനുശേഷം ഉപരിപഠ നാർത്ഥം അദ്ദേഹം മദ്രാസിലേക്കും കൽക്കത്തയിലേക്കും പോയി. പഠനം പൂർത്തിയാക്കിയശേഷം നാട്ടിലെത്തിയപ്പോൾ മേല്പറഞ്ഞപോലെ ശ്രീനാരായണ പ്രസ്ഥാനത്തെക്കുറിച്ചും അദ്ദേഹത്തിന്റെ ആശങ്ങളെക്കു റിച്ചും വേലുക്കുട്ടി കൂടുതൽ മനസ്സിലാക്കി. അങ്ങനെ സ്വസമുദായത്തെ ക്കുറിച്ച് അദ്ദേഹം ചിന്തിക്കുവാൻ തുടങ്ങി.

ഇക്കാലത്ത് അരയ സമൂഹം ജന്മിത്വത്തിന്റെ നുകത്തിനടിയിൽ ഞെരിഞ്ഞമർന്നുകഴിയുകയായിരുന്നു. ഇത് വേലുക്കുട്ടിയുടെ മനസ്സിൽ സംഘർഷങ്ങളുടെ തിരമാലകൾ തീർത്തു. അടിമത്തവും അവശതയും അനുഭവിച്ചുകൊണ്ടിരുന്ന അരയ സമൂഹത്തെ സംഘടിപ്പിക്കുവാൻ അദ്ദേഹം തീരുമാനമെടുത്തു. അവർക്ക് അക്ഷരജ്ഞാനവും സംഘടിത ബോധവുമാണ് ഉണ്ടാവേണ്ടതെന്ന് അദ്ദേഹം തിരിച്ചറിഞ്ഞു.

1916 ൽ തന്റെ ജന്മനാടായ ചെറിയഴീക്കലിൽ അരയവംശപരിപാല യോഗം എന്നൊരു സംഘടനയ്ക്ക് വേലുക്കുട്ടി തുടക്കം കുറിച്ചു. സമ്പത്ത്, വിദ്യാഭ്യാസം, സ്വതന്ത്രജീവിതം, ജോലി എന്നിവ നേടിയെടു ക്കുവാൻ അരയസമൂഹത്തെ പ്രാപ്തരാക്കുക എന്നതായിരുന്നു യോഗ ത്തിന്റെ ലക്ഷ്യം. സമുദായ സംഘടനാ പ്രവർത്തനങ്ങളെക്കുറിച്ചും അതിന്റെ വൈഷമ്യങ്ങളെക്കുറിച്ചും ഡോ. വേലുക്കുട്ടിക്ക് വ്യക്തമായ കാഴ്ചപ്പാട് ഉണ്ടായിരുന്നു. അദ്ദേഹത്തിന്റെ വാക്കുകൾ അതിന് തെളി വാണ്:

സമുദായ പ്രവർത്തനം ദുർഘടം പിടിച്ചതാണ്. ക്ലേശകരമാണ് നമ്മുടെ ഇടയിൽ. അനുകൂല ഫലങ്ങൾ വളരെ സാവാധാനമായി മാത്രമേ ഉണ്ടാവൂ. എതിർപ്പുകൾ പലവഴിക്കും ഉണ്ടാവും. നിരാശ നാകാതെ അവയെ തരണം ചെയ്തു മുന്നോട്ട് നീങ്ങണം. പൊതു പ്രവർത്തനങ്ങളിൽ എടുത്തുചാട്ടം നല്ലതല്ല. പ്രവർത്തകർ സമു ദായത്തെ നിഷ്കർഷയോടെ നിരീക്ഷിക്കണം. പരിണിതഫലം അനുഭവിക്കേണ്ടവർക്ക് ആവശ്യമെന്നുതോന്നുന്ന സന്ദർഭങ്ങളിൽ വേണം പ്രവർത്തിക്കേണ്ടത്. നാം വേണമെന്ന് വിചാരിക്കുന്ന കാര്യങ്ങൾ സമുദായത്തിന് അവശ്യം വേണ്ടതായിരിക്കാം. എങ്കിലും അത്തരം ആവശ്യങ്ങൾ ജനങ്ങളിൽ നിന്ന് പൊങ്ങിവ രുന്ന സന്ദർഭങ്ങൾ പ്രയോജനപ്പെടുത്തിയാലേ ഉദ്ദേശിക്കുന്ന ഫലം ഉണ്ടാവൂ. ഇനി അനുകൂല സാഹചര്യങ്ങൾ ഉണ്ടായില്ലെങ്കിൽ ജന ങ്ങളിൽ ആവശ്യബോധം ഉണ്ടാക്കാൻ പ്രവർത്തകർ ശ്രദ്ധിക്കണം. സംഘടന ബലപ്പെടുത്തുന്നതിന് സമുദായം നിർബ്ബന്ധിതമാകുന്ന കാലം അത്ര വിദൂരമല്ല. പരിതഃസ്ഥിതികൾ അനുകൂലമാകുന്ന അവസരത്തിൽ അതിന് പ്രയാസം വരികയില്ല. സമുദായത്തിൽ

വിവിധ പേരുകളാൽ അറിയപ്പെടുന്നവരെ ഒരേ ചരടിൽ കോർത്തി
ണക്കി സമുദായത്തെ ശക്തമാക്കിത്തീർക്കാതെ അസംഘടിതമായ
സമുദായത്തിന് യാതൊരു രക്ഷയുമുണ്ടാകില്ല. (*അരയൻ,* ഡോ.
വള്ളിക്കാവ് മോഹൻദാസ്.)

സംഘടനാപ്രവർത്തനത്തോടൊപ്പം സ്വസമുദായത്തിന്റെ ഉന്നമന
ത്തിനായി സാഹിത്യസൃഷ്ടികൾ രചിക്കുവാനും വേലുക്കുട്ടിക്ക് കഴിഞ്ഞി
ട്ടുണ്ട്. 1917 ൽ തന്റെ പത്രാധിപത്യത്തിൽ പുറത്തിറങ്ങിയ *അരയൻ* എന്ന
പത്രത്തിൽ 'ഉണരുവിൻ' എന്ന കവിത അത്തരം രചനകൾക്ക് ഉദാഹര
ണമാണ്. ഈ കവിതയുടെ ആദ്യവരികൾ ചുവടെ കൊടുക്കുന്നു:

ഉണരുവി,നുയരുന്നുഹാ! പരിഷ്കാ-
രകരവി, മഞ്ജുവിവേക രശ്മിവീശി,
പരമതികമലങ്ങളുല്ലസിക്കു
ന്നരയരകത്തു കിടന്നുറക്കമാണോ?

(കവിതയുടെ പൂർണ്ണവായനയ്ക്ക് അനുബന്ധം 4 നോക്കുക)

അതുപോലെ തന്നെ 1933 ഏപ്രിൽ 24 ന് *അരയൻ* പത്രത്തിൽ
എഴുതിയ ഡോ. വേലുക്കുട്ടിയുടെ കവിതയും ഇത്തരത്തിൽ സ്വസമുദാ
യത്തെ ഉണർത്തുന്നതിനായി എഴുതപ്പെട്ടതാണ്. 'വേഗമാകട്ടെ വേല
ചെയ്യുവിൻ ഭ്രാതാക്കളെ!' എന്നായിരുന്നു കവിതയുടെ പേര്. ആലസ്യ
ത്തിൽ ഉറങ്ങിക്കിടക്കാതെ അയിത്തത്തിനെതിരെ സമരം ചെയ്യാൻ അര
യസമുദായത്തെ ആഹ്വാനം ചെയ്യുന്ന വിധത്തിലാണ് ഈ കവിത എഴുതി
യിരിക്കുന്നത്.

എന്തൊരാലസ്യമെന്റെസോദരന്മാരേ, വ്യാസ-
സന്തതിപരമ്പരേ, യെന്തൊരു ഗാഢസ്വപ്നം?
എന്തൊരുചിന്താവൃത? മെന്തൊരുമുനിവൃത്തി?
ഹന്ത! ഭാവൽകശിരോലിഖിതമിതുതാനോ

അസ്പൃശ്യതയ്ക്കും അടിമജീവിതത്തിനുമെതിരെയുള്ള വേലുക്കു
ട്ടിയുടെ പ്രവർത്തനങ്ങൾ എഴുത്തിൽ മാത്രമൊതുങ്ങിയില്ല. 1917 ൽ
ലോകത്തെ മാറ്റിമറിച്ച റഷ്യൻ വിപ്ലവത്തിന്റെ അലയൊലികൾ വേലു
ക്കുട്ടിയുടെ മനസ്സിലും സാമൂഹികമാറ്റത്തിനായുള്ള പ്രേരണ നല്കി.
ഇതേവർഷം തന്നെയാണ് അദ്ദേഹം *അരയൻ* എന്ന പത്രം ആരംഭിക്കു
ന്നത്. ഇത് കേരളത്തിന്റെ പത്രപ്രവർത്തനചരിത്രത്തിന്റെയും സാമൂഹിക
നവോത്ഥാനത്തിന്റെയും തിളങ്ങുന്ന അദ്ധ്യായമാണ്.

3

സാമൂഹിക പരിഷ്കരണരംഗത്തെ പ്രവർത്തനങ്ങൾ

സമുദായ സംഘടനാ പ്രവർത്തനങ്ങളുമായി ഡോ. വേലുക്കുട്ടി അരയൻ രംഗത്തുവന്നപ്പോൾ നിരവധി എതിർപ്പുകൾ അദ്ദേഹത്തിന് നേരിടേണ്ടിവന്നു. സ്വസമുദായത്തിൽ നിന്നുള്ള എതിർപ്പുകൾ അതിൽ പ്രധാനമായിരുന്നു. പരമ്പരാഗതമായി കടലോരത്തെ ഓരോ തുറകളിലും ഓരോ അധികാരകേന്ദ്രങ്ങൾ ഉണ്ടായിരുന്നു. സമുദായത്തിലെ ഏറ്റവും മുതിർന്ന ആളായിരുന്നു സമുദായത്തിന്റെ തലവൻ. സമുദായവുമായി ബന്ധപ്പെട്ട ഏതു പ്രശ്നവും പരിഹരിക്കുന്നത് ഇദ്ദേഹമായിരുന്നു. പഴയ ആചാരങ്ങളെയും അനുഷ്ഠാനങ്ങളെയും ചുറ്റിപ്പറ്റിയായിരുന്നു തുറയുടെ അധികാരകേന്ദ്രങ്ങൾ നിലനിന്നിരുന്നത്. സമുദായത്തിലെ മുതിർന്ന അംഗ ങ്ങളാണ് ഇത്തരം അധികാരത്തെ മാനിക്കുകയും ചേർന്നു നില്ക്കുകയും ചെയ്തത്. എന്നാൽ യുവാക്കൾ കുറച്ചൊക്കെ ഇതിനോട് വിയോജിപ്പു ള്ളവരായിരുന്നു. ഇത്തരം യുവാക്കളെ സംഘടിപ്പിച്ചാണ് അരയവംശ പരി പാലനയോഗം രജിസ്റ്റർ ചെയ്തത്. കേരളത്തിലെ തീരദേശജനതയുടെ ആദ്യത്തെ സംഘടനയായിരുന്നു ഇത്.

നുളയൻ, മരയ്ക്കാർ, വാലൻ, മുക്കുവൻ, മുകയൻ എന്നീ ഉപവിഭാ ഗങ്ങളായി അരയജനത വിഭജിക്കപ്പെട്ടിരുന്നു. ഈ ഉപവിഭാഗങ്ങൾ തമ്മിൽ സാഹോദര്യമോ ഐക്യബോധമോ ഉണ്ടായിരുന്നില്ല. ഇവരെ ഒന്നിപ്പിക്കു വാനുള്ള ശ്രമങ്ങൾ എവിടെനിന്നും ഉണ്ടായില്ല. കഠിനാധ്വാനികളായിരു ന്നെങ്കിലും ഇവർ സമൂഹത്തിന്റെ അവഹേളനങ്ങളും ചൂഷണങ്ങളും നിര ന്തരം അനുഭവിക്കുകയായിരുന്നു. കടലിനെ സംബന്ധിച്ച് ഇവർക്കുള്ള പ്രാചീനമായ അറിവുകൾ ഇനിയും ശേഖരിക്കപ്പെടേണ്ടതുണ്ട്. സവിശേ ഷമായ ഭാഷയും ജ്ഞാനവുമുള്ള ഈ ജനത തങ്ങളുടെ സാമൂഹിക ശക്തിയെ മനസ്സിലാക്കാതെ ഉപവിഭാഗങ്ങളായി കഴിഞ്ഞുപോരവേ

വേലുക്കുട്ടി അരയന്റെ വസതി

അവരെ 'അരയൻ' എന്ന ഒറ്റ സമൂഹമായി ഒന്നിപ്പിക്കുവാനാണ് ഡോ. വേലുക്കുട്ടിയരയൻ ശ്രമിച്ചത്.

സമസ്ത കേരള അരയ മഹാജനയോഗം

അരയസമുദായത്തെ ശക്തിപ്പെടുത്തുന്നതിന് ഒരു തീവ്രകർമ്മപദ്ധതി ആവിഷ്കരിക്കാൻ വേലുക്കുട്ടി അരയൻ തീരുമാനിച്ചു. അതിനായി കടലോരത്തെ വിവിധ പ്രദേശങ്ങളിൽ അദ്ദേഹം സന്ദർശനം നടത്തി.

തേങ്ങാപ്പട്ടണം മുതൽ മംഗലപുരം വരെ കാൽനടയായി സഞ്ചരിച്ചാണ് അരയസമൂഹത്തെക്കുറിച്ച് വേലുക്കുട്ടി അരയൻ പഠനം നടത്തിയത്. ഈ യാത്രയിലാണ് അരയന്മാരുടെ വ്യത്യസ്ത ജീവിതരീതികളെക്കുറിച്ചും ആചാരാനുഷ്ഠാനങ്ങളെക്കുറിച്ചും മനസ്സിലാക്കിയത്.

ഇത്തരം യാത്രകൾ അരയസമുദായത്തിന്റെ പ്രശ്നങ്ങളെ കൂടുതൽ ആഴത്തിൽ മനസ്സിലാക്കാൻ വേലുക്കുട്ടി അരയനെ സഹായിച്ചു. അത്തരം അനുഭവങ്ങളുടെ വെളിച്ചത്തിൽ ഒരു പുതിയ പ്രസ്ഥാനത്തിനുകൂടി അദ്ദേഹം രൂപം കൊടുത്തു. അതാണ് സമസ്ത കേരളീയ അരയ മഹാ ജനയോഗം. 1919 ലാണ് ഈ സംഘടന അദ്ദേഹം രൂപീകരിക്കുന്നത്. കേരളത്തിലെ മുഴുവൻ അരയസമുദായത്തെയും ഏകോപിപ്പിക്കുകയായിരുന്നു ഈ സംഘടനയുടെ ലക്ഷ്യം. ഈ കാലഘട്ടത്തിൽ സാമ്പത്തികമായും സാമൂഹികമായും നിരവധി പ്രതിസന്ധികളെ അദ്ദേഹത്തിന് തരണം ചെയ്യേണ്ടിവന്നിട്ടുണ്ട്.

സമസ്ത കേരള അരയ മഹാജനയോഗത്തിന്റെ പ്രവർത്തനങ്ങൾ വ്യാപിച്ചതോടെ ഇത് വലിയൊരു പ്രസ്ഥാനമായി മാറുകയും അരയസമൂഹത്തിനിടയിൽ നവോത്ഥാനത്തിന്റെ ആശയങ്ങൾ വേരുറപ്പിക്കാൻ ഇട

യാക്കുകയും ചെയ്തു. ചെറിയഴീക്കൽ നടന്ന യോഗത്തിന്റെ ഒരു വാർഷിക സമ്മേളനത്തിൽ അദ്ധ്യക്ഷത വഹിച്ചത് നിരൂപകനും സാംസ്കാരിക പ്രവർത്തകനുമായിരുന്ന സി എസ് സുബ്രഹ്മണ്യൻ പോറ്റിയായിരുന്നു. അദ്ദേഹത്തിന്റെ പ്രസംഗത്തിൽ വേലുക്കുട്ടി അരയ നെക്കുറിച്ച് ഇങ്ങനെ പറയുകയുണ്ടായി:

ഒരു നല്ല കാര്യപരിപാടിയെ നിർദ്ദേശിച്ച് പലവിധ കഷ്ടപ്പാടുക ളെല്ലാം സഹിച്ചു ശ്രീമാൻ വേലുക്കുട്ടി സമുദായത്തെ അഭിവൃദ്ധി പ്പെടുത്തുവാൻ ശ്രമിച്ചിട്ടുണ്ടെന്ന് പറയുന്നതിൽ അതിശയോക്തി ഒട്ടും തന്നെയില്ല. അതിനോടൊന്നിച്ച് ഒരു പത്രം കൂടി നടത്തുന്ന പ്രയാസം, പ്രയാസം തന്നെ. തിരുവിതാംകൂറിലുള്ള അരയന്മാരുടെ ഇടയിൽ മി. വേലുക്കുട്ടിയേക്കാൾ കവിഞ്ഞ ഒരു യോഗ്യൻ ഇപ്പോൾ ഇല്ലെന്നുള്ളത് നിശ്ചയമാകുന്നു. (അരയൻ)

ഇക്കാലത്ത് പണ്ഡിറ്റ് കെ പി കറുപ്പന്റെ നേതൃത്വത്തിൽ കൊച്ചിരാ ജ്യത്ത് അരയന്മാരുടെ വലിയൊരു മുന്നേറ്റമുണ്ടാകുന്നുണ്ട്. സമുദായ ത്തിനപ്പുറം എല്ലാ കീഴാളസമൂഹങ്ങളെയുമാണ് കറുപ്പൻ അഭിസംബോ ധന ചെയ്തത്. ഇത്തരം ചരിത്രസംഭവങ്ങളെ വിസ്മരിച്ചുകൊണ്ടാണ് കേരളത്തിന്റെ നവോത്ഥാന ചരിത്രം പലരും രചിച്ചത്. എന്നാൽ നവോ ത്ഥാനമെന്നത് ഏതെങ്കിലും ഒരു പക്ഷത്തെ മുൻ നിർത്തിയുള്ള വായന മാത്രമല്ലെന്ന തിരിച്ചറിവുകൾ ഇന്നു ശക്തമാണ്. വേലുക്കുട്ടി അരയനും പണ്ഡിറ്റ് കറുപ്പനുമൊക്കെ ഈ സന്ദർഭത്തിൽ കൂടുതൽ പ്രസക്തിയു ള്ളവരായിത്തീരുന്നു. കേരളത്തിലെ മറ്റ് നവോത്ഥാന നായകരെപ്പോലെ വേലുക്കുട്ടി അരയനും സമൂഹത്തിലെ മുഴുവൻ അധഃസ്ഥിത ജനതയുടെ വിമോചനമാണ് ആഗ്രഹിച്ചത്. ഗുരു നിത്യചൈതന്യയതി എഴുതുന്നു:

ഒരു കാലത്ത് അവരവർ ജനിച്ചുവളർന്ന ജാതീയമായ വൃത്ത ത്തിൽ ഒതുങ്ങിനില്ക്കാൻ കൂട്ടാക്കാത്ത ചില അതിമാനുഷന്മാർ, അവരുടെ മേധാശക്തിയും തൂലികാവിലാസവും ആത്മസൗന്ദ രൃവും കർമ്മചാതുരിയും ഏവർക്കും വേണ്ടി പങ്കിടാൻ മുന്നോട്ട് വന്നെങ്കിലും അവരുടെ നെറ്റിയിൽ വലുതായി എഴുതി പതിപ്പിച്ചി രുന്ന ജാതിയുടെ ലേബൽ നോക്കി മാത്രമേ അവരെ സമകാലീ നർ സഹകരിക്കുവാൻ അനുവദിച്ചുള്ളൂ. അരയന് പത്രം നടത്തി യാൽ അത് അരയപത്രമേ ആവുകയുള്ളൂ, അരയൻ കവിത എഴുതിയാലും അരയ കവിതയേ ആവുകയുള്ളൂ അരയൻ നേതാ വായാലും അരയ നേതാവേ ആവുകയുള്ളൂ. ആ കാലത്താണ് ഡോ. വേലുക്കുട്ടി അരയൻ എന്ന അത്ഭുത പ്രഭാവൻ കേരളഭൂമി യിൽ ഉദയം ചെയ്തത്. ചരിത്രത്തിന്റെ കെണിയിൽപ്പെട്ട അദ്ദേഹ ത്തിനും ചതുരംഗക്കളിക്ക് തന്റെ സമുദായത്തെ കരുവാക്കേണ്ടി വന്നു. അങ്ങനെ എസ് എൻ ഡി പി യോഗവും എൻ എസ് എസും

എല്ലാം സാമുദായിക സംഘടനകളായി രംഗത്തിറങ്ങി സമുദായ ത്തിന്റെ അവകാശം പ്രഖ്യാപിച്ചതുപോലെ ഡോ. വേലുക്കുട്ടി അരയനും അരയസമാജം സംഘടിപ്പിച്ച് അവകാശപ്രഖ്യാപനം നടത്തി. ഫ്യൂഡലിസത്തെ പൊളിക്കാനുള്ള ഒന്നാമത്തെ ചുവടു വയ്പ് എന്ന നിലയിൽ അത് സ്തുത്യർഹമായിരുന്നു. കൊട്ടാര ത്തിലെ കെട്ടിലമ്മയ്ക്കും അവരുടെ വെളുത്തേടത്തിക്കും ജാത്യാ ഭിമാനത്തിൽ ഏകതയുണ്ടാക്കി കൊടുക്കുവാൻ എൻ എസ് എസ് അപ്രസക്തമാണെന്നിരിക്കിലും ആലുംമൂട്ടിൽ ചാന്നാർക്കും ആലുംകടവിലെ ചെത്തുകാരനും സഹകരിച്ചുമുന്നോട്ട് പോകു വാൻ എസ് എൻ ഡി പി പൊതുരംഗം സൃഷ്ടിച്ചു. അതുപോലെ ഒരു ഏകീകരണമുണ്ടാക്കാൻ ഡോ. വേലുക്കുട്ടി അരയൻ മുഖമി ല്ലാതെ കിടന്ന മൂകവീരന്മാരിൽ ഞാൻ 'അരയൻ' എന്ന അഭി മാനം ഉണ്ടാക്കി. (*സമുദായവാദം, നിത്യ ചൈതന്യ യതി, ഡോ. വി വി വേലുക്കുട്ടി അരയൻ സ്മാരക ഗ്രന്ഥം*).

സമസ്തകേരളീയ അരയ മഹാജനയോഗത്തിന്റെ ജനറൽ സെക്ര ട്ടറി ഡോ. വേലുക്കുട്ടി അരയൻ ആയിരുന്നു. പ്രസിഡന്റ് ശ്രീനാരായണ

സമുദ്രതീരസംരക്ഷണത്തിനായി ഡോ. വേലുക്കുട്ടി അരയൻ നടത്തിയ പ്രക്ഷോഭങ്ങളുടെ ഭാഗമായ ഒരു രേഖയുടെ ഭാഗം

ഗുരുവിന്റെ ശിഷ്യനായിരുന്ന സുഗുണാനന്ദ ഗിരിസ്വാമികൾ. യോഗം നിര വധി പ്രവർത്തനങ്ങൾ സംഘടിപ്പിച്ചു. യുക്തിവാദ ആശയങ്ങളായിരുന്നു എക്കാലത്തും വേലുക്കുട്ടി അരയനെ നയിച്ചിരുന്നത്. സ്വജീവിതത്തിൽ അത്തരം ആശയങ്ങളെ മുറുകെപ്പിടിച്ചുകൊണ്ട് തന്നെയാണ് അദ്ദേഹം അരയസമുദായത്തിന്റെ ഉന്നമനത്തിനായുള്ള പ്രവർത്തനങ്ങൾ സംഘ ടിപ്പിച്ചത്.

തിരുവിതാംകൂർ രാഷ്ട്രീയ മഹാസഭ

മതനിരപേക്ഷവും പുരോഗമനപരവുമായ ആശയങ്ങളിലേക്കുള്ള വേലുക്കുട്ടി അരയന്റെ പില്ക്കാലയാത്രയുടെ നാന്ദിയായിരുന്നു അദ്ദേ ഹത്തിന്റെ സമുദായ പ്രവർത്തനങ്ങൾ. വേലുക്കുട്ടി അരയന്റെ നേതൃത്വ ത്തിൽ സാമൂഹിക പ്രവർത്തനം ശക്തമായ കാലഘട്ടത്തിൽ തന്നെ തിരു വിതാംകൂറിൽ വിവിധ പ്രക്ഷോഭങ്ങൾ രൂപപ്പെടുന്നുണ്ട്. അധഃസ്ഥിതരും ന്യൂനപക്ഷങ്ങളും സർക്കാർ ഉദ്യോഗങ്ങളിലും ജനപ്രതിനിധിസഭയിലും നേരിട്ടുവന്ന അവഗണനകൾക്കെതിരെ വലിയതോതിലുള്ള പ്രക്ഷോഭ സമരങ്ങൾ ഉണ്ടായി. ഇതിന്റെ ഭാഗമായി 1918 ൽ കെ സി മാമൻമാപ്പിള യുടെ നേതൃത്വത്തിൽ തിരുവനന്തപുരത്ത് പൗരാവകാശലീഗ് ഒരു സമ്മേ ളനം സംഘടിപ്പിച്ചു. ഈ കൂട്ടായ്മ പൗരാവകാശ സമത്വവാദി സംഘം എന്നൊരു സംഘടനയ്ക്ക് രൂപം നല്കി. യുവാക്കളാണ് ഈ സംഘടന യിലേക്ക് കൂടുതലായും ആകർഷിക്കപ്പെട്ടത്.

രാജഭരണത്തിനെതിരെയും ബ്രിട്ടീഷ് കൊളോണിയൽ വാഴ്ചയ്ക്കെ തിരെയും ശബ്ദമുയർത്താൻ ഇത്തരം കൂട്ടായ്മകൾ കാരണമായി. തിരു വിതാംകൂറിൽ ഉത്തരവാദഭരണത്തിനുവേണ്ടിയും സർക്കാർ ജോലിക ളിൽ നിലനിന്നിരുന്ന സവർണ്ണാധിപത്യത്തിനെതിരെയും പ്രക്ഷോഭം സംഘടിപ്പിക്കുന്നതിനായി ഒരു രാഷ്ട്രീയ പ്രസ്ഥാനം അനിവാര്യമാ ണെന്ന ബോദ്ധ്യത്തിലേക്ക് മേല്പറഞ്ഞ പൗരാവകാശകൂട്ടായ്മകൾ എത്തിച്ചേർന്നു. അങ്ങനെയാണ് 1920 ൽ തിരുവിതാംകൂർ രാഷ്ട്രീയ മഹാ സഭ രൂപം കൊള്ളുന്നത്.

ഡോ. വേലുക്കുട്ടി അരയൻ ഉൾപ്പെടെ നിരവധി പ്രമുഖർ ഈ രാഷ്ട്രീയ പ്രസ്ഥാനത്തിന്റെ ഭാഗമായി. ജാതി-മത നിരപേക്ഷമായ പ്രസ്ഥാനമായിരുന്നു തിരുവിതാംകൂർ രാഷ്ട്രീയമഹാസഭ. പുരോഗ മനകാരികളായ നിരവധി പ്രമുഖർ ഇക്കാലത്ത് രാഷ്ട്രീയ മഹാസഭയി ലേക്ക് ആകൃഷ്ടരായി. ഉത്തരവാദഭരണം എന്ന മുദ്രാവാക്യം ആദ്യമായ മുഴക്കിയത് ഈ പ്രസ്ഥാനമാണ്.

ഡോ. വേലുക്കുട്ടി അരയന്റെ ആത്മകഥാകുറിപ്പായ *പിന്തിരിഞ്ഞു നോക്കുമ്പോൾ* (നവയുഗം, 1961) എന്ന ലേഖന പരമ്പരയിൽ തിരുവി താംകൂർ രാഷ്ട്രീയ മഹാസഭയെക്കുറിച്ച് പരാമർശമുണ്ട്. രാജാവിനെ ക്കുറിച്ചും ദിവാനെക്കുറിച്ചും വിമർശനാത്മകമായി ചിന്തിക്കുന്നതുതന്നെ

രാജ്യദ്രോഹക്കുറ്റമായി പരിഗണിക്കുന്ന കാലഘട്ടത്തിലാണ് ഈ രാഷ്ട്രീയ പ്രസ്ഥാനം രൂപംകൊള്ളുന്നത്. അതുകൊണ്ടുതന്നെ ഒരു കടുത്ത കാൽവയ്പ് എന്നാണ് വേലുക്കുട്ടി തന്റെ ലേഖനത്തിൽ ഈ പ്രസ്ഥാനത്തിന്റെ രൂപീകരണത്തെ വിശേഷിപ്പിക്കുന്നത്. ഡോ. വേലു ക്കുട്ടി എഴുതുന്നു:

> തിരുവിതാംകൂറിൽ ഒരു രാഷ്ട്രീയ സംഘടന എല്ലാ ജനവിഭാഗ ത്തെയും ഉൾപ്പെടുത്തി രൂപീകരിക്കുക എന്നുള്ളത് കടുത്ത ഒരു കാൽവയ്പാണല്ലോ. ഭരിക്കുന്ന രാജാവിനോടോ അവിടത്തെ സർക്കാരിനോടോ പരോക്ഷമായ ഒരു വെല്ലുവിളി 'രാഷ്ട്രീയം' എന്ന വാക്കിൽത്തന്നെ അടങ്ങിയിരിക്കുന്നതായി വിശ്വസിക്കുന്ന വരായിരുന്നു അന്നത്തെ പൗരന്മാർ. *(പൂർണ്ണ വായനയ്ക്ക് അനു ബന്ധം കാണുക)*

തിരുവിതാംകൂർ രാഷ്ട്രീയ മഹാജനസഭയ്ക്ക് ദീർഘകാലം പ്രവർ ത്തിക്കാൻ കഴിഞ്ഞില്ലെങ്കിലും അത് ഉയർത്തിവിട്ട ആശയം പിൽക്കാല സാമൂഹിക- രാഷ്ട്രീയ മാറ്റങ്ങളെ ഗുണപരമായി സ്വാധീനിച്ചു. ഇതിന്റെ ഭാഗമായി പല പ്രമുഖരും പിന്നീട് പൗരസമത്വവാദ പ്രക്ഷോഭണങ്ങ ളുൾപ്പെടെ ചരിത്രപരമായ പല മുന്നേറ്റങ്ങളുടെയും നേതൃസ്ഥാനം വഹിച്ചു.

4

വൈക്കം സത്യഗ്രഹവും വേലുക്കുട്ടി അരയനും

ഡോ. വേലുക്കുട്ടി അരയൻ കേരളത്തിന്റെ വിവിധ ഭാഗങ്ങളിൽ ഉയർന്നുവന്ന പ്രക്ഷോഭങ്ങളിൽ ഐക്യപ്പെടുകയും പങ്കെടുക്കുകയും ചെയ്യുന്നുണ്ട്. അതിൽ പ്രധാനമാണ് വൈക്കം സത്യഗ്രഹത്തിലുള്ള അദ്ദേഹത്തിനുള്ള പങ്കാളിത്തം.

കേരളത്തിന്റെ നവോത്ഥാന ചരിത്രത്തിൽ വൈക്കം സത്യഗ്രഹത്തിനുള്ള പങ്ക് വലുതാണ്. കീഴാള സമൂഹങ്ങൾക്ക് വഴിനടക്കാനുള്ള അവകാശത്തിനായി കേരളത്തിന്റെ വിവിധ ഭാഗങ്ങളിൽ നിരവധി പ്രക്ഷോഭങ്ങൾ നടന്നിട്ടുണ്ട്. അതിൽ ഏറ്റവും ചരിത്ര പ്രാധാന്യമുള്ള സമരമായിരുന്നു വൈക്കം സത്യഗ്രഹം.

1924 മാർച്ച് 30 നാണ് വൈക്കം സത്യഗ്രഹം ആരംഭിച്ചത്. വൈക്കം മഹാദേവ ക്ഷേത്രത്തിന്റെ നാലുഗോപുരങ്ങൾക്കുസമീപമുള്ള നടപ്പാതകളിലൂടെ സഞ്ചരിക്കാൻ സവർണ്ണർക്ക് മാത്രമേ അവകാശമുണ്ടായിരുന്നുള്ളൂ. ക്ഷേത്രത്തിന്റെ പടിഞ്ഞാറേ ഗോപുരവാതിലിനടുത്ത് വഴിയരികിൽ തീണ്ടൽ പലകയിൽ 'അയിത്ത ജാതിക്കാർക്ക് ഇതിനപ്പുറം പ്രവേശിക്കാൻ പാടില്ല' എന്ന് എഴുതി വെച്ചിരുന്നു. ഈ അയിത്തവ്യവസ്ഥയ്ക്കെതിരെയുള്ള ധീരമായ പ്രക്ഷോഭമായിരുന്നു വൈക്കം സത്യഗ്രഹം.

ഗാന്ധിജിമുതൽ പെരിയാർ ഇ വി രാമസ്വാമി നായ്ക്കർ വരെ വൈക്കത്ത് എത്തി ഈ സമരത്തെ അഭിസംബോധന ചെയ്തിട്ടുണ്ട്. എന്നാൽ വൈക്കം സത്യഗ്രഹത്തിലെ കീഴാളപങ്കാളിത്തത്തെക്കുറിച്ചും വേലുക്കുട്ടി അരയന്റെ സാന്നിദ്ധ്യത്തെക്കുറിച്ചും ഏറെയൊന്നും പരാമർശിക്കപ്പെട്ടിട്ടില്ല. അതുപോലെ ഈ സമരത്തിൽ ധീരമായി പങ്കെടുത്ത ആമച്ചാടി തേവൻ, കുഞ്ഞാപ്പി, ബാഹലുയൻ തുടങ്ങിയവരുടെ സാന്നിധ്യങ്ങൾ എങ്ങനെയാണ് ചരിത്രത്തിൽനിന്നും വിസ്മരിക്കപ്പെടുകയോ

മനപ്പൂർവ്വം മാറ്റിനിർത്തപ്പെടുകയോ ചെയ്തതെന്ന അന്വേഷണത്തിന് ഇനിയും പ്രസക്തിയുണ്ട്.

സത്യഗ്രഹ വളണ്ടിയർ

വേലുക്കുട്ടി അരയൻ വൈക്കത്തെത്തി സത്യഗ്രഹത്തിൽ സജീവ മായി പങ്കെടുത്തു. അരൂർ, ആലപ്പുഴ, അമ്പലപ്പുഴ, പുറക്കാട്, തോട്ടപ്പ ള്ളി, മുഹമ്മ, പാണാവള്ളി, കാർത്തികപ്പിള്ളി, കരുനാഗപ്പള്ളി എന്നീ സ്ഥലങ്ങളിലും വൈക്കം കായലിന്റെ തീരപ്രദേശങ്ങളിലും സത്യഗ്രഹ ത്തിന്റെ സന്ദേശമെത്തിച്ചത് വേലുക്കുട്ടി അരയനായിരുന്നു. അദ്ദേഹത്തോ ടൊപ്പം ടി കെ മാധവനും ഉണ്ടായിരുന്നു.

സത്യഗ്രഹത്തിലെ വളണ്ടിയറായി അദ്ദേഹം പ്രവർത്തിച്ചു. സത്യ ഗ്രഹം അതിന്റെ തീക്ഷ്ണാവസ്ഥയിൽ നില്ക്കുന്ന ഘട്ടത്തിലാണ് കെ പി കേശവമോനോനും ടി കെ മാധവനും അറസ്റ്റ് ചെയ്യപ്പെടുന്നത്. ഈ സമയത്ത് വേലുക്കുട്ടി അരയൻ സത്യഗ്രഹ ഫണ്ടിലേക്ക് സംഭാവനകൾ ശേഖരിക്കുന്ന പ്രവർത്തനങ്ങളിൽ ഏർപ്പെട്ട് പാണാവള്ളിയിലായിരുന്നു. അറസ്റ്റ് വാർത്ത അറിഞ്ഞതോടെ വേലുക്കുട്ടി അരയനും കൂട്ടരും വൈക്കത്ത് മടങ്ങിയെത്തുകയും ജട്ടി മൈതാനിയിൽ വലിയൊരു പ്രതി ഷേധ യോഗം സംഘടിപ്പിക്കുകയും ചെയ്തു. അവിടെ അദ്ദേഹം നട ത്തിയ പ്രസംഗം കൂടിനിന്നവർക്ക് വലിയ ആവേശം നല്കി.

ഈ സമയത്ത് വൈക്കം, അരൂർ എന്നിവിടങ്ങളിലെ പൊലീസുകാർ വേലുക്കുട്ടി അരയനെ അറസ്റ്റ് ചെയ്യുവാനായി വാറണ്ടുമായി എത്തി. എ എസ് പി പിച്ചു അയ്യങ്കാരുടെ നിർദ്ദേശപ്രകാരം വൈക്കം പൊലീസ് മേധാവി വാര്യരും അരൂർ പൊലീസ് ഇൻസ്പെക്ടർ ശർമ്മയുമാണ് അറ സ്റ്റിനായി യോഗസ്ഥലത്തെത്തിയത്. അപ്പോഴേക്കും അദ്ദേഹം കൊല്ല ത്തേക്ക് വള്ളത്തിൽ യാത്രയായിരുന്നു. കൊല്ലത്തെത്തിയ അദ്ദേഹം ഒളി വിൽ പോകാതെ പൊതുസമ്മേളനങ്ങളിൽ പ്രസംഗിക്കുകയും ജനങ്ങളെ സമരസജ്ജരാക്കുകയും ചെയ്തു.

താൻ നടത്തിയ *അരയൻ* പത്രത്തിലൂടെ വൈക്കം സത്യഗ്രഹ ത്തിന്റെ സന്ദേശങ്ങൾ ജനങ്ങളിലെത്തിക്കുവാനും അദ്ദേഹം ശ്രമിച്ചു. വേലുക്കുട്ടി അരയന്റെ പ്രവർത്തനങ്ങൾ നിരീക്ഷിച്ച കോടതി പത്രത്തി നെതിരെ രംഗത്തുവന്നു. കൊല്ലം ജില്ലാ മജിസ്ട്രേറ്റ് പത്രം നിരോധിച്ച തായി ഉത്തരവിറക്കി. വേലുക്കുട്ടി അരയൻ പൊതുയോഗങ്ങളിൽ പങ്കെ ടുക്കുന്നതും പ്രസംഗിക്കുന്നതും നിരോധിച്ചു.

1924 നവംബർ 1 ന് വൈക്കത്തുനിന്നും തിരുവനന്തപുരത്തേക്ക് സംഘടിപ്പിച്ച സവർണ്ണ ജാഥയ്ക്ക് കരുനാഗപ്പള്ളിയിൽവെച്ച് സ്വീകരണം നല്കിയിരുന്നു. സ്വീകരണ സമ്മേളനത്തിൽ വേലുക്കുട്ടി ചെയ്ത പ്രസംഗം ആവേശഭരിതമായിരുന്നു. വൈക്കം സത്യഗ്രഹത്തിന്റെ തുടക്കം മുതൽ ഒടുക്കം വരെ വേലുക്കുട്ടി അരയൻ സജീവമായി സമരമുഖത്തു ണ്ടായിരുന്നു.

വേലുക്കുട്ടി അരയനും ടി കെ മാധവനും

വൈക്കം സത്യഗ്രഹത്തിൽ ടി കെ മാധവന്റെയും വേലുക്കുട്ടി അര യന്റെയും സംഭാവനകൾ തള്ളിക്കളയാനാവാത്തതാണ്. ടി കെ മാധ വനെ ഹരിപ്പാട് ക്ഷേത്രത്തിൽ പ്രവേശിച്ചതിന് അറസ്റ്റ് ചെയ്ത് അമ്പല പ്പുഴ കോടതിയിൽ ഹാജരാക്കി. ഈ സമയം അദ്ദേഹത്തെ ജാമ്യത്തിൽ ഇറക്കുന്നതിനും തുടർന്ന് കേസ് നടത്തുന്നതിനും വേലുക്കുട്ടി അരയ നാണ് മുൻകൈയെടുത്തത്. ടി കെ മാധവൻ വേലുക്കുട്ടി അരയന്റെ വീട്ടിലാണ് അക്കാലത്ത് സ്ഥിരമായി താമസിച്ചിരുന്നത്. ഗാന്ധിജിയെ കാണാൻ കോക്കനടയിലേക്ക് ടി കെ മാധവൻ പോയത് വേലുക്കുട്ടി അരയന്റെ വീട്ടിൽ താമസിക്കുന്ന കാലത്താണ്.

അവർണ്ണ ഹിന്ദുമഹാസഭയുടെ ജനറൽ സെക്രട്ടറിയായി വേലുക്കുട്ടി അരയനെ തെരഞ്ഞെടുക്കാൻ മുൻകൈയെടുത്തത് ടി കെ മാധവനാണ്. വൈക്കം സത്യഗ്രഹത്തിനു ശേഷം ചേർന്ന എസ് എൻ ഡി പി യോഗ ത്തിന്റെ വാർഷികയോഗത്തിലാണ് അവർണ്ണ ഹിന്ദുമഹാസഭ രൂപീകരി ക്കപ്പെട്ടത്.

വൈക്കം സത്യഗ്രഹവും അവഗണിക്കപ്പെട്ട മനുഷ്യരും ചരി ത്രവും

വൈക്കം സത്യഗ്രഹം കേരള നവോത്ഥാനചരിത്രത്തിലെ സുപ്ര ധാന ഏടുകളിൽ ഒന്നാണ്. സവർണ്ണരും അവർണ്ണരുമുൾപ്പെടെ എല്ലാ ജനസമൂഹവും വൈക്കം സത്യഗ്രഹത്തിന്റെ ഭാഗമായിരുന്നു. പക്ഷേ, ചില അഭാവങ്ങളും അവഗണനകളും സമരകാലയളവിൽ കീഴാളസമൂ ഹങ്ങൾക്ക് നേരിടേണ്ടി വന്നിട്ടുണ്ട്. ഇത്തരം ചരിത്രവസ്തുതകൾ സവി ശേഷമായി രേഖപ്പെടുത്തപ്പെട്ടിട്ടില്ലെങ്കിലും പുതിയ അന്വേഷണസാദ്ധ്യ തകളുടെ പശ്ചാത്തലത്തിൽ ഇത്തരമൊരു ആലോചന ഉയർന്നുവരു ന്നുണ്ട്.

വൈക്കം സത്യഗ്രഹത്തിൽ ഗാന്ധിജിയുടെ ഇടപെടലുകളും നില പാടുകളും ചോദ്യം ചെയ്യപ്പെട്ടിട്ടുണ്ട്. അത് പുതിയ അന്വേഷണങ്ങളുടെ പരിപ്രേക്ഷ്യത്തിൽ മാത്രമല്ല ഉണ്ടായതെന്ന് കാണാനാവും. ഡോ. വേലു ക്കുട്ടി അരയൻ അക്കാലത്തുതന്നെ ഗാന്ധിയുടെ ചില സവർണ്ണ പക്ഷ നിലപാടുകളെ വിമർശിക്കുന്നുണ്ട്. *അരയൻ പത്രത്തിൽ ഗാന്ധി അറി യണം* എന്ന മുഖപ്രസംഗം ഏറെ ചർച്ചചെയ്യപ്പെട്ടു. അവർണ്ണരുടെ അവ കാശങ്ങൾക്കായി സവർണ്ണർ മാത്രം സമരം ചെയ്താൽ മതിയെന്ന ഗാന്ധിയുടെ നിലപാട് കീഴാള സമൂഹങ്ങൾക്ക് അംഗീകരിക്കാൻ കഴി ഞ്ഞില്ല. ശ്രീനാരായണപ്രസ്ഥാനമാണ് ഈ വിഷയത്തെ ഗൗരവമായി ചർച്ചചെയ്തത്. വൈക്കം സത്യഗ്രഹം ഉന്നയിച്ച വിഷയങ്ങളെ കൂടുതൽ ഗൗരവത്തോടെ കണ്ടുകൊണ്ട് വീണ്ടും ഒരു ജനകീയ കൂട്ടായ്മ രൂപീക രിക്കേണ്ടതിന്റെ ആവശ്യകത അവർ തിരിച്ചറിഞ്ഞു. അങ്ങനെയാണ് 1924 ൽ

എസ് എൻ ഡി പി യുടെ നേതൃത്വത്തിൽ തിരുവിതാംകൂർ അവർണ്ണ ഹിന്ദുമഹാസഭ രൂപം കൊള്ളുന്നത്. തിരുവിതാംകൂറിലെ എല്ലാ അവർണ്ണ ഹിന്ദുക്കളെയും ഈ സംഘടനയ്ക്ക് പിന്നിൽ അണിനിരത്തുകയായി രുന്നു ഇവരുടെ ലക്ഷ്യം. മുതുകുളത്ത് ചേർന്ന സമ്മേളനത്തിൽ വേലു ക്കുട്ടി അരയനെ ജനറൽ സെക്രട്ടറിയായും എൻ കുമാരനെ പ്രസി ഡന്റായയും തിരഞ്ഞെടുത്തു.

സവർണ്ണർ മുന്നോട്ടുവെച്ച പാരമ്പര്യവാദങ്ങളും ആചാരാനുഷ്ഠാ നങ്ങളും സ്വീകരിക്കാത്തവരെ അതിക്രമിക്കുന്ന നില അക്കാലത്തുണ്ടായി രുന്നു. സവർണ്ണരുടെ ഇത്തരം ആചാരങ്ങളെ നിഷേധിച്ചത് അവർണ്ണരാ യതിനാൽ തന്നെ അവരുടെ നേർക്കാണ് സവർണ്ണർ അക്രമങ്ങൾ അഴി ച്ചുവിട്ടത്. അവർണ്ണർ മനുഷ്യരാണെന്നും എല്ലാ അവകാശങ്ങളും എല്ലാ മനുഷ്യർക്കും തുല്യമാണെന്നും ജനസമൂഹത്തെ ബോദ്ധ്യപ്പെടുത്താൻ കഴിഞ്ഞതിൽ അവർണ്ണ ഹിന്ദുമഹാസഭയ്ക്ക് വലിയ പങ്കുണ്ട്.

ഗാന്ധിയൻ നിലപാടായിരുന്നു ആദ്യകാലങ്ങളിൽ വേലുക്കുട്ടി അരയന് ഉണ്ടായിരുന്നു. ഇന്ത്യൻ നാഷണൽ കോൺഗ്രസ് തിരുവിതാം കൂറിൽ അക്കാലത്ത് കാര്യമായ പ്രവർത്തനങ്ങളൊന്നും നടത്തിയിരു ന്നില്ല. എന്നാൽ ഖാദി വസ്ത്രങ്ങൾ ധരിക്കുക, മദ്യവർജ്ജനം, ഉപജാതി നശീകരണം, ഹരിജനോദ്ധാരണം എന്നീ ഗാന്ധിയൻ വീക്ഷണങ്ങളാണ് ആദ്യകാലത്ത് വേലുക്കുട്ടി അരയനെ സ്വാധീനിച്ചത്.

ദേശീയ പ്രസ്ഥാനത്തിന്റെ തീപാറുന്ന സമരകാലഘട്ടമാണ് വേലു ക്കുട്ടി എന്ന പ്രക്ഷോഭകാരിയെ രൂപപ്പെടുത്തിയത്. സ്വാതന്ത്ര്യസമരസേ നാനികളായിരുന്ന പൊന്നറ ശ്രീധർ, ഭജേ ഭാരതം മാത്തുണ്ണി, സി കേശ വൻ, ബോധേശ്വരൻ, ടി കെ മാധവൻ, കെ പി കയ്യാലയ്ക്കൽ, മയ്യനാട് നാരായണൻ തുടങ്ങിയവർക്കൊപ്പം വേലുക്കുട്ടി അരയൻ പ്രവർത്തിച്ചി ട്ടുണ്ട്. പിന്നീട് നിവർത്തന പ്രക്ഷോഭത്തിലും പങ്കെടുത്ത വേലുക്കുട്ടി അരയൻ സ്റ്റേറ്റ് കോൺഗ്രസിലും സജീവമായി.

5

ട്രേഡ് യൂണിയൻ രംഗത്ത്
അടിപതറാതെ

ആയിരത്തി തൊള്ളായിരത്തി മുപ്പതുകൾക്ക് കേരള ചരിത്രത്തിൽ സവിശേഷ പ്രാധാന്യമുണ്ട്. ഭാവി കേരളത്തെ രൂപപ്പെടുത്തിയ നവോ ത്ഥാന പ്രസ്ഥാനങ്ങളുടെ പ്രവർത്തനങ്ങൾ ശക്തമായ കാലഘട്ടമായി രുന്നു അത്. തിരുവിതാംകൂർ, കൊച്ചി, മലബാർ എന്നിങ്ങനെ വിഭജിക്ക പ്പെട്ടിരുന്ന കേരളം ഏകീകൃത സാംസ്കാരിക ഭൂമികയായി രൂപപ്പെടാൻ തുടങ്ങിയത് ഇക്കാലത്താണ്.

ഇന്ത്യൻ നാഷണൽ കോൺഗ്രസിന്റെ നേതൃത്വത്തിൽ ആരംഭിച്ച ദേശീയ പ്രക്ഷോഭത്തിന്റെ അലകൾ മലബാറിൽ മാത്രം ഒതുങ്ങി നില്ക്കാതെ മറ്റു സ്ഥലങ്ങളിലേക്ക് വ്യാപിക്കുന്നതും മുപ്പതുകളിലാണ്. 1930 ലെ ഉപ്പു സത്യഗ്രഹത്തിൽ വിവിധ പ്രദേശങ്ങളിലെ ജനങ്ങൾ സജീ വമായി പങ്കെടുത്തു. ദേശീയ സ്വാതന്ത്ര്യസമരത്തിലേക്കുള്ള കേരള ത്തിന്റെ ആദ്യചുവടുവയ്പുകളായി ഉപ്പു സത്യഗ്രഹം വിലയിരുത്തപ്പെ ടുന്നു. ഇന്ത്യൻ നാഷണൽ കോൺഗ്രസിലും അതിന്റെ പ്രവർത്തനങ്ങ ളിലും വേലുക്കുട്ടി അരയൻ സജീവമായി ഇക്കാലഘട്ടത്തിൽ പങ്കെടു ക്കുന്നുണ്ട്. ഇതേസമയത്തുതന്നെയാണ് കേരളത്തിൽ തൊഴിലാളി പ്രസ്ഥാനങ്ങൾ ഉദയം ചെയ്യുന്നത്. വേലുക്കുട്ടി അരയൻ തൊഴിലാളി പ്രസ്ഥാനത്തിലേക്ക് ആകർഷിക്കപ്പെട്ടു. അദ്ദേഹത്തിന് അടുത്ത പരിച യമുള്ള ഒരു തൊഴിലാളി വിഭാഗത്തിന്റെ പ്രശ്നങ്ങളിൽ നേരിട്ട് ഇടപെ ടുകയും അവരെ സംഘടിപ്പിക്കാൻ ശ്രമിക്കുകയും ചെയ്തു. അങ്ങനെ തിരുവിതാംകൂറിൽ ആദ്യമായി വേലുക്കുട്ടി അരയന്റെ നേതൃത്വത്തിൽ ഒരു തൊഴിലാളി പ്രസ്ഥാനം രൂപം കൊണ്ടു.

അഖില തിരുവിതാംകൂർ നാവിക തൊഴിലാളി സംഘം

1931 ലാണ് ഈ സംഘടന രൂപം കൊള്ളുന്നത്. അഖില തിരുവി

താംകൂർ നാവിക തൊഴിലാളി സംഘം എന്നായിരുന്നു ഇതിന്റെ പേര്. എം കെ രാമൻ, ജി രാമൻ മേനോൻ, കുമ്പളത്ത് ശങ്കുപ്പിള്ള എന്നിവരും സംഘടനയുടെ രൂപീകരണത്തിൽ വേലുക്കുട്ടിയോടൊപ്പം ഉണ്ടായിരു ന്നു. ഈ പ്രസ്ഥാനം യാഥാർത്ഥ്യമായതോടെ വേലുക്കുട്ടി അരയൻ മറ്റൊരു ചരിത്രദൗത്യത്തിനു തുടക്കം കുറിക്കുകയായിരുന്നു.

സംഘടനയുടെ നേതൃത്വത്തിൽ നടന്ന ആദ്യസമരം ബ്രിട്ടീഷു കാർക്ക് എതിരായ പ്രതിഷേധമായിരുന്നു. വള്ളത്തൊഴിലാളികൾ ചെയ്തിരുന്ന കയറ്റിറക്ക് ജോലി ബ്രിട്ടീഷ്കമ്പനി നിരോധിക്കുകയും പകരം ബാർജ് സർവ്വീസ് ആരംഭിക്കുകയും ചെയ്തു. ഇത് വള്ളത്തൊ ഴിലാളികളുടെ ജീവിതത്തെ ദുരിതത്തിലാഴ്ത്തി. ഈ തൊഴിലാളി വിരുദ്ധ പ്രവർത്തനത്തിനെതിരെ പ്രതിഷേധിക്കാൻ വേലുക്കുട്ടി അരയനും എം കെ രാമനും ആഹ്വാനം ചെയ്തു. ഇതിന്റെ ഭാഗമായി എല്ലാ തൊഴിലാ ളികളെയും സംഘടിപ്പിച്ച് ഒരു പൊതുയോഗം വിളിച്ച് ചേർക്കുകയും തങ്ങളുടെ ആവശ്യങ്ങൾ ഉൾക്കൊള്ളുന്ന മെമ്മോറാണ്ടം സർക്കാരിന് സമർപ്പിക്കാൻ തീരുമാനിക്കുകയും ചെയ്തു.

മേല്പറഞ്ഞ പൊതുയോഗത്തിന്റെ ഉദ്ഘാടകൻ മന്നത്തുപത്മനാ ഭനായിരുന്നു. കുമ്പളത്ത് ശങ്കുപ്പിള്ളയായിരുന്നു അദ്ദേഹത്തിന്റെ പേര് നിർദ്ദേശിച്ചത്. പൊന്മനക്കാട്ടിൽ മേക്കതിൽ ക്ഷേത്രമൈതാനത്ത് തയ്യാ റാക്കിയ വേദിയിൽ വെച്ചാണ് അഖില തിരുവിതാംകൂർ നാവിക തൊഴി ലാളി സംഘത്തിന്റെ ഉദ്ഘാടനം നടന്നത്. മൈതാനം തൊഴിലാളികളെ കൊണ്ട് നിറഞ്ഞു. സംഘത്തിന്റെ പ്രസിഡന്റായി ജി രാമൻ മേനോ നെയും വൈസ് പ്രസിഡന്റായി കുമ്പളത്ത് ശങ്കുപ്പിള്ളയെയും ലീഡിങ് ഡയറക്ടറായി ഡോ. വേലുക്കുട്ടി അരയനെയും ജനറൽ സെക്രട്ടറിയായി എം കെ രാമനെയും തിരഞ്ഞെടുത്തു. നാവിക തൊഴിലാളികളുടെ പ്രശ്ന ങ്ങൾക്ക് പരിഹാരം കാണുക എന്നതായിരുന്നു സംഘത്തിന്റെ പ്രഥമ ദൗത്യം. സംഘടനയ്ക്ക് അഖിലതിരുവിതാംകൂർ നാവിക തൊഴിലാളി സംഘം എന്ന പേര് നല്കുന്നത് വേലുക്കുട്ടി അരയനാണ്.

ചരിത്രത്തിൽനിന്ന് മാഞ്ഞുപോയ തൊഴിലാളിമെമ്മോറിയൽ

സംഘത്തിന്റെ നേതൃത്വത്തിൽ തിരുവിതാംകൂറിൽ രജിസ്റ്റർ ചെയ്ത വള്ളങ്ങളുടെയും എത്ര നാവിക തൊഴിലാളികൾ ഈ രംഗത്തു പ്രവർത്തി ക്കുന്നുണ്ടെന്നുമുള്ള വിവരങ്ങൾ ശേഖരിച്ചു. ഈ വിവരങ്ങളുടെ അടി സ്ഥാനത്തിൽ തൊഴിലാളികളുടെ പ്രശ്നങ്ങൾ എന്തൊക്കെയാണെന്ന് ചൂണ്ടിക്കാട്ടി സർക്കാരിന് ഒരു മെമ്മോറിയൽ സമർപ്പിച്ചു. ഈ മെമ്മോ റിയൽ തയ്യാറാക്കിയത് വേലുക്കുട്ടി അരയനായിരുന്നു.

നാവിക തൊഴിലാളികളുടെ ജനസംഖ്യയെക്കൂടാതെ അവരുടെ ജാതിയും മതവും രേഖപ്പെടുത്തിയ പട്ടിക, ഈ തൊഴിലാളികളുടെ സഹായംകൊണ്ട് ജീവിക്കുന്ന കുടുംബാംഗങ്ങളുടെ കണക്ക്, അവർ നല്കുന്ന ലൈസൻസ് ഫീസ്, വള്ളത്തിന് ചായമടിക്കുന്ന ഫീസ്, പ്രതി

വർഷം മുനിസിപ്പൽ ടോൾഫീയായി നല്കുന്ന തുക, മുള, കയർ, ഓല തടി എന്നിവയ്ക്കായി മുടക്കുന്ന തുക, എന്നിങ്ങനെ എല്ലാ വിവരങ്ങളും മെമ്മോറിയലിൽ രേഖപ്പെടുത്തിയിരുന്നു. ഇതോടൊപ്പം നാവികതൊഴി ലാളികളുടെ പ്രശ്നങ്ങൾക്കുള്ള പരിഹാരമാർഗങ്ങളും ഈ മെമ്മോറിയ ലിൽ ചേർത്തിട്ടുണ്ടായിരുന്നു.

ചിട്ടയോടുകൂടിയ ട്രേഡ് യൂണിയൻ പ്രവർത്തനംകൊണ്ട് തിരുവി താംകൂറിലെ തൊഴിലാളിപ്രസ്ഥാനത്തിന്റെ മാതൃകയായി മാറാൻ അഖില തിരുവിതാംകൂർ നാവിക തൊഴിലാളി സംഘത്തിന് കഴിഞ്ഞു.

കേരള നവോത്ഥാനചരിത്രത്തിൽ മലയാളി മെമ്മോറിയലിനും ഈഴവ മെമ്മോറിയലിനും ഉള്ള സ്ഥാനം യഥാർത്ഥത്തിൽ നാവിക തൊഴിലാളി സംഘത്തിന്റെ മെമ്മോറിയലിനുണ്ട്. പക്ഷേ, മേല്പറഞ്ഞ രണ്ട് മെമ്മോറിയലുകൾക്ക് ലഭിച്ച പ്രാധാന്യം തൊഴിലാളികളുടെ ഈ മെമ്മോറിയലിന് ലഭിച്ചിട്ടില്ല എന്നത് വസ്തുതയാണ്. മലയാളി മെമ്മോ റിയലിന്റെയും ഈഴവമെമ്മോറിയലിന്റെയും പ്രാധാന്യത്തെ കുറച്ചുക ണ്ടുകൊണ്ടല്ല ഈ നിരീക്ഷണം മുന്നോട്ട് വയ്ക്കുന്നത്. അത്രയും പ്രാധാന്യം തൊഴിലാളി മെമ്മോറിയലിന് ഉണ്ടെന്ന് സൂചിപ്പിക്കാൻ വേണ്ടി മാത്രമാണ് ശ്രമിക്കുന്നത്. കാരണം സംഘടിത തൊഴിലാളി വർഗ്ഗത്തിന്റെ സാമൂഹികവും സാമ്പത്തികവുമായ ഉന്നമനത്തിനുവേണ്ടി ആദ്യമായി സമർപ്പിക്കപ്പെട്ട മെമ്മോറിയലാണിത്. അതിൽ വേലുക്കുട്ടി അരയൻ വഹിച്ച പങ്കും സവിശേഷമായി അടയാളപ്പെടുത്തേണ്ടതുതന്നെ.

കയറും കരിമണലും

മത്സ്യബന്ധനത്തെപ്പോലെ തന്നെ കയറും കരിമണലും തീരദേശ മേഖലയിലെ പ്രധാന തൊഴിൽ മേഖലയായിരുന്നു. കയർവ്യവസായ മേഖലയിൽ സ്ത്രീകളായിരുന്നു കൂടുതലായി ജോലിചെയ്തിരുന്നത്. ശക്തി കുളങ്ങര (നെയ്യാടി), തേവള്ളി, കുരീപ്പുഴ, ആലപ്പാട് തുടങ്ങിയ പ്രദേശങ്ങളായിരുന്നു കയർ ഉല്പാദന കേന്ദ്രങ്ങൾ. നെയ്യാടി, ആലപ്പാട്, അഞ്ചുതെങ്ങ് എന്നീ പേരുകളിൽ അറിയപ്പെട്ടിരുന്ന കയറിന് ആവശ്യ ക്കാരേറെയുണ്ടായിരുന്നു. പുറത്തുനിന്നുപോലും ആളുകൾ ഈ കയറി നായി എത്താറുണ്ടായിരുന്നു. മത്സ്യബന്ധനത്തിനായി കരവല- കമ്പ വല എന്നിവയാണ് ഉപയോഗിച്ചിരുന്നത്. ഇത് നിർമ്മിച്ചത് കയറുകൊ ണ്ടായിരുന്നു. ആലപ്പാട് പഞ്ചായത്തിലാണ് വ്യാപകമായി കയർനിർ മ്മാണം നടന്നത്.

അക്കാലത്ത് ധാരാളം കയറുകൾ വിദേശരാജ്യങ്ങളിലേക്ക് കയറ്റു മതി ചെയ്തിരുന്നു. ഇങ്ങനെ കയറ്റി അയയ്ക്കപ്പെട്ട കയറിൽ പറ്റിപ്പിടി ച്ചിരുന്ന ധാതുമണൽ കണ്ടിട്ടാണ് ജർമ്മനിയിലും മറ്റ് വിദേശ രാജ്യങ്ങ ളിലുമുള്ളവർ ഇവിടേക്ക് വന്നത്. കരിമണലിന്റെ വലിയ സ്രോതസ്സ് ഈ കയർ മേഖലയിൽ ഉണ്ടെന്ന് മനസ്സിലാക്കിയ ജർമ്മൻകാർ ശക്തികുള ങ്ങര , ചവറ, ആലപ്പാട് എന്നിവിടങ്ങളിൽ കരിമണൽ കമ്പനികൾ ആരം

ഭിച്ചു. ഈ പശ്ചാത്തലത്തിലാണ് കയർ, കരിമണൽ മേഖലയിലെ തൊഴി ലാളികളെ സംഘടിപ്പിച്ച് ട്രേഡ് യൂണിയൻ രൂപീകരിക്കാൻ വേലുക്കുട്ടി അരയൻ തയ്യാറാവുന്നത്.

തിരുവിതാംകൂർ മിനറൽ വർക്കേഴ്സ് യൂണിയൻ

കേരളത്തിലെ തീരപ്രദേശങ്ങളിൽ മത്സ്യബന്ധനം കൂടാതെ കയർ വ്യവസായവും ധാതുമണൽ വ്യവസായവും വികസിച്ചുവന്നു. കരിമണൽ വ്യവസായം കൂടുതലും കൊല്ലം, കരുനാഗപ്പള്ളി, ചവറ എന്നീ പ്രദേശ ങ്ങൾ കേന്ദ്രീകരിച്ചായിരുന്നു. ഇതോടെ കൂടുതൽ തൊഴിലാളികൾ ഈ രംഗത്തേക്ക് എത്താൻ തുടങ്ങി. മിനറൽ വർക്കേഴ്സ് എന്നാണ് ഇവർ അറിയപ്പെട്ടിരുന്നത്. വേലുക്കുട്ടി അരയന്റെ മുൻകൈയിൽ മിനറൽ വർക്കേഴ്സിനെ സംഘടിപ്പിക്കാനുള്ള ശ്രമങ്ങൾ ആരംഭിച്ചു. അങ്ങനെ അദ്ദേഹം തിരുവിതാംകൂർ മിനറൽ വർക്കേഴ്സ് യൂണിയൻ എന്നൊരു തൊഴിലാളി സംഘടനയ്ക്ക് രൂപം കൊടുക്കുകയും ചെയ്തു.

കരിമണൽ തൊഴിലാളികളുടെ ആരോഗ്യവും ക്ഷേമവും ഉറപ്പാക്കു കയായിരുന്നു ട്രേഡ് യൂണിയന്റെ ലക്ഷ്യം. ഇതേ കാലയളവിൽ അരയ വിഭാഗത്തിന്റെ വിദ്യാഭ്യാസം, തൊഴിൽ തുടങ്ങിയ വിവിധമേഖലകളിലെ പുരോഗതിക്കായി വേലുക്കുട്ടി അരയന്റെ നേതൃത്വത്തിൽ അരയ സർവ്വീസ് സൊസൈറ്റിക്ക് രൂപം നൽകി.

പിന്നീട് തുറമുഖ തൊഴിലാളികളിലായി വേലുക്കുട്ടി അരയന്റെ ശ്രദ്ധ. ഈ വിഭാഗം തൊഴിലാളികളെ സംഘടിപ്പിച്ച് പോർട്ട് വർക്കേഴ്സ് യൂണി യൻ ആരംഭിച്ചു. ഇക്കാലത്താണ് ഡോ. വേലുക്കുട്ടി അരയൻ അറസ്റ്റ് ചെയ്യപ്പെടുന്നത്. 1940 ലാണ് ചരിത്ര പ്രസിദ്ധമായ നാവിക തൊഴി ലാളികളുടെ പണിമുടക്ക് സമരം നടക്കുന്നത്. വേലുക്കുട്ടി അരയൻ ഈ സമരത്തിൽ നേതൃത്വപരമായ പങ്കുവഹിച്ചു. ഇതേതുടർന്നാണ് അദ്ദേ ഹത്തെ അറസ്റ്റ് ചെയ്യുന്നത്.

തിരുവിതാംകൂർ ദിവാനായിരുന്ന സർ സി പി രാമസ്വാമി അയ്യരുടെ പിടിവാശിയെ പരാജയപ്പെടുത്തിയ സമരമായിരുന്നു നാവിക തൊഴിലാ ളികളുടെ പണിമുടക്ക് സമരം. വേലുക്കുട്ടി അരയൻ ഈ സമരത്തിൽ വഹിച്ച നിർണ്ണായകമായ പങ്കിനെക്കുറിച്ച് കുമ്പളത്ത് ശങ്കുപ്പിള്ളയുടെ *കഴിഞ്ഞകാല സ്മരണകൾ* എന്ന ആത്മകഥയിൽ അനുസ്മരിക്കുന്നുണ്ട്.

ഇന്ത്യൻ നാഷണൽ കോൺഗ്രസിന്റെ രാഷ്ട്രീയ നിലപാടുകളോട് യോജിച്ച് പ്രവർത്തിച്ചിരുന്ന വേലുക്കുട്ടി അരയൻ ആയിരത്തി തൊള്ളാ യിരത്തി നാല്പതുകളോടെ കോൺഗ്രസിൽ നിന്ന് പതുക്കെ അകലാൻ തുടങ്ങി. പിന്നീട് അദ്ദേഹം കോൺഗ്രസിനോട് പൂർണ്ണമായും വിയോ ജിപ്പ് പ്രകടിപ്പിച്ച് ന്യൂനപക്ഷ പിന്നോക്ക സമുദായ ഫെഡറേഷൻ രൂപീ കരിച്ചു. 1941 ൽ ചെങ്ങന്നൂരിൽ വെച്ച് നടന്ന ഫെഡറേഷന്റെ ആദ്യ സമ്മേ ളനം വേലുക്കുട്ടി അരയനെ പ്രസിഡന്റായി തിരഞ്ഞെടുത്തു.

കമ്മ്യൂണിസ്റ്റ് പ്രസ്ഥാനത്തിലേക്ക്

വേലുക്കുട്ടി അരയനോടൊപ്പം കോൺഗ്രസിൽ പ്രവർത്തിച്ചിരുന്ന പുരോഗമനവാദികളായ പലരും കമ്മ്യൂണിസ്റ്റ് പ്രസ്ഥാനത്തിലേക്ക് ആകർഷിക്കപ്പെട്ടു. വേലുക്കുട്ടി അരയനും കമ്മ്യൂണിസ്റ്റ് പ്രസ്ഥാനത്തോട് സഹകരിച്ച് പ്രവർത്തിക്കാൻ തുടങ്ങി. മുമ്പ് ട്രേഡ് യൂണിയനിൽ പ്രവർത്തിച്ചിരുന്നതുപോലെ കമ്മ്യൂണിസ്റ്റ് പ്രസ്ഥാനത്തിന്റെയും മുൻനിര പ്രവർത്തകനാകാനും വേലുക്കുട്ടി അരയന് കഴിഞ്ഞു.

ആദ്യകാല കമ്മ്യൂണിസ്റ്റ് നേതാക്കളിൽ ഒട്ടുമിക്കപേരും വേലുക്കുട്ടി അരയന്റെ വീട്ടിൽ ഒളിവിൽ താമസിച്ചിട്ടുണ്ട്. അങ്ങനെ വേലുക്കുട്ടി അര യന്റെ വീട് കമ്മ്യൂണിസ്റ്റ് നേതാക്കളുടെ സാന്നിധ്യത്തിൽ സജീവമായി. വേലുക്കുട്ടി അരയൻ കമ്മ്യൂണിസ്റ്റ് പ്രസ്ഥാനത്തിൽ സജീവമാവുകയും തീരപ്രദേശങ്ങളിൽ പാർട്ടി ഘടകങ്ങൾ രൂപീകരിക്കാനുള്ള ചുമതല ഏറ്റെ ടുക്കയും ചെയ്തു. അങ്ങനെ കോൺഗ്രസിന്റെയും മറ്റ് പ്രസ്ഥാനങ്ങളു ടെയും ഭാഗമായിരുന്ന തീരദേശ തൊഴിലാളികൾ വേലുക്കുട്ടി അരയന്റെ പ്രവർത്തനം മൂലം കമ്മ്യൂണിസ്റ്റ് പാർട്ടിയിൽ ചേർന്നു പ്രവർത്തിക്കാൻ സന്നദ്ധരായി.

ഇക്കാലത്താണ് സർ സി പി രാമസ്വാമി അയ്യർ 'അമേരിക്കൻ മോഡൽ' പ്രഖ്യാപിക്കുന്നത്. ആർക്കും നീക്കം ചെയ്യാൻ കഴിയാത്ത ഒരു എക്സിക്യൂട്ടിവ് ഉൾക്കൊള്ളുന്ന അമേരിക്കൻ ഭരണസംവിധാന ത്തിന്റെ മാതൃകയിലുള്ള ഒരു പരിഷ്കരണത്തെയാണ് അമേരിക്കൻ മോഡൽ എന്നു പറയുന്നത്. ദിവാന്റെ ഈ പരിഷ്കാരത്തിനെതിരെ സ്റ്റേറ്റ് കോൺഗ്രസ് പ്രക്ഷോഭം സംഘടിപ്പിച്ചെങ്കിലും അത് വലിയൊരു ശക്തി യായി മാറിയില്ല. ഈ ഘട്ടത്തിലാണ് കമ്മ്യൂണിസ്റ്റ് പ്രസ്ഥാനത്തിന്റെ നേതൃത്വത്തിൽ ദിവാന്റെ ഏകാധിപത്യത്തിനെതിരെയും അമേരിക്കൻ മോഡലിനെതിരെയും തൊഴിലാളികൾ പ്രക്ഷോഭവുമായി രംഗത്തുവരു ന്നത്. ദിവാനെതിരെ പുന്നപ്രയിലും വയലാറിലും നടന്ന തൊഴിലാളി മുന്നേറ്റങ്ങളെ ചോരയിൽ മുക്കിക്കൊല്ലാനാണ് അദ്ദേഹത്തിന്റെ പട്ടാളം ശ്രമിച്ചത്. തൊഴിലാളികൾ ഇതിനെതിരെ ധീരമായി ചെറുത്തുനിന്നു. നിര വധി തൊഴിലാളി സഖാക്കൾ പുന്നപ്രയിലും വയലാറിലും രക്തസാക്ഷി കളായി. കമ്മ്യൂണിസ്റ്റ് പ്രസ്ഥാനത്തിന്റെ ചരിത്രത്തിലെ ഐതിഹാ സികമായ ഒരു ഏടാണ് പുന്നപ്ര വയലാർ സമരം. ഇന്നും അത് ജനല ക്ഷങ്ങളെ ആവേശഭരിതരാക്കുന്നു.

പുന്നപ്ര വയലാർ സംഭവത്തിനുശേഷം തൊഴിലാളികൾ വ്യാപക മായി ആക്രമിക്കപ്പെട്ടു. തൊഴിലാളികളുടെ വീടുകളിൽ പൊലീസ് ഇര ച്ചുകയറി തൊഴിലാളികളെ തല്ലിച്ചതച്ചു. സ്ത്രീകളും കുട്ടികളുമാണ് ഇവ രുടെ ആക്രമണങ്ങൾക്ക് കൂടുതലും ഇരയായത്. പൊലീസിന്റെ ആക്ര മണത്തിൽനിന്ന് തൊഴിലാളികളെ സംരക്ഷിക്കാനും സുരക്ഷിത താവള ങ്ങളിലേക്ക് അവരെ മാറ്റിപ്പാർപ്പിക്കുവാനുമുള്ള പ്രവർത്തനങ്ങളിൽ വേലു ക്കുട്ടി അരയൻ സജീവമായി പങ്കെടുത്തു.

കമ്യൂണിസ്റ്റ് പാർട്ടിയുടെ ലഘുലേഖകളും നോട്ടീസുകളും അക്കാ ലത്ത് അച്ചടിച്ചിരുന്നത് വേലുക്കുട്ടി അരയന്റെ പ്രസിലായിരുന്നു. കമ്യൂ ണിസ്റ്റ് പാർട്ടി നിരോധിച്ച കാലത്തും നിർഭയനായി അദ്ദേഹം പാർട്ടി സാഹിത്യം അച്ചടിക്കുകയും വിതരണം ചെയ്യാനുള്ള പ്രവർത്തനങ്ങളിൽ ഏർപ്പെടുകയും ചെയ്തു. ഇക്കാലത്ത് പാർട്ടിയുടെ രഹസ്യയോഗങ്ങൾ വേലുക്കുട്ടി അരയന്റെ വീട്ടിൽ വെച്ച് നടക്കുന്നുണ്ടായിരുന്നു.

പുന്നപ്ര വയലാറിനു ശേഷം നടന്ന ശൂരനാട് സമരത്തിലും വേലു ക്കുട്ടി അരയന്റെ സഹായം നിർണ്ണായകമായിരുന്നു.

കമ്യൂണിസ്റ്റ് സ്ഥാനാർത്ഥിയായ വേലുക്കുട്ടി അരയൻ

1948 ഫെബ്രുവരിയിൽ നടന്ന തിരുവിതാംകൂറിലെ പുതിയ ഭരണ ഘടനാ നിർമ്മാണസമിതിയിലേക്കുള്ള തിരഞ്ഞെടുപ്പിൽ കമ്യൂണിസ്റ്റ് പാർട്ടി സ്ഥാനാർത്ഥിയായി വേലുക്കുട്ടി അരയൻ മത്സരിച്ചു. സ്റ്റേറ്റ് കോൺഗ്രസിനുമാത്രം വിജയിക്കാൻ കഴിയുന്ന രാഷ്ട്രീയ സാഹചര്യ മായിരുന്നു അക്കാലത്ത് തിരുവിതാംകൂറിൽ ഉണ്ടായിരുന്നത്. വേലുക്കുട്ടി അരയന് സീറ്റ് വാഗ്ദാനവുമായി കോൺഗ്രസ് പ്രവർത്തകർ സമീപിച്ചെ ങ്കിലും അദ്ദേഹം തന്റെ ആദർശത്തിൽ ഉറച്ചുനിന്നു. അങ്ങനെ കരുനാഗ പ്പള്ളി ഒന്നാം മണ്ഡലത്തിൽ കമ്യൂണിസ്റ്റ് പാർട്ടിയുടെ സ്ഥാനാർഥിയായി വേലുക്കുട്ടി അരയൻ മത്സരിച്ചു.

നേരിയ വ്യത്യാസത്തിലാണ് അദ്ദേഹം പരാജയപ്പെട്ടത്. താൻ ഉയർത്തിയ ആശയങ്ങൾ ജനങ്ങൾ സ്വീകരിച്ചതിന്റെ പ്രതിഫലനമായാണ് തനിക്ക് ലഭിച്ച വോട്ടുകളെ വേലുക്കുട്ടി അരയൻ കണ്ടത്.

വേലുക്കുട്ടി അരയനും ഫ്രെഡറിക് നിക്കോൾസണും

1948 ൽ തിരുവിതാംകൂറിൽ ഉത്തരവാദ ഭരണം നിലവിൽവന്നു. ഇക്കാ ത്താണ് വേലുക്കുട്ടി അരയന്റെ മദിരാശി പഠനകാലത്തെ ഫിഷറീസ് സയൻസ് അദ്ധ്യാപകനായ ഫ്രെഡറിക് നിക്കോൾസൺ തീരപ്രദേശ ത്തെക്കുറിച്ചും അവിടത്തെ മത്സ്യത്തൊഴിലാളികളെക്കുറിച്ചും പഠിക്കാ നായി കേരളത്തിലെത്തിയത്. ഇന്ത്യയിൽ ആദ്യമായി ഫിഷറീസ് വകുപ്പ് ഉണ്ടാകുന്നത് മദ്രാസ് പ്രസിഡൻസിയിലാണ്. ഫ്രെഡറിക് നിക്കോൾസ നായിരുന്നു ഇത് സ്ഥാപിച്ചത്. തിരുവിതാംകൂറിലെ റസിഡന്റായി വിരമി ച്ചതിനുശേഷമാണ് നിക്കോൾസൺ ഫിഷറീസ് വകുപ്പ് സ്ഥാപിക്കുന്ന ത്. കേരളത്തിലെത്തിയ നിക്കോൾസൺ മലബാർ തീരത്ത് താമസിക്കു കയും മത്സ്യത്തൊഴിലാളികളെക്കുറിച്ച് പഠിക്കുകയും അവിടത്തെ കൂട്ടാ യ്മകളിൽ പങ്കെടുക്കുകയും ചെയ്തു.

തന്റെ പഴയ ശിഷ്യനായ വേലുക്കുട്ടി അരയനെ നിക്കോൾസൺ സന്ദർശിച്ചു. കണ്ണൂർ കടപ്പുറത്ത് കൂടിയ ഒരു യോഗത്തിൽ വേലുക്കുട്ടി അരയനെക്കുറിച്ച് നിക്കോൾസൺ സംസാരിച്ചു. തങ്ങളുടെ ഒപ്പം അവിടെ

ഉണ്ടായിരുന്ന യുവാവിനെക്കുറിച്ചാണ് നിക്കോൾസൺ പറഞ്ഞതെന്ന്
അറിഞ്ഞപ്പോൾ അവിടെ കൂടിയവർക്ക് അത്ഭുതമായി. പഠന സംബന്ധ
മായ ആവശ്യങ്ങൾക്കായി വേലുക്കുട്ടി അരയൻ വിവിധ സ്ഥലങ്ങളിൽ
സഞ്ചരിച്ചു. അവിടെയെല്ലാം അനുയായികളെ സൃഷ്ടിക്കാനും അദ്ദേഹ
ത്തിന് കഴിഞ്ഞു. അക്കാലത്ത് വേലുക്കുട്ടി അരയന്റെ പ്രസംഗം
കേൾക്കാൻ നിരവധി പേർ എത്തുമായിരുന്നു. ഓരോ പ്രസംഗവും കഴി
യുമ്പോൾ നിരവധി പേർ അനുയായികളായി ഒപ്പം ചേർന്നു.

മലബാറിലും മംഗലാപുരത്തുമുള്ളവർ വേലുക്കുട്ടി അരയനോട്
ബഹുമാനത്തോടെ സംസാരിക്കുന്നത് കണ്ടപ്പോൾ നിക്കോൾസൺ അദ്ദേ
ഹത്തെക്കുറിച്ച് ഇങ്ങനെ പറഞ്ഞു:

"യേശുക്രിസ്തുവിന് ഒട്ടേറെ മീൻപിടുത്തക്കാർ അനുയായി
കളായുണ്ടായി. വേലുക്കുട്ടിക്കും അതുപോലുണ്ട്."

തന്റെ ഒപ്പം പ്രവർത്തിച്ച നിരവധി പേരെ വേലുക്കുട്ടി അരയൻ
നിക്കോൾസണ് പരിചയപ്പെടുത്തി. അദ്ദേഹത്തിന്റെ പഠനത്തിന് വേലു
ക്കുട്ടി അരയന്റെ സഹായ സാന്നിദ്ധ്യം വളരെ പ്രയോജനം ചെയ്തു.

ആദ്യത്തെ ഫിഷറീസ് കോൺഫറൻസ്

1949 ൽ വേലുക്കുട്ടി അരയൻ ഒരു ഫിഷറീസ് കോൺഫറൻസ്
വിളിച്ചുചേർത്തു. കേരളത്തിൽ ആദ്യമായാണ് ഇത്തരമൊരു കോൺഫ
റൻസ്. ശാസ്ത്രീയ വീക്ഷണത്തോടെയുള്ള മത്സ്യബന്ധനരീതിയും ഒരു
മത്സ്യബന്ധന നയവും നിയമവും ഉണ്ടാക്കുക എന്നതായിരുന്നു
കോൺഫറൻസിന്റെ ലക്ഷ്യം. കരുനാഗപ്പള്ളിയിലെ പണ്ടാരതുരുത്ത്
എന്ന കടലോരഗ്രാമത്തിലാണ് ഫിഷറീസ് കോൺഫറൻസ് നടന്നത്.
എല്ലാ തീരദേശങ്ങളിൽ നിന്നും പ്രതിനിധികൾ എത്തിച്ചേർന്നു എന്ന
തായിരുന്നു ഇതിന്റെ പ്രത്യേകത.

മന്ത്രിയായിരുന്ന ബി വെല്ലിങ്ടൺ ഈ കോൺഫറൻസിന്റെ വള
ണ്ടിയറായി പ്രവർത്തിച്ചിരുന്നു. അതിന്റെ അനുഭവങ്ങൾ ബി വെല്ലിങ്ടൺ
ഇങ്ങനെ അനുസ്മരിക്കുന്നു:

"പട്ടം താണുപിള്ള, പി എസ് നടരാജപിള്ള, ഡോ. ഹെൻട്രി
ആസ്റ്റിൻ, റഫേൽ ജെ റൊഡ്രിഗ് തുടങ്ങിയവർ പങ്കെടുത്ത ഫിഷറീസ്
കോൺഫറൻസിന്റെ സംഘാടകനും അദ്ധ്യക്ഷനും ഡോ. വേലുക്കുട്ടി
അരയനായിരുന്നു. അന്ന് ഒരു വളണ്ടിയറായി കോൺഫറൻസിൽ ആദ്യാ
വസാനം പങ്കെടുക്കാൻ എനിക്ക് അവസരം ലഭിച്ചിരുന്നു."

ഈ കോൺഫറൻസാണ് ഫിഷറീസ് വകുപ്പ് രൂപീകരിക്കുന്നതിന്
ഭരണാധികാരികൾക്ക് പ്രേരണയായത്. മത്സ്യത്തൊഴിലാളികൾക്കായി
നിരവധി ആനുകൂല്യങ്ങൾ ഏർപ്പെടുത്തിയെങ്കിലും അവയുടെ ഗുണങ്ങ
ളേറെയും അനുഭവിച്ചത് ഇടത്തട്ടുകാരായിരുന്നു. തൊഴിലാളികൾക്കെ
തിരായി ചൂഷണം പെരുകിയപ്പോൾ അതിനെതിരെ ശബ്ദമുയർത്താൻ
വേലുക്കുട്ടി അരയൻ രംഗത്തെത്തി. ലാറ്റിൻ ക്രിസ്ത്യൻ മഹാജനസഭ

യുടെ നേതാവായിരുന്ന ഐ അബ്രോസിനോടൊപ്പം കന്യാകുമാരി മുതൽ മുനമ്പം വരെ സഞ്ചരിച്ച് തൊഴിലാളികളുടെ പ്രശ്നങ്ങൾ നേരിട്ട് പഠി ക്കാൻ വേലുക്കുട്ടി അരയൻ തയ്യാറായി.

സർക്കാരിന്റെ ആനുകൂല്യങ്ങൾ പ്രഖ്യാപനങ്ങളിൽ മാത്രം ഒതു ങ്ങിയ സമയത്താണ് ഇത്തരമൊരു നീക്കത്തിന് വേലുക്കുട്ടി അരയൻ തയ്യാറായത്. അദ്ദേഹം തൊഴിലാളികളുടെ പ്രശ്നങ്ങൾ അന്നത്തെ മന്ത്രിയായിരുന്ന പി എസ് നടരാജപിള്ളയെ നേരിട്ട് കണ്ട് ബോധിപ്പിച്ചു. ഇതോടെ കേരളത്തിൽ ആദ്യമായി ഫിഷറീസ് അഡ്വൈസറി ബോർഡ് രൂപീകൃതമായി. വേലുക്കുട്ടി അരയൻ ഈ ബോർഡിലെ ഒരംഗമായി രുന്നു.

മികച്ച സംഘാടകൻ, ട്രേഡ് യൂണിയൻ നേതാവ്, സമുദായ നേതാവ് എന്നീ നിലകളിൽ ഡോ. വേലുക്കുട്ടി അരയന്റെ നിസ്വാർത്ഥ പ്രവർത്തനങ്ങളാണ് നാം കണ്ടത്. സാമൂഹിക പ്രവർത്തകനെന്ന നില യിൽ തന്റെ ആശയത്തിൽ ഉറച്ചുനില്ക്കുകയും തൊഴിലാളികളുടെയും സ്വസമുദായത്തിന്റെയും ഉന്നമനത്തെ ലക്ഷ്യം വെച്ചുള്ള കർമ്മപദ്ധതി കൾ ആവിഷ്ക്കരിക്കുകയും ചെയ്തു. എന്നാൽ അതുകൊണ്ട് മാത്രം തീരുന്നതല്ല അദ്ദേഹത്തിന്റെ പ്രവർത്തനങ്ങൾ. സർഗ്ഗാത്മകജീവിത ത്തിന്റെ സമ്പന്നമായ ഒരു മുഖം കൂടി വേലുക്കുട്ടി അരയനുണ്ടായിരുന്നു. തുടർന്നുള്ള അദ്ധ്യായങ്ങൾ അദ്ദേഹത്തിന്റെ സർഗ്ഗജീവിതത്തെയാണ് അടയാളപ്പെടുത്തുന്നത്.

6

പത്രപ്രവർത്തകനായ അരയൻ

കേരളത്തിന്റെ നവോത്ഥാന പ്രക്രിയയിൽ പത്രങ്ങൾക്ക് പ്രഥമ സ്ഥാനമുണ്ട്. നമ്മുടെ നവോത്ഥാന നായകരിൽ ഒട്ടുമിക്കവരും പത്രപ്ര വർത്തകരായിരുന്നു. അവർ പത്രപ്രവർത്തനം നടത്തിയത് ഏതെങ്കിലും തരത്തിലുള്ള വ്യക്തിതാല്പര്യങ്ങൾക്കുവേണ്ടിയായിരുന്നില്ല. മറിച്ച് സാമൂ ഹിക മാറ്റമായിരുന്നു അവരുടെ ലക്ഷ്യം. അക്ഷരത്തിലൂടെ ഒരു ജനസ മൂഹത്തെ അറിവിലേക്കു നയിക്കുകയും അതിലൂടെ സാമൂഹിക പുരോ ഗതി ആർജ്ജിക്കാനാവുമെന്നും അവർ തിരിച്ചറിഞ്ഞു. അയ്യൻകാളി രൂപീ കരിച്ച സാധുജന പരിപാലന സംഘത്തിന്റെ മുഖപത്രമായിരുന്ന *സാധു ജന പരിപാലിനി,* കുമാരനാശാന്റെ *വിവേകോദയം,* സി വി കുഞ്ഞുരാ മന്റെ *കേരളകൗമുദി,* ടി കെ മാധവനും കെ പി കയ്യാലയ്ക്കലും ചേർന്ന് പ്രസിദ്ധീകരിച്ച *ദേശാഭിമാനി,* സഹോദരൻ അയ്യപ്പന്റെ *സഹോദരൻ* തുടങ്ങി നിരവധി പത്രങ്ങൾക്ക് നവോത്ഥാന ചരിത്രത്തിലുള്ള പങ്ക് അവ ഗണിക്കാൻ കഴിയാത്തതാണ്. ഡോ. വേലുക്കുട്ടി അരയനും പത്രപ്ര വർത്തനം തന്റെ കർമ്മമേഖലയായി തിരഞ്ഞെടുത്തു.

സുജനാനന്ദിനിയുടെ സഹപത്രാധിപർ

സംസ്കൃത പണ്ഡിതനും വൈദ്യനുമായിരുന്ന പരവൂർ കേശവ നാശാൻ നടത്തിയിരുന്ന *സുജനാനന്ദിനി* എന്ന പത്രത്തിന്റെ സഹപ ത്രാധിപരായാണ് വേലുക്കുട്ടി അരയന്റെ പത്രജീവിതം ആരംഭിക്കുന്നത്. തന്റെ പാഠശാലയോടൊപ്പം സാമുദായിക പരിഷ്കരണം ലക്ഷ്യംവച്ചാണ് കേശവനാശാൻ പത്രം ആരംഭിക്കുന്നത്. 1890-ൽ കൊല്ലം പരവൂർ കേന്ദ്ര മായി *കേരളഭൂഷണം കമ്പനി ലിമിറ്റഡ്* എന്ന പ്രസിദ്ധീകരണ സ്ഥാപ നത്തിൽ നിന്നാണ് *സുജനാനന്ദിനി* പ്രസിദ്ധീകരിച്ച് തുടങ്ങിയത്. 1891 ൽ

പുറത്തുവന്ന സുജനാനന്ദിനി തുടക്കത്തിൽ വാരികയായിരുന്നു. പിന്നീട് അത് പത്രത്തിന്റെ രൂപത്തിൽ പുറത്തിറങ്ങാൻ തുടങ്ങിയതോടെ ജന പ്രീതി വർദ്ധിച്ചു. ഇക്കാലത്താണ് സി വി കുഞ്ഞുരാമൻ സുജനാനന്ദി നിയുടെ പത്രാധിപസ്ഥാനം ഏറ്റെടുക്കുന്നത്. കുമാരനാശാൻ, മൂലൂർ എസ് പത്മനാഭ പണിക്കർ, സി എസ് സുബ്രഹ്മണ്യൻ പോറ്റി എന്നിവർ ഇതിലെ സ്ഥിരം എഴുത്തുകാരായി.

കുമാരനാശാൻ എഴുതിയ *ഈഴവചരിത്രം* എന്ന ചരിത്രഗ്രന്ഥം ഖണ്ഡശ പ്രസിദ്ധീകരിച്ചത് *സുജനാനന്ദിനി*യിലാണ്. കേരളവർമ്മ വലി യകോയി തമ്പുരാൻ, കെ സി കേശവപിള്ള എന്നിവരും ഇതിൽ എഴുതി യിരുന്നു. തുടക്കം മുതൽ ഒരു കവിതാപംക്തി ചേർത്തിരുന്നു എന്നത് ഈ പത്രത്തിന്റെ പ്രത്യേകതയായിരുന്നു.

കേശവനാശാൻ വേലുക്കുട്ടി അരയന്റെ കഴിവുകളെ തിരിച്ചറിഞ്ഞ തോടെയാണ് സഹപത്രാധിപരായി അദ്ദേഹത്തെ നിയമിക്കുന്നത്. പത്രം വളരെ നന്നായി മുന്നേറുന്ന ഘട്ടത്തിലായിരുന്നു തിരുവിതാംകൂറിൽ അവർണ്ണർ വിദ്യാലയങ്ങൾ തുടങ്ങിയതുമായി ബന്ധപ്പെട്ട് സംഘർഷ ങ്ങൾ ഉടലെടുക്കുന്നത്. ഇത് നായർ-ഈഴവലഹളയ്ക്ക് കാരണമായി. 1906-ൽ ഇതുമായി ബന്ധപ്പെട്ട ഒരു ലഹളയ്ക്കിടയിൽ *സുജനാനന്ദിനി* യുടെ ഓഫീസും പത്രകെട്ടുകളും തീവെച്ച് നശിപ്പിക്കപ്പെട്ടു. അങ്ങനെ പത്രത്തിന്റെ പ്രസിദ്ധീകരണം നിലച്ചു. പിന്നീട് കുറെക്കാലത്തിനുശേഷം പത്രം പുനഃപ്രസിദ്ധീകരിക്കാൻ ശ്രമിച്ചെങ്കിലും പഴയ ഊർജ്ജമില്ലാതെ നിലച്ചുപോവുകയാണുണ്ടായത്.

അരയൻ എന്ന പത്രവും പത്രാധിപരും

മഹത്തായ റഷ്യൻ വിപ്ലവം നടന്ന 1917 ലാണ് വേലുക്കുട്ടി അര യൻ കരുനാഗപ്പള്ളിയിൽനിന്ന് *അരയൻ* എന്ന പേരിൽ ഒരു പത്രം ആരം ഭിക്കുന്നത്. *അരയന്റെ* പത്രാധിപരും വേലുക്കുട്ടി അരയൻ തന്നെയായി രുന്നു. *സുജനാനന്ദിനി, വിവേകോദയം, സാധുജനപരിപാലിനി* എന്നീ പത്രങ്ങൾ ഉയർത്തിയ സാമൂഹിക ചലനങ്ങളിൽ നിന്ന് പ്രചോദന മുൾക്കൊണ്ടാണ് തന്റെ ഇരുപത്തിമൂന്നാമത്തെവയസ്സിൽ ജൂൺ മാസ ത്തിൽ അദ്ദേഹം *അരയൻ* ആരംഭിക്കുന്നത്.

ഇംഗ്ലീഷിൽ The Arayan എന്ന പേരിലും പത്രം പുറത്തിറക്കിയി രുന്നു. "ധർമ്മത്തെ ഭയപ്പെടുകയും അധർമ്മത്തെ ദ്വേഷിക്കുകയും ചെയ്യുക" എന്ന് പത്രത്തിന്റെ തലക്കെട്ടിനുതാഴെ രേഖപ്പെടുത്തിയിരു ന്നു. അതിനും താഴെയായി ഇങ്ങനെ കാണുന്നു:

> 'സജാതോയേന ജാതേന
> യാതി വംശസ്സമുന്നതിം
> പരിവർത്തിനി സംസാരേ
> മൃതഃ കോവന ജായതേ'

'സ്വന്തം വംശത്തിന്റെ ഉന്നമനം ലക്ഷ്യമാക്കി പ്രവർത്തിക്കുക എന്നതാണ് ഒരാളുടെ ജന്മോദ്ദേശ്യം അല്ലാതെയുള്ള ജനന മരണങ്ങൾ സംസാരചക്രത്തിന്റെ പ്രയാണത്തിനനുസരിച്ച് മാത്രമായിരിക്കും.'

അരയ സമുദായത്തോടുള്ള ഐക്യദാർഢ്യപ്രഖ്യാപനമാണിത്. സ്വസമുദായത്തിന്റെ പേരു തന്നെ പത്രത്തിനുകൊടുക്കുന്നതിലൂടെ ജാതി മേൽക്കോയ്മയുടെ മിഥ്യാഭിമാനങ്ങളെ പൊളിക്കുകയായിരുന്നു വേലുക്കുട്ടി അരയൻ. അതോടൊപ്പം താൻ അഭിസംബോധന ചെയ്യുന്നത് ഏത് ജനതയെയാണ് എന്നതിന്റെ നേർസൂചകങ്ങളായും ഇത് നിലനില്ക്കുന്നു.

ക്ഷേത്രപ്രവേശനവാദം ഉന്നയിച്ച 'അരയ'ന്റെ ഒരു ലക്കം

അരയന്റെ ഒന്നാം ലക്കത്തിൽ എം കെ കേശവനാശാന്റെ മംഗള ശ്ലോകം ചേർത്തിട്ടുണ്ട്. ഇതിനുതാഴെയായി പത്രത്തിന്റെ ഉദ്ദേശ്യലക്ഷ്യങ്ങൾ അരയൻ രേഖപ്പെടുത്തിയിരിക്കുന്നു:

കേരളത്തിൽ വർത്തമാനപത്രങ്ങളും മാസികകളും സുലഭങ്ങളാണ്. ഇതുകളുടെ പ്രചാരത്തെക്കുറിച്ച് ആലോചിച്ചാൽ ഏറിയകൂറും തൃപ്തികകരമായി തന്നെ കാണാം. ചിലവ ഉദിച്ചെന്നും ഉത്തരക്ഷണത്തിൽ തന്നെ അസ്തമിച്ചെന്നും കേൾക്കുന്നത് തൽപ്രവർത്തകന്മാരുടെ കുറ്റക്കൊണ്ടല്ലെന്നും നിസ്സംശയം പറയാം. ആ പത്രങ്ങളെയും പത്രഗ്രന്ഥങ്ങളെയും മനപ്പൂർവ്വം ഹതജീവികളാക്കുന്നത് പര്യാലോചിക്കുന്ന പക്ഷം വായനക്കാർതന്നെയായിരിക്കും. ജനങ്ങൾ ആദരിക്കേണ്ടതും അവരുടെ ഇടയിൽ ചെലവാക്കേണ്ടതുമായ ഒരു വസ്തു, അവരാൽ നിഷ്കരുണം തള്ളപ്പെട്ടാൽ അതിന്റെ പിന്നത്തെ ഗതി എന്താണെന്ന് പ്രസ്താവിക്കേണ്ട

തില്ലല്ലോ. ഇതുതന്നെയാണ് അസ്തമിച്ചിട്ടുള്ള മിക്ക പത്രങ്ങൾക്കും മാസികകൾക്കും സംഭവിച്ചിട്ടുള്ളത്. പത്രങ്ങളെയും പത്രഗ്രന്ഥ ങ്ങളെയും തന്നെ രണ്ടു തരത്തിൽ വിഭാഗിച്ചും, അസ്തമിച്ചിട്ടുള്ള വയെക്കുറിച്ച് ഒന്ന് നിരൂപിക്കാം. അങ്ങനെ നിരൂപിക്കുന്ന പക്ഷം,പൊതുകാര്യത്തെ ഉദ്ദേശിച്ച് മാത്രം സഞ്ചരിക്കുന്നവ എന്നും സാമുദായിക കാര്യത്തെ ഉദ്ദേശിച്ച് മാത്രം സഞ്ചരിക്കുന്നവ എന്നും രണ്ടുതരത്തിൽ വർത്തമാന പത്രങ്ങളെയും മാസികകളെയും വിഭാ ഗിക്കണം. ഇവയിൽ രണ്ടാമത് പറഞ്ഞ വിഭാഗത്തിൽപ്പെട്ട മാസി കകളും മറ്റും ഇന്നും ഉത്തരോത്തരം അഭിവൃദ്ധിയെ പ്രാപിച്ചുവ രികയും സാഹിത്യം, സംഗീതം, ശാസ്ത്രം മുതലായവെ പ്രതി പാദിച്ചുകൊണ്ട് പുറപ്പെട്ടവ ഏറിയകൂറും-ആദ്യത്തെ വിഭാഗ ത്തിൽപ്പെട്ടവ- അസ്തമിക്കുകയും ചെയ്തു. ഇതിനുള്ള പ്രധാന കാരണം സാമുദായിക സംഗതികളുടെയും സാമുദായിക കാര്യ ങ്ങളുടെയും ഗൗരവം തന്നെയാകുന്നു.

സമുദായം ഉള്ളിടത്തോളം കാലം, അതിന്റെ ആചാരങ്ങളും ആവശ ങ്ങളും പ്രതിനിമിഷം വർദ്ധിച്ചുകൊണ്ടുതന്നെയിരിക്കും. ഒരു സമു ദായത്തെ ആ വിഷയങ്ങളിൽ മനപ്പൂർവ്വം സഹായിക്കുന്ന ഒരു പത്ര ത്തെയോ പത്രഗ്രന്ഥത്തെയോ സമുദായം ഒരുത്തമ ദേവതയെ പോലെ ആരാധിച്ചുകൊണ്ടിരിക്കുന്നതിൽ അതിശയിപ്പാനില്ല. ഇങ്ങനെ സാമുദായികങ്ങൾ ചിരഞ്ജീവികളായിരിക്കുന്ന അവസ്ഥ യെയും, അരയസമുദായത്തിന്റെ താൽക്കാലിക സ്ഥിതിയെയും മറ്റും പറ്റി ആലോചിക്കുമ്പോൾ അതിൽനിന്നും ഉൽഭുതമായ ഒരു ധൈര്യം ഞങ്ങളെ കൃശ്യബോധമുള്ളവരാക്കി. അതിന്റെ ഫലമാ യിട്ടാണ് 'അരയൻ' എന്നുപേരായ മാസിക അരയമഹാജനങ്ങളുടെ മുമ്പാകെ സമർപ്പിക്കുവാൻ സംഗതിയായതെന്ന് സന്തോഷപുര സ്സരം പ്രസ്താവിച്ചുകൊള്ളുന്നു.

'അരയൻ' അരയസമുദായത്തിൽ ഇദംപ്രഥമമായി ഉദയം ചെയ്തിട്ടുള്ള ഒരു പത്രഗ്രന്ഥമാണെന്നുള്ള കൃതാർത്ഥതയും ഈ സീമന്ത സന്താനത്തെ അരയസമുദായം അത്യാനന്ദത്തോടെ ആദരിച്ചും ലാലിച്ചും വളർത്തിക്കൊള്ളുമെന്നുള്ള ദൃഢവിശ്വാസവും ഞങ്ങളുടെ കൃത്യങ്ങളിൽ വഴികാണിക്കുന്ന രണ്ട് ദീപസ്തംഭങ്ങൾ തന്നെയാണെന്നും ഞങ്ങൾ ധൈര്യപ്പെടുന്നു. ഇനി ഈ മാസിക യുടെ ഉദ്ദേശത്തെപ്പറ്റി സംക്ഷേപമായിട്ട് പ്രസ്താവിക്കാമെന്ന് വിചാ രിക്കുന്നു. ഒരു സമുദായം അചിരേണ അഭിവൃദ്ധിയെ പ്രാപിച്ചുവ രണമെങ്കിൽ ആ സമുദായത്തിന്റെ സ്ഥിതികളെപ്പറ്റി പ്രസ്താവി ക്കുകയും അനാചാരങ്ങളെ വർദ്ധിപ്പിക്കാതിരിക്കുകയും ചെയ്യുന്ന തിന് ഒരു പൊതുജന നാവിന്റെ ആവശ്യം ഒഴിച്ചുകൂടാത്തതാണ്. ഈ പൊതുജനനാവിനെ 'സഭ' എന്നൊരു ശബ്ദത്തെക്കൊണ്ട്

ഇനം തിരിക്കാമെന്നിരിക്കിലും അവിടെയും പ്രാധാന്യത്തെ അർഹി ക്കുന്നത് ഒരു പത്രമോ പത്രഗ്രന്ഥമോ തന്നെയായിരിക്കും. അതു കൊണ്ട് സാമുദായിക സംഗതികളെപ്പറ്റിയുള്ള സരസങ്ങളായ ലേഖനങ്ങളുടെയും വിമർശനങ്ങളുടെയും പ്രസിദ്ധീകരണം അര യന്റെ ഉദ്ദേശങ്ങളിൽ പ്രഥമവും പ്രധാനവുമായിട്ടുള്ളതാണെന്ന് സബഹുമാനം പ്രസ്താവിച്ചുകൊള്ളുന്നു.

രാജ്യഭരണസംബന്ധമായ കാര്യങ്ങളെപ്പറ്റി മാസികകളിൽ ചേർക്കുന്നത് അനാവശ്യമാണെന്ന് വിചാരിക്കുന്നവരുടെ നയത്തെ ഞങ്ങൾ സ്വീകരിക്കുന്നില്ല. നമ്മുടെ ഗവൺമെന്റിൽനിന്നും തീരു മാനിക്കുന്ന ഗൗരവമേറിയ കാര്യങ്ങളെ ചുരുക്കത്തിലെങ്കിലും വിവ രിക്കുന്ന പത്രാധിപക്കുറിപ്പുകൾ ഒഴിച്ചുകൂടാത്തതാണെന്നുള്ള ദൃഢപ്രതിജ്ഞയോടുകൂടി പ്രചരിക്കുന്ന മാസികകൾ അധികം അടുത്തകാലത്തുതന്നെ ഉണ്ടായിട്ടുണ്ടെന്ന് ഞങ്ങൾക്ക് അറിവു ള്ളതിനാൽ രാജ്യഭരണ സംഗതികളെപ്പറ്റി യഥാവസരം മിതമായ സ്വരത്തിൽ പ്രതിപാദിക്കുന്നതും അരയന്റെ പ്രധാന കൃത്യങ്ങളിൽ ഒന്നുതന്നെയായിരിക്കും.

ഇതിനുപുറമേ സാഹിത്യം, സാഹിത്യനിരൂപണങ്ങൾ, ജനാരോ ഗൃത്തിന് ഉപയുക്തമായ ആരോഗ്യശാസ്ത്രം, ചികിത്സ, ബാല പരിചരണം, കൃഷി, വ്യവസായം മുതലായിട്ടുള്ള പൊതുകാര്യ ങ്ങളിലും അരയന്റെ ശ്രദ്ധ സവിശേഷം പതിയുന്നതും തദ്വാര ഇതര സമുദായങ്ങളുടെയും സന്തോഷ സഹകരണങ്ങൾ അര യൻ പാത്രീഭവിക്കാൻ കരുതലോടുകൂടി ഇരിക്കുന്നതുമാണ്.

ഇനിയും 'അരയന്' പല സദുദ്ദേശ്യങ്ങളുമുണ്ടെങ്കിലും അവയെല്ലാം സമുദായസ്നേഹികളായ മാന്യന്മാരുടെ സഹായത്തെയും സൗജ ന്യത്തെയും മാത്രം അടിസ്ഥാനപ്പെടുത്തിയുള്ളവയാകയാൽ പിന്നാലെ പ്രസ്താവിച്ചുകൊള്ളാമെന്ന് വയ്ക്കയല്ലാതെ ഗത്യന്ത രമില്ല. ഇപ്പോൾ ഈ മാസികയയ്ക്ക് വാർഷിക വരിസംഖ്യയായി രണ്ടു റുപ്പികയാണ് ഞങ്ങൾ നിശ്ചയിച്ചിട്ടുള്ളത്. കടലാസിന്റെ വിലയും മറ്റും കുറയുന്നതുവരെ ഈ സംഖ്യ അല്പവും കുറ പ്പാൻ നിവൃത്തിയില്ലാത്തതിനാൽ 'അരയനെ‘ ഒന്നര റുപ്പികയ്ക്ക് കൊടുക്കണമെന്ന് വിചാരിച്ചിരുന്ന ഞങ്ങളുടെ മറ്റൊരുദ്ദേശ്യം തെറ്റിപ്പോയെന്ന് വ്യസനസമേതം പ്രസ്താവിക്കേണ്ടിവന്നിരിക്കു ന്നു. ഞങ്ങളുടെ ഈ ശ്രമത്തിൽ സമുദായസ്നേഹികളായ മാന്യ മഹാജനങ്ങളുടെ സഹായ സഹകരണങ്ങളെ ഞങ്ങൾ സോൽക്കണ്ഠം പ്രതീക്ഷിക്കയും 'അരയനെ' അരയസമുദായ സമക്ഷം സമർപ്പിച്ചുകൊള്ളുകയും ചെയ്യുന്നു.

അക്കാലത്ത് പുറത്തിറങ്ങിയ പത്രങ്ങളെയും മാസികകളെയും വില

യിരുത്തിക്കൊണ്ട് അരയന്റെ ആദ്യലക്കത്തിൽ വേലുക്കുട്ടി അരയൻ എഴു
തിയ ഈ ലേഖനം ഒരു മാധ്യമം എന്ന നിലയിൽ നിറവേറ്റേണ്ട ചരി
ത്രപരമായ ദൗത്യങ്ങളെയും കാഴ്ചപ്പാടുകളെയും തുറന്നുകാട്ടുന്നതാണ്.

അരയന്റെ ആദ്യലക്കത്തിൽ ഈ ലേഖനംകൂടാതെ വേലുക്കുട്ടി അര
യന്റെ 'ഉണരുവിൻ' എന്ന കവിതയും കൊടുത്തിരുന്നു. 'അരയവംശപ
രിപാലനയോഗവും പ്രഥമ വാർഷികാലോചനയും' എന്ന തലക്കെട്ടിൽ
പത്രാധിപക്കുറിപ്പും അദ്ദേഹം എഴുതി. ബാലാനന്ദസ്വാമികളുടെ 'സ്ത്രീ
വിദ്യാഭ്യാസം' എന്ന ലേഖനവും ആലപ്പാട്ട് എം കരുണാകരനാരയൻ എഴു
തിയ ചെങ്ങന്നൂർ ക്ഷേത്രവും അരയന്മാരും 'ഐതീഹ്യത്തിന്റെ പുനരാ
ഖ്യാനവും' പി കെ എഴുതിയ 'പരോപകാരം' എന്ന കുറിപ്പും ആദ്യല
ക്കത്തിലുണ്ടായിരുന്നു.

അരയൻ വിവിധ ലക്കങ്ങളിലൂടെ

അരയന്റെ ഓരോ ലക്കവും അക്കാലത്തെ സാമൂഹിക രാഷ്ട്രീയ
പ്രശ്നങ്ങളെ വിശകലനം ചെയ്യുകയും ജനങ്ങളുടെ മുന്നിൽ അവതരി
പ്പിക്കുകയും ചെയ്തു. സമുദായത്തിന്റെ ഉന്നമനം ലക്ഷ്യമാക്കുന്നതി
നൊപ്പം പൊതുവായ പ്രശ്നങ്ങൾകൂടി ഏറ്റെടുക്കാനും ശക്തമായ ഇട
പെടലുകൾ നടത്താനും വേലുക്കുട്ടി അരയൻ തയ്യാറായി. വളരെ പെട്ട
ന്നുതന്നെ അധഃസ്ഥിതജനതയുടെ ശബ്ദമാകാൻ *അരയനു കഴിഞ്ഞു.*
രണ്ടാം ലക്കത്തിൽ തൊഴിലില്ലായ്മ സൃഷ്ടിക്കുന്ന പ്രശ്നങ്ങളെക്കുറിച്ച്
പറയുന്നിടത്ത് തിരുവനന്തപുരത്ത് നടക്കുന്ന ഉദ്യോഗസ്ഥ കച്ചവടത്തെ
ക്കുറിച്ച് പറയുന്നുണ്ട്. 'ഉദ്യോഗഭ്രമം' എന്നായിരുന്നു ആ ലേഖനത്തിന്റെ
തലക്കെട്ട്. അഴിമതിയും സ്വജനപക്ഷപാതവും കെടുകാര്യസ്ഥതയും
നിറഞ്ഞ തിരുവിതാംകൂറിലെ ഭരണാധികാരികൾക്കെതിരെയുള്ള ശക്ത
മായ നിലപാടാണ് വേലുക്കുട്ടി അരയൻ ഈ ലേഖനത്തിലൂടെ വ്യക്ത
മാക്കിയത്.

ഈ ലക്കത്തിലെ (രണ്ടാം ലക്കത്തിലെ) പത്രാധിപക്കുറിപ്പ് അരയ
സമുദായത്തിലെ വിദ്യാഭ്യാസത്തെക്കുറിച്ചായിരുന്നു. അരയസമുദായ
ത്തിൽ പ്രാഥമികവിദ്യാഭ്യാസം ലഭിച്ചവരുടെ എണ്ണത്തിൽ വർധനവുണ്ടെ
ങ്കിലും ബിരുദധാരികളുടെ എണ്ണം വളരെ കുറവായിരുന്നു. ഇല്ല എന്ന്
തന്നെ പറയാം. ഈ വിഷയത്തിൽ സർക്കാരിന്റെ ശ്രദ്ധക്ഷണിക്കുന്നതി
നായാണ് വേലുക്കുട്ടി അരയൻ പത്രാധിപക്കുറിപ്പ് എഴുതിയത്. കരുനാ
ഗപ്പള്ളി താലൂക്കിൽ അരയ സമുദായത്തിൽ നിന്ന് അക്കാലത്ത് സർക്കാർ
ജോലിയിലുണ്ടായിരുന്നത് ഏതാണ്ട് ആറു പേർ മാത്രമായിരുന്നെന്ന് ഈ
പത്രാധിപക്കുറിപ്പിൽ അദ്ദേഹം വ്യക്തമാക്കുന്നുണ്ട്.

അരയന്റെ മൂന്നാംലക്കത്തിലാണ് പണ്ഡിറ്റ് കെ പി കറുപ്പന്റെ കവി
തയായ 'അരയപ്രശസ്തി' പ്രസിദ്ധപ്പെടുത്തുന്നത്. പണ്ഡിറ്റ് കറുപ്പന്റെ
'ജാതിക്കുമ്മി' എന്ന കവിതയാണ് മലയാളത്തിലെ ആദ്യത്തെ ജാതിവി

രുദ്ധ കാവ്യമായി പരിഗണിക്കുന്നത്. ദളിത് സാഹിത്യശാഖയിലെ എഴുത പ്പെട്ട ദളിത് കവിതയായും കറുപ്പന്റെ ജാതിക്കുമ്മിയെ പരിഗണിക്കുന്നു. 'അരയപ്രശസ്തിയും' അരയസമുദായത്തിന്റെ സ്വത്വത്തെയും ആത്മാഭി മാനത്തെയും ഉയർത്തിപ്പിടിക്കുന്ന കവിതയാണ്.

കെ എസ് ഗോവിന്ദനാശാന്റെ 'മംഗളം' ചേർത്തല പി ജി നാരായ ണപ്പണിക്കരുടെ വിദ്യാർത്ഥി ജീവിതം, വി കെ വേലായുധൻ വൈദ്യന്റെ അനുമോദന കവിത. അരയവംശപരിപാലനയോഗം പ്രഥമ വാർഷിക യോഗത്തിന്റെ റിപ്പോർട്ട്, ഞങ്ങളുടെ എഴുത്തുപെട്ടി എന്ന പംക്തി മത്സ്യം സൂക്ഷിക്കേണ്ട കുറിപ്പുകൾ എന്നിവയായിരുന്നു മൂന്നാം ലക്കത്തിൽ ചേർത്തിരുന്നത്.

തിരുവിതാംകൂർ രാജാവായ ശ്രീമൂലംതിരുനാളിന്റെ ഷഷ്ടി പൂർത്തി മംഗളാശംസയോടെയാണ് നാലാം ലക്കം *അരയൻ* പുറത്തിറങ്ങിയത്. രാജാവിന്റെ ചിത്രം ഒന്നാം പേജിൽ ചേർത്തിരുന്നു. രാജാവിന് ആശംസ കൾ നേർന്നുകൊണ്ട് പലർ രചിച്ച കുറിപ്പുകൾ ഈ ലക്കത്തിലുണ്ടായി രുന്നു.

റഷ്യൻ വിപ്ലവത്തിന്റെ പ്രാധാന്യത്തെ ഉയർത്തിക്കാട്ടുന്ന ഒരു കുറിപ്പ് നാലാം ലക്കത്തിൽ വേലുക്കുട്ടി അരയൻ എഴുതിയിരുന്നു. സമുദായംഗ ങ്ങൾ റഷ്യൻ വിപ്ലവത്തിൽ നിന്ന് പഠിക്കേണ്ട പാഠങ്ങളെക്കുറിച്ചായിരുന്നു അദ്ദേഹം അതിൽ രേഖപ്പെടുത്തിയിരുന്നത്. വേലുക്കുട്ടി അരയൻ തന്റെ ഈ കുറിപ്പിൽ ഇങ്ങനെ എഴുതുന്നു:

റഷ്യ പരിവർത്തനചരിത്രത്തിൽ നിന്നും നാം പലതും പഠിക്കേ ണ്ടതുണ്ട്. ഒരു സംഗതിമാത്രം പറയുവാനേ ഞാൻ പുറപ്പെടുന്നു ള്ളൂ. ഒരു ജനവർഗ്ഗത്തിലെ പ്രഭുക്കളും ധനവാന്മാരും മറ്റും സ്വാർത്ഥതല്പരന്മാരായിരിക്കുന്ന കാലത്തോളം ആ ജന വർഗ്ഗത്തിന് ശ്രേയസ്സുണ്ടാവുന്നതല്ല. സകല മനുഷ്യരും തുല്യരാ ണെന്നുള്ള ബോധത്തോടുകൂടി ജനവർഗ്ഗത്തെ കൃത്യബോധമു ള്ളവരാക്കാൻ അവർ പരിശ്രമിക്കണം. ആദ്യമായി ചെയ്യേണ്ടത്

അതാണ്. അപ്രകാരം ചെയ്താൽ വേണ്ട ശ്രേയസ്സുകളെല്ലാം കാല ക്രമത്തിൽ വന്നുകൊള്ളും. സ്വാർത്ഥതല്പരന്മാരും ക്ഷണഭംഗു രവും വാസ്തവത്തിൽ ഭയലേശം പോലുമില്ലാത്തതുമായ പ്രസി ദ്ധിക്കുമാത്രമായി പലതും കാട്ടിക്കൂട്ടുന്നവരുമായ സമുദായ നേതാ ക്കന്മാരെക്കൊണ്ട് ഒന്നും ചെയ്യാൻ സാധിക്കുന്നതല്ല. അവരിൽ ജനവർഗ്ഗത്തിന് വിശ്വാസമുണ്ടാകുന്നതുമല്ല.

സ്വന്തം നാട്ടിലെ ജനജീവിതത്തെയും സാമൂഹിക ചലനങ്ങളെയും മാത്രമല്ല അരയൻ ശ്രദ്ധിച്ചത്. ലോകത്തെമ്പാടുമുള്ള ജനമുന്നേറ്റങ്ങളിൽ വേലുക്കുട്ടി അരയൻ ആവേശം കൊണ്ടു. അത്തരം അനുഭവങ്ങളെ കരു ത്താക്കിമാറ്റണമെന്ന് സ്വസമുദായത്തോട് അദ്ദേഹം ആഹ്വാനം ചെയ്തു.

സംഘടനാ വാർത്ത എന്ന നിലയിൽ അരയവംശ പരിപാലന യോഗത്തിന്റെ പ്രവർത്തനങ്ങൾ, പുരോഗതി, നിർദ്ദേശങ്ങൾ എന്നിവയും പത്രത്തിൽ ഉൾപ്പെടുത്തിയിരുന്നു. വിമർശനങ്ങൾക്കുള്ള മറുപടിക്കൊപ്പം സമുദായത്തിനുള്ളിലെ അന്ധവിശ്വാസങ്ങളെ തുറന്നുകാട്ടുന്ന കുറിപ്പു കളും അരയൻ പ്രസിദ്ധീകരിച്ചു.

അരയൻ മാസികയുടെ ആറാം ലക്കത്തിലെ മുഖപ്രസംഗം രണ്ട് വിഷയങ്ങളെ സംബന്ധിച്ചായിരുന്നു. ഒന്നാമത്തേത്, ബ്രിട്ടനിൽ നിന്ന് ഇന്ത്യയിലെത്തിയ സ്റ്റേറ്റ് സെക്രട്ടറി മൊണ്ടേഗുവിനെ നേരിൽ കണ്ട് അരയ സമുദായത്തിന്റെ പരാതി ബോദ്ധ്യപ്പെടുത്താൻ ഒരു പ്രതിനിധിയെ അയക്കണമെന്ന ആവശ്യം ഉന്നയിച്ചിട്ടുള്ളതായിരുന്നു. ജാതിപ്പേരുകളിൽ ബ്രിട്ടീഷ് മലബാർ, കൊച്ചി, തിരുവിതാംകൂർ എന്നിവിടങ്ങളിൽ താമസി ക്കുന്ന അരയസമുദായത്തെ ഒന്നായി ചേർത്ത് ഒരു സംഘടന ഉണ്ടാക്കു ന്നതിന് സ്വാമി ആനന്ദയോഗി മുന്നോട്ട് വെച്ച നിർദ്ദേശം നടപ്പാക്കണ മെന്ന് അരയപ്രമാണിമാരോട് അഭ്യർത്ഥിക്കുന്നതായിരുന്നു രണ്ടാമത്തെ എഡിറ്റോറിയൽ.

അരയനിൽ പുസ്തകങ്ങളെ വിലയിരുത്തുന്നതിനായി 'പുസ്തകാ ഭിപ്രായം' എന്നൊരു പംക്തി ആറാം ലക്കത്തിൽ ആരംഭിച്ചു.

ഏഴാം ലക്കത്തിൽ വ്യാസന്റെ ഉത്ഭവത്തെക്കുറിച്ചുള്ള ലേഖനവും കെ കുമാരൻ എഴുതിയ ഇംഗ്ലീഷ് സ്കൂളിലെ മലയാള പഠനം എന്ന ലേഖനവും ഉൾപ്പെടുത്തിയിരുന്നു. 'കാവുകളിൽ പോകരുത്' എന്ന സഹോദരനയ്യപ്പൻ സ്ഥാപിച്ച സഹോദരസംഘത്തിന്റെ ഒരു ലഘുലേഖ അരയനിൽ ഈ ലക്കം പ്രസിദ്ധീകരിക്കുകയുണ്ടായി. ക്ഷേത്രങ്ങളിൽ നിന്ന് പുറത്താക്കപ്പെട്ട അധഃസ്ഥിത വിഭാഗങ്ങളുടെ പ്രതിഷേധങ്ങളാണ് ഈ ലഘുലേഖയിലൂടെ സഹോദരസംഘം മുന്നോട്ട് വെച്ചത്. ആ ലഘു ലേഖയിലെ പ്രസക്തഭാഗങ്ങൾ ചുവടെ:

കൊടുങ്ങല്ലൂരിൽ നമ്മുടെ റോട്ടിൽ നടക്കരുതെന്ന് പറയുന്നത് ക്ഷേത്ര സാമീപ്യം കൊണ്ടാണ്. നമ്മുടെ മാതാപിതാക്കന്മാരെയും

ജാതിയെയും നമ്മുടെ മനുഷ്യത്വത്തെ തന്നെയും ആക്ഷേപിക്കു കയും വെറുക്കുകയും ഉപദ്രവിക്കുകയും അധഃകരിക്കുകയും ചെയ്യുന്ന ആ കൊടുങ്ങല്ലൂർ കാവിൽ ഇതാ താലപ്പൊലി വരുന്നു. നമുക്ക് നാണവും മാനവും ഉണ്ടെങ്കിൽ നമ്മളെ ചവിട്ടിത്താഴ്ത്തു ന്നവരെ തീറ്റിപ്പോറ്റുന്ന അമ്പല ഭണ്ഡാരത്തിൽ ഒരൊറ്റപ്പൈ നേർച്ചയിടുകയില്ലെന്ന് ഈ നിമിഷത്തിൽ പ്രതിജ്ഞ ചെയ്യണം. ലോകമാതാവായ ജഗദീശ്വരി എല്ലായിടത്തുമുണ്ടെങ്കിലും തന്റെ സർവ്വശക്തിത്വം കൊണ്ട് കള്ളുകുടിച്ചും തെറിപറഞ്ഞും തെമ്മാ ടിത്തം കാണിച്ചും, ശിവ ശിവ!, ദയവില്ലാതെ പ്രാണീഹിംസ ചെയ്തും ഉടലോടുകൂടി നരകത്തിലേക്ക് പോകുവാൻ വിസ്താര മായി തുറന്നു വെച്ചിരിക്കുന്ന വാതിലായ കൊടുങ്ങല്ലൂർകാവിൽ നിന്ന് ഒഴിഞ്ഞുനില്ക്കാതിരിക്കയില്ല. കരുണാമൂർത്തിയായ മഹാ ദേവി അവിടെ എങ്ങനെ ഇരിക്കും. മഹാമാരിയാണ് അവിടെയുള്ള ത്. ദേവിയെ ആരാധിക്കാൻ അവിടെ ചെന്ന് വഴിപാട് കഴിക്കേണ്ട. നിങ്ങൾ കൊടുത്ത ധനം നിങ്ങളെ അടിച്ചോടിക്കുവാനും അധർമ്മത്തെ രക്ഷിക്കുവാനും അസൂയയെ ബലപ്പെടുത്തുവാനും അലസതയെ ഊട്ടുവാനും അന്ധവിശ്വാസത്തെ ഉറപ്പിക്കുവാനു മാണ് ഉപയോഗിക്കുക. ഇതിനൊക്കെയാണോ ദാനം ചെയ്യേണ്ടത്? നേർച്ചയിടേണ്ടത്? ആ മഹാപാപം ചെയ്യാതിരിപ്പിൻ. മലിനവും നീചവും നിഷ്ഠുരവുമായ കാവിലെ വായു ശ്വസിച്ചാൽ നിങ്ങൾ അധ:പതിക്കും. വെടിക്കെട്ടോ മറ്റോ കാണണമെന്നുണ്ടെങ്കിൽ വളരെ അകലെയെങ്ങാനും നിന്ന് കണ്ടു മടങ്ങി പോന്ന് കുളിച്ച് വീട്ടിൽ കയറുക. പുണ്യത്തിനും മോക്ഷത്തിനും വേണ്ടിയും കാവിൽ പോകേണ്ട. പാപവും ബന്ധനവുമാണ് നമുക്കവിടെ കിട്ടു ന്നത്.

ഇത്തരത്തിലുള്ള ലഘുലേഖ അരയനിലൂടെ വേലുക്കുട്ടി അരയൻ പ്രസിദ്ധീകരിക്കുന്നത് വ്യക്തമായ സമൂഹികലക്ഷ്യങ്ങൾ മുൻനിർത്ത യാണ്. വഴിനടക്കാനോ ക്ഷേത്രപ്രവേശനത്തിനോ അവകാശമില്ലാതിരുന്ന അധഃസ്ഥിത ജനതയുടെ പ്രതിഷേധങ്ങൾ ഇരമ്പുന്ന ഈ ലഘുലേഖ പ്രസിദ്ധീകരിക്കുക എന്നതും നവോത്ഥാനപ്രവർത്തനത്തിന്റെ ഭാഗമാ യാണ് വേലുക്കുട്ടി അരയൻ കണ്ടത്.

വൃക്ഷങ്ങളെയും ചെടികളെയും സൂക്ഷ്മമായി പഠിക്കുന്ന കെ വി രാഘവൻ നായർ രചിച്ച *സസ്യശാസ്ത്രം* എന്ന ഗ്രന്ഥത്തെക്കുറിച്ച് എട്ടാം ലക്കത്തിലെ പുസ്തകാഭിപ്രായത്തിൽ പരിചയപ്പെടുത്തുന്നുണ്ട്. സസ്യ ങ്ങളെക്കുറിച്ചും വൃക്ഷങ്ങളെക്കുറിച്ചുമുള്ള മലയാളത്തിലെ ആദ്യത്തെ ഗ്രന്ഥമായിരുന്നു *സസ്യശാസ്ത്രം.*

ഒമ്പതാം ലക്കത്തിലെ പത്രാധിപക്കുറിപ്പിൽ ആദ്യ ഭാഗത്ത് അയി

ത്തത്തിനെതിരെ നടക്കുന്ന പ്രക്ഷോഭത്തെക്കുറിച്ചാണ് എഴുതിയിരിക്കു ന്നത്. കെ വി അരയൻ അഞ്ചുതെങ്ങ് എഴുതിയ തിരുവിതാംകൂറിലെ മത്സ്യവ്യവസായത്തെക്കുറിച്ചുള്ള ലേഖനം ഇതേ ലക്കത്തിൽ ചേർത്തി ട്ടുണ്ട്. മത്സ്യവ്യവസായരംഗത്ത് മദ്രാസ് ഗവൺമെന്റ് നടപ്പാക്കിയ പരി ഷ്കാരങ്ങളെക്കുറിച്ചാണ് ഈ ലേഖനം.

നിക്കോൾസൺ സായ്പിനൊപ്പം പ്രവർത്തിക്കുകയും ഉന്നത പദ വിയിലേക്കുയരുകയും പിസികൾച്ചർ എക്സ്പേർട്ട് വി ഗോവിന്ദനെ പ്രകീർത്തിച്ച് വേലുക്കുട്ടി അരയൻ എഴുതിയ ഗോവിന്ദദശകം എന്നൊരു കവിതയും ഒമ്പതാം ലക്കത്തിലുണ്ട്.

ബ്രഹ്മാനന്ദ ശിവയോഗിയുടെ മരണശേഷം അദ്ദേഹത്തിന്റെ സ്വത്തു ക്കളുടെയും പുസ്തകങ്ങളുടെയും അവകാശം രാജയോഗാനന്ദ മതപ്ര ചാര സഭയുടെ അതാത് കാലത്തെ പ്രസിഡന്റിനും ശിഷ്യപരമ്പ രയ്ക്കുമാണെന്ന് രേഖപ്പെടുത്തുന്ന രജിസ്റ്റർ ചെയ്ത സ്വാമിയുടെ ഒസ്യ ത്തിന്റെ അച്ചടിച്ച കോപ്പിയുടെ പകർപ്പ് കൈപ്പറ്റിയെന്ന ഒരു കുറിപ്പും ഈ ലക്കത്തിലുണ്ട്.

പി ജി നാരായണപ്പണിക്കർ 'വിദ്യാർത്ഥിജീവിതം' എന്ന ശീർഷക ത്തിൽ അരയനിൽ എഴുതിക്കൊണ്ടിരുന്ന ലേഖന പരമ്പര വിദ്യാഭ്യാസ ത്തിന്റെ പ്രാധാന്യത്തെ ഉയർത്തിപ്പിടിക്കുന്നതായിരുന്നു. മഹാന്മാരുടെ വിദ്യാഭ്യാസകാലത്തെ അനുഭവങ്ങൾ ഇതോടനുബന്ധിച്ച് ഓരോ ലക്ക ങ്ങളിലായി പ്രസിദ്ധീകരിച്ചിരുന്നു. സോക്രട്ടീസ്, റോബർട്ട് ബ്രൂസ്, ബ്രൂവർ, ഐസക് ന്യൂട്ടൺ, എഡിസൺ, ഗ്ലാഡ്സ്റ്റൻ, നെപ്പോളിയൻ തുട ങ്ങിയവരുടെ വിദ്യാഭ്യാസ ജീവിതത്തിലെ അപൂർവ്വാനുഭവങ്ങളാണ് അദ്ദേഹം ഭരഖപ്പെടുത്തിയത്.

ക്രിസ്തുവിന്റെയും മുഹമ്മദ് നബിയുടെയും പ്രബോധനങ്ങൾ ഉൾപ്പെടുന്ന ലേഖനങ്ങൾ അരയനിൽ കൊടുക്കാറുണ്ടായിരുന്നു. ഒപ്പം മതങ്ങളുടെ പേരിൽ നടക്കുന്ന ചൂഷണങ്ങളെ തുറന്നെതിർക്കാനും വേലു ക്കുട്ടി അരയന് മടിയുണ്ടായിരുന്നില്ല. ഉയർന്ന ജനാധിപത്യബോധത്തി ന്റെയും മതനിരപേക്ഷതയുടെയും കാഴ്ചപ്പാടുകളാണ് *അരയൻ* എന്ന പ്രസിദ്ധീകരണം ഉയർത്തിപ്പിടിച്ചതെന്ന് ഇതിൽ നിന്നൊക്കെ മനസ്സി ലാക്കാം.

'അരയൻ' മാസികയിൽ നിന്ന് വാരികയിലേക്ക്

അരയൻ രണ്ടാം വർഷത്തിലേക്ക് കടന്നതോടെ മാസിക എന്ന നില യിൽ നിന്ന് അത് വാരികയായി മാറി. ആഴ്ചയിലെ എല്ലാ ബുധനാഴ്ചക ളിലുമാണ് വായനക്കാരുടെ കൈയിൽ *അരയൻ* എത്തിയിരുന്നത്. സാമൂ ഹിക വിഷയങ്ങളിൽ *അരയൻ* കൂടുതൽ ശ്രദ്ധപതിപ്പിക്കുന്നത് ഇക്കാല ത്താണ്. ഇതോടെ അതിന്റെ പ്രചാരം വർദ്ധിച്ചു. രാഷ്ട്രീയ വിഷയങ്ങൾ ചർച്ച ചെയ്യുന്നതിനൊപ്പം ഭരണാധികാരികളെ വിമർശിക്കാനും പത്രം

ധൈര്യം കാട്ടി. സ്വാതന്ത്ര്യം, പൗരബോധം, ജനാധിപത്യ ചിന്ത, തൊഴി ലാളി വർഗ സർവ്വാധിപത്യം എന്നീ ആശയങ്ങൾ ജനങ്ങളുടെ ഇടയിൽ ഉയർത്തിക്കൊണ്ടുവരാൻ അരയൻ വലിയ പങ്ക് വഹിച്ചു.

അരയന്റെ മൂന്നാം വർഷത്തെ മൂന്നാംലക്കത്തിലെ പത്രാധിപക്കു റിപ്പ് ശ്രദ്ധേയമായിരുന്നു. മുതലാളി- തൊഴിലാളി വിഭാവന എന്ന തല ക്കെട്ടിൽ വേലുക്കുട്ടി അരയൻ എഴുതിയ ലേഖനം തിരുവിതാംകൂറിൽ തൊഴിലാളി പ്രശ്നം ആദ്യമായി അവതരിപ്പിക്കുകയായിരുന്നു. തൊഴി ലാളി പ്രസ്ഥാനങ്ങളൊന്നും രൂപീകരിക്കപ്പെടാതിരുന്ന അക്കാലത്ത് *അര യനിൽ* പ്രത്യക്ഷപ്പെട്ട ഈ പത്രാധിപക്കുറിപ്പ് ചരിത്രപരമായി പ്രധാ ന്യമുള്ളതാണ്. രാജഭരണത്തെ വിമർശിക്കുകയും റഷ്യൻ വിപ്ലവത്തിന്റെ പ്രാധാന്യത്തെ തുറന്നുകാട്ടുന്നതുമായിരുന്നു പ്രസ്തുത ലേഖനം. ഈ പത്രാധിപക്കുറിപ്പിലെ പൊതുജനപ്രാതിനിധ്യം എന്ന ഭാഗത്ത് വേലു ക്കുട്ടി അരയൻ ഇങ്ങനെ എഴുതുന്നു:

പൊതുജനങ്ങൾക്കുവേണ്ടി പ്രാതിനിധ്യം വഹിക്കുന്നവർ അവരുടെ സമ്മതിദാനാവകാശികളുടെ നേർക്ക് എത്രകണ്ട് സ്നേഹവിശ്വാ സ, ബഹുമാനാദികളോടുകൂടി പെരുമാറേണ്ടതാണെന്ന ബോധം അവരുടെ ഹൃദയത്തിൽ ഗാഢമായി പതിയേണ്ടതിനുംപുറമേ തങ്ങ ളുടെ സ്ഥാനത്തെയും കൃത്യത്തെയും ശ്രദ്ധയോടുകൂടി സമീ ക്ഷണം ചെയ്തു നിർദ്ദിഷ്ട പദത്തിൽ നിന്ന് ഭ്രഷ്ടരാകാതെ സൂക്ഷിക്കേണ്ടതുംകൂടി അവരുടെ മുഖ്യകടമയാണല്ലോ. എന്നാൽ ആ ബോധവും മുറയും ഒക്കെ ഈയിടെ ചില ജനപ്രതിനിധിക ളിൽനിന്നും വിട്ടുമാറിയതായി പല തെളിവുകളും കിട്ടിക്കൊണ്ടി രിക്കുന്നു.

കൂലിക്കാരെക്കൊണ്ട് നട്ടെല്ലും ഞരമ്പും നുറുങ്ങെ, വേലചെയ്യിച്ച് അവരുടെ വിയർപ്പുതുള്ളി പിഴിഞ്ഞുണ്ടാക്കുന്ന കുബേരത്വം ഭാവിച്ചും ആ ഉന്നത പദവിയെത്തിയിരുന്നിട്ടും അതിനുകാരണഭൂ തരായ കൂലിക്കാരെ നികൃഷ്ടരായിട്ടും അസ്വതന്ത്രരായിട്ടും പരി ഗണിച്ചും പലതും ചെയ്തുപോന്നു. ഇന്ത്യയിലെ പല മുതലാളി കളുടെയും തൊപ്പികൾ വിയർപ്പുകൊണ്ട് നനയാത്ത ഒരു മിനിട്ടു മില്ല. ഇപ്പോൾ കൂലിക്കാരുടെ സുവർണ്ണകാലമായിരിക്കുന്നു. ഭക്ഷണം പോലും കഴിക്കാതെ ഉദയാസ്തമനം പണിയെടുക്കുന്ന കൂലിക്കാരിൽനിന്നാണ് തങ്ങൾക്കുള്ള അഭ്യുദയമെന്നും വിജയ മെന്നും അവർ വിചാരിക്കുന്നില്ല.

തൊഴിലാളി വർഗ്ഗത്തോട് ഐക്യദാർഢ്യം പ്രഖ്യാപിക്കുകയും അവ രുടെ അദ്ധ്വാനത്തിന്റെ മഹത്ത്വത്തെ തിരിച്ചറിയുകയും ചെയ്യുന്ന ഇത്തരം പത്രാധിപ കുറിപ്പുകൾ സംഘടിത തൊഴിലാളി പ്രസ്ഥാനത്തിനുമുമ്പു

തന്നെ അരയനിൽ പ്രത്യക്ഷപ്പെട്ടു എന്നത് കേരളത്തിലെ തൊഴിലാളി മുന്നേറ്റങ്ങളുടെയും പ്രസ്ഥാനങ്ങളുടെയും വളർച്ചയ്ക്ക് കരുത്തുപകരുന്നതാണ്. പൗരസമത്വവാദം ഉയർന്നുവരുന്ന ഘട്ടത്തിലും ഇതു സംബന്ധിച്ച നിലപാടുകൾ വ്യക്തമാക്കുന്ന ലേഖനങ്ങൾ വേലുക്കുട്ടി അരയൻ തന്റെ പത്രത്തിലെഴുതി. അക്കാലത്തെ ഒട്ടുമിക്ക പത്രങ്ങളും ഏതെങ്കിലും മതവിഭാഗത്തിന് അനുകൂലമായോ അവരെ പ്രീണിപ്പിക്കുന്നതിനോ തയ്യാറായപ്പോൾ പൗരസമത്വവാദം എന്ന ആശയം എല്ലാവരും ഒറ്റക്കെട്ടായി നേടിയെടുക്കേണ്ടതാണെന്ന് എഴുതാൻ വേലുക്കുട്ടി അരയൻ തയ്യാറായി.

ക്രൈസ്തവ വിഭാഗത്തിന്റെ കാഴ്ചപ്പാടിൽ നിന്നുകൊണ്ടുമാത്രം പൗരസമത്വവാദം എന്ന ആശയത്തെ ഉയർത്തിക്കാണിച്ചുകൊണ്ട് *കേരള ചന്ദ്രിക* എന്ന പത്രം ലേഖനം എഴുതിയപ്പോൾ വേലുക്കുട്ടി അരയൻ ഇതിനെ ഖണ്ഡിച്ച് തന്റെ പത്രത്തിൽ പത്രാധിപക്കുറിപ്പ് എഴുതുകയുണ്ടായി. പൗരസമത്വവാദം ഉയർന്നുവന്നത് ക്രൈസ്തവരുടെ ഇടയിൽ നിന്നാണെന്നും ഇത്തരം വാദങ്ങൾ ഉന്നയിക്കാൻ അവർക്ക് മാത്രമേ അവകാശമുള്ളൂ എന്നും ഇക്കാര്യത്തിൽ ഈഴവരെയും മുസ്ലീങ്ങളെയും ക്രൈസ്തവർ കൂട്ടുപിടിക്കുന്നത് തെറ്റാണെന്നുമാണ് *കേരള ചന്ദ്രിക* എഴുതിയത്. ഇത്തരം സങ്കുചിത നിലപാടുകളെയാണ് വേലുക്കുട്ടി അരയൻ എതിർത്തത്.

ഒന്നാം ലോകമഹായുദ്ധത്തിനുശേഷമുണ്ടായ ഭക്ഷ്യക്ഷാമത്തെക്കുറിച്ചും സദ്യ ഊട്ട് തുടങ്ങിയ സവർണ്ണസമുദായത്തിന്റെ ആചാരങ്ങൾ സൃഷ്ടിക്കുന്ന ധൂർത്തിനെക്കുറിച്ചും അരയൻ മുഖപ്രസംഗം എഴുതിയിട്ടുണ്ട്. ഗാന്ധിജിയുടെ കേരളസന്ദർശനവുമായി ബന്ധപ്പെട്ട് അരയനിൽ എഴുതിയ മുഖപ്രസംഗത്തിൽ (1921) അധഃസ്ഥിത വിഭാഗങ്ങളുടെ ശോചനീയാവസ്ഥയിലേക്ക് ഗാന്ധിജിയുടെ ശ്രദ്ധ ക്ഷണിക്കുന്നതായിരുന്നു. അതിന്റെ ചില ഭാഗങ്ങൾ ചുവടെ ചേർക്കുന്നു:

> കേരളത്തിലെ കഴിയുന്നതും വേഗത്തിൽ ഒരു അധഃകൃത കോൺഗ്രസ് സ്ഥാപിക്കേണ്ടത് അത്യാവശ്യമായിരിക്കുന്നു. ഈ കോൺഗ്രസിന്റെ പ്രഥമ യോഗം തിരുവിതാംകൂറിൽ സൗകര്യമുള്ള ഒരു നഗരത്തിൽ വെച്ച് കൂടുകയും മഹാത്മാഗാന്ധിയോട് തങ്ങൾക്കുള്ള ഭക്തി സ്നേഹ ബഹുമാനങ്ങൾ, തങ്ങൾ ഉയർന്ന ഹിന്ദുക്കളിൽ നിന്നും അനുഭവിക്കുന്ന അസ്വാതന്ത്ര്യങ്ങൾ മൂലം അദ്ദേഹത്തെ അനുകരിക്കുന്നതായി നടിക്കുന്ന നമ്പൂതിരിതൊട്ട് നായർ വരെയുള്ളവരിൽ നിന്ന് അനുഭവിക്കുന്ന അസ്വാതന്ത്ര്യങ്ങൾമൂലം തങ്ങൾക്ക് സ്വരാജ്യത്തിനായി ഇപ്പോൾ യാതൊന്നും പ്രവർത്തിപ്പാൻ നിവൃത്തിയില്ലെന്ന പരമാർത്ഥ സംഗതി രേഖപ്പെടുത്തുകയും ചെയ്യേണ്ടതാണ്. കേരളത്തിലെ ഭീമ ദുരാചാരങ്ങൾ ഒന്നും അദ്ദേഹം അറിഞ്ഞിരിക്കില്ല. അദ്ദേഹം സൃഷ്ടിക്കുവാൻ പോകുന്ന

സ്വരാജ്യം ഇന്ത്യയിലെ 35കോടി ജനങ്ങളുടെ സ്വരാജ്യമായിരിക്ക ണമെന്നുതന്നെയാണ് ആ പുണ്യപുരുഷന്റെ വിചാരമെന്ന് നമുക്ക് നേരിട്ടറിയാൻ ഇടയാകുന്നത് വളരെ അഭിമാനകരമായിരിക്കുമല്ലോ.

'അരയൻ' നിരോധിക്കുന്നു

വിദ്യാർത്ഥികളുടെ ഫീസ് വർദ്ധിപ്പിച്ച രാജഭരണത്തിന്റെ നടപടി ക്കെതിരെ 1921 ൽ വിദ്യാർത്ഥികൾ വലിയ പ്രക്ഷോഭണം നടത്തി. ഇതിനെ അതിക്രൂരമായാണ് ഭരണാധികാരികൾ നേരിട്ടത്. ഈ അനീതിയെ ചോദ്യം ചെയ്ത് പത്രാധിപക്കുറിപ്പെഴുതാൻ വേലുക്കുട്ടി അരയൻ കാട്ടിയ ധൈര്യം എല്ലാവരെയും അത്ഭുതപ്പെടുത്തി. കാരണം അക്കാലത്ത് രാജ ഭരണത്തിനും രാജാവിനുമെതിരെ നിശിതമായ ഭാഷയിൽ ആരും വിമർശിക്കാൻ ധൈര്യപ്പെട്ടിരുന്നില്ല. വിദ്യാർത്ഥിമർദ്ദനം നടന്ന തിരുവന ന്തപുരം മഹാരാജാസ് കോളേജ് സന്ദർശിച്ച് റിപ്പോർട്ട് തയ്യാറാക്കി അത് പ്രസിദ്ധീകരിക്കാൻ തയ്യാറായത് മലയാള പത്രപ്രവർത്തനചരിത്രത്തിലെ തന്നെ പ്രധാനസംഭവമാണ്.

ഇതോടെ *അരയൻ* പത്രം സർക്കാർ നിരോധിക്കുകയും പ്രസ് കണ്ടു കെട്ടുകയും ചെയ്തു. രാജാധികാരത്തിന് ഇതുകൊണ്ടൊന്നും വേലുക്കുട്ടി അരയനോടുള്ള പ്രതികാരം തീർന്നിരുന്നില്ല. ശ്രീമൂലം പോപ്പുലർ അസംബ്ലിയിൽ അംഗമാക്കുന്നതിനായി അദ്ദേഹത്തിന്റെ പേരും ലിസ്റ്റിൽ ഉൾപ്പെടുത്തിയിരുന്നു. എന്നാൽ സർക്കാരിനെതിരെ രൂക്ഷവിമർശനം പ്രസിദ്ധീകരിച്ചതോടെ ലിസ്റ്റിൽ നിന്ന് വേലുക്കുട്ടി അരയന്റെ പേര് നീക്കം ചെയ്യപ്പെട്ടു. ഇത്തരം സംഭവങ്ങൾ ഉണ്ടാകുമെന്ന് നേരത്തേ തന്നെ അദ്ദേഹം മനസ്സിലാക്കിയിരുന്നു. എന്നാൽ തനിക്ക് ലഭിക്കുന്ന സ്ഥാന മാനങ്ങൾക്കുമപ്പുറം സാമൂഹ്യപ്രതിബദ്ധതയിലൂന്നിയ പ്രവർത്തന ങ്ങൾക്കാണ് മുൻതൂക്കം നല്കുക എന്നതിന്റെ ഉത്തമോദാഹരണമായി ഈ സംഭവത്തെ കാണാവുന്നതാണ്.

അങ്ങനെ *അരയൻ* എന്ന പത്രം നിലച്ചു. കേരളനവോത്ഥാനത്തിന്റെ നാവായിരുന്നു *അരയൻ*. നീതിക്കും സമത്വത്തിനും വേണ്ടി നിലകൊ ണ്ടതിന്റെ പേരിൽ അക്ഷര വിരോധികളായ അധികാരിവർഗ്ഗം അതിന്റെ നാവരിഞ്ഞു.

പത്രം നിരോധിച്ചെങ്കിലും സാമൂഹിക നവോത്ഥാനപ്രവർത്തനങ്ങ ളുമായി വേലുക്കുട്ടി അരയൻ മുന്നോട്ടുപോയി. ഇതിനിടയിൽ ജാമ്യത്തുക കെട്ടിവെച്ച് *അരയനെ* വീണ്ടും ജനങ്ങളുടെ കൈകളിലെത്തിക്കുവാൻ വേലുക്കുട്ടി അരയൻ ശ്രമിച്ചു. അദ്ദേഹത്തിന്റെ ആ ശ്രമം ഫലം കണ്ടു. പക്ഷേ എഴുത്തിൽ ഒരു വിട്ടുവീഴ്ചയ്ക്കും അദ്ദേഹം തയ്യാറായില്ല.

നിരോധനത്തിനുശേഷം പുറത്തിറങ്ങിയ ലക്കത്തിൽ ഹിന്ദുമത പരി ഷ്കാരം എന്ന തലക്കെട്ടിൽ എഴുതിയ പത്രാധിപക്കുറിപ്പ് വലിയ ചർച്ച

കൾക്ക് തിരികൊളുത്തി. ഹിന്ദുമതത്തെ പരിഷ്കരിക്കാൻ ഇറങ്ങിയവരു
ടെ പൊള്ളത്തരത്തെ തുറന്നുകാട്ടുന്നതായിരുന്നു ആ ലേഖനം. അതിന്റെ
ചില ഭാഗങ്ങൾ ചുവടെ കൊടുക്കുന്നു:

ഹിന്ദുമതമെന്നും ഹിന്ദുക്കളെന്നും പേരുണ്ടായിട്ട് ഇപ്പോൾ അനേകം
ശതവർഷങ്ങൾ കഴിഞ്ഞിരിക്കുന്നു. ആമ്നായന്യായേന 'ഹിന്ദു' ശബ്ദ
ത്തിന്റെ ആഗമമോ അർത്ഥമോ അന്വേഷിക്കേണ്ട ആവശ്യംപോലുമി
ല്ലാതെ നാം ഹിന്ദുക്കളെന്നും നമ്മുടെ മതം ഹിന്ദുമതമെന്നും വിശ്വസി
ച്ചുപോരുകയായിരുന്നു. വൈദിക പ്രമാണങ്ങളാകുന്നു ഹിന്ദുക്കളുടെ മതാ
ദർശങ്ങൾ. പുരാണങ്ങളും ഇതിഹാസങ്ങളും അവരുടെ ആചാരാദർശ
ങ്ങൾ അത്രേ. ഉപനിഷത്തുക്കൾ അഥവാ ബ്രാഹ്മണങ്ങൾ പരമാന്ദ്യല
ബ്ധിക്കുള്ള സന്നതായും അവർ വിശ്വസിച്ചുവരുന്നു. അവർക്ക് നാലു
വേദങ്ങളും പതിനെട്ടു പുരാണങ്ങളും കൂടാതെ ആറുശാസ്ത്രങ്ങൾ കൂടി
യുണ്ട്. ഈ ശാസ്ത്രങ്ങൾ കൊണ്ട് അവരും ഭാഷയും ജ്യോതിസുകളും
ഗോളങ്ങളും പദ്യവും വൃത്തവും അവരും ന്യായവും മറ്റും മറ്റും കൂടി
ബന്ധിച്ചിരിക്കയാണ്. വേദങ്ങളിലോ ശാസ്ത്രങ്ങളിലോ ഇതിഹാസപു
രാണാദികളിലോ മറ്റ് ബ്രാഹ്മണങ്ങളിലോ ഹിന്ദുക്കളുടെ സംസ്കൃതകാ
വ്യങ്ങളിലോ നോക്കിയാൽ 'ഹിന്ദു' ശബ്ദം കാണാൻ കഴിയുകയില്ല.

മതഗ്രന്ഥങ്ങളിലോ ആദർശഗ്രന്ഥങ്ങളിലോ ശാസ്ത്രങ്ങളിലോ അവ
എഴുതപ്പെട്ടിരിക്കുന്ന ഭാഷയിലോ ഇല്ലാത്ത ഈ 'ഹിന്ദു' ശബ്ദം ഹിന്ദു
ക്കൾക്ക് ലഭിച്ചതെങ്ങനെയാണ്? സംസ്കൃത ശബ്ദകോശങ്ങളിലൊ
ന്നിലും 'ഹിന്ദു' പദത്തിന് പ്രവേശം അനുവദിച്ചുകാണുന്നില്ല. എന്നാൽ
ഇരുപതാം ശതകത്തിലെ ഇംഗ്ലീഷ് നിഘണ്ടുക്കളിൽ പോലും 'ഹിന്ദു'
എന്നും 'ഹിന്ദുസ്ഥാനി' എന്നും കാണ്മാനുണ്ട്. ഹിന്ദുസ്ഥാന നിവാസി
കളെ ഹിന്ദുക്കളെന്നും അവരുടെ ഭാഷയെ ഹിന്ദുസ്ഥാനി എന്നും വിളി
ച്ചുവന്നതാണെന്നു തോന്നുന്നു. ഹിന്ദുക്കൾക്ക് അവർ തന്നെ ആ പേര്
സൃഷ്ടിച്ചതായിരുന്നെങ്കിൽ അവരുടെ സാഹിത്യഗ്രന്ഥങ്ങളിലെങ്കിലും
'ഹിന്ദു' ശബ്ദത്തിന് പ്രവേശം കൊടുക്കുമായിരുന്നല്ലോ. സിന്ധുനദിയുടെ
തീരത്തിൽ താമസിച്ചിരുന്ന ആര്യന്മാർ മ്ലേച്ഛന്മാർ നാക്കുതിരിയാതെ
ഹിന്ദുക്കളെന്ന് (സിന്ധുക്കൾക്ക് പകരം) വിളിച്ചതാണെന്ന് ഭാരതാനു
വർണ്ണനങ്ങളിൽ കാണുന്നത് പരമാർത്ഥീകരിക്കാവുന്നതാണെങ്കിൽ ആ
മ്ലേച്ഛന്മാർ ആരാണെന്നാരായേണ്ടിയിരിക്കുന്നു. ഇന്ത്യയിലെ ആദിമ നിവാ
സികളായ കൂട്ടരാണ് മ്ലേച്ഛന്മാർ എന്നുവരാനിടയുണ്ടോ?

ഹിന്ദു എന്ന പരികല്പനയ്ക്ക് പുറത്തുനില്ക്കുന്ന അധഃസ്ഥിതസ
മൂഹത്തെ ഹിന്ദുവായി പരിഗണിക്കണോ വേണ്ടയോ എന്നതല്ല അടി
സ്ഥാന പ്രശ്നം. മറിച്ച് അവർ നേരിടുന്ന സാമൂഹികവും സാമ്പത്തിക
വുമായ അസമത്വങ്ങളും ജാതി ബന്ധിതമായ സമൂഹത്തിൽ അവർ അനു
ഭവിക്കുന്ന വിവേചനങ്ങളുമാണെന്ന് വേലുക്കുട്ടി അരയൻ തിരിച്ചറിഞ്ഞു.
ഹിന്ദുമതത്തെ നവീകരിച്ച് അധഃസ്ഥിതരെ അതിലേക്ക് ആകർഷിക്കു

വാനുള്ള ശ്രമങ്ങൾ നടന്നി
രുന്ന അക്കാലത്ത് നവോ
ത്ഥാനത്തിന്റെ ഏറ്റവും
ശരിയായ നിലപാടായി
രുന്നു അരയൻ ഉയർത്തി
പ്പിടിച്ചതെന്ന് ഈ മുഖപ്ര
സംഗത്തിൽ നിന്ന് മനസ്സി
ലാക്കാം.

1922 ന് ഗാന്ധിജിയെ
അറസ്റ്റ് ചെയ്തപ്പോൾ
അതേ മാസം ഇറങ്ങിയ
അരയനിൽ ഇതിനെ അപ
ലപിച്ചുകൊണ്ട് വേലു
ക്കുട്ടി അരയൻ പത്രാധിപ
ക്കുറിപ്പ് എഴുതുകയും
ഇതിനൊപ്പം ഗാന്ധിജി
യുടെ ലഘുജീവചരിത്രം
പ്രസിദ്ധീകരിക്കുകയും
ചെയ്തു. കുമാരനാശാന്റെ
ദുരവസ്ഥ പ്രസിദ്ധീകരി
ച്ചപ്പോൾ അതിനെക്കുറിച്ച്
ചില വിവാദങ്ങളൊക്കെ
ഉണ്ടായി. അക്കാലത്തെ
ഒട്ടുമിക്ക പത്രങ്ങളും ഈ
കൃതിയെ മുൻ നിർത്തി

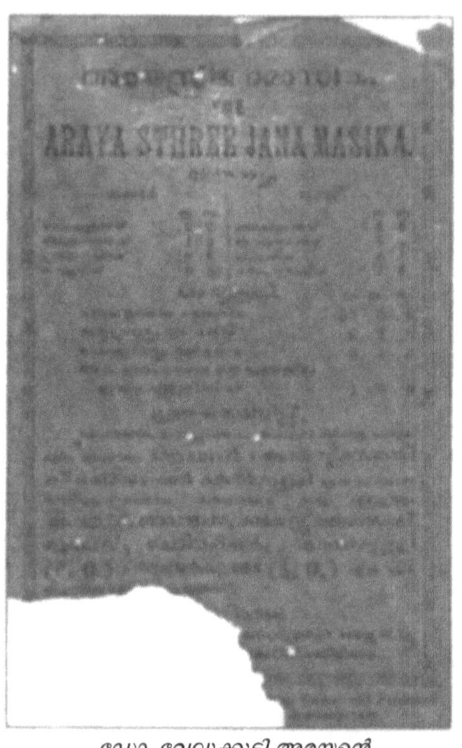

ഡോ. *വേലുക്കുട്ടി അരയന്റെ
പത്രാധിപത്യത്തിൽ പുറത്തിറങ്ങിയ
അരയസ്ത്രീ ജനമാസികയുടെ പുറംചട്ട*

വിമർശനങ്ങൾ പ്രസിദ്ധീകരിക്കുകയുണ്ടായി. മുസ്ലീം സമൂഹത്തെ അപ
കീർത്തിപ്പെടുത്തുന്ന രീതിയിൽ കവിതയിൽ പരാമർശമുണ്ടെന്ന ആക്ഷേ
പമാണ് ഉയർന്നുവന്നത്. ഈ സമയത്ത് കുമാരനാശാന് അനുകൂലമായ
നിലപാട് സ്വീകരിക്കാൻ പലരും തയ്യാറായില്ല. ആലുവ അദ്വൈതാശ്രമ
ത്തിലെ സത്യവ്രത സ്വാമിയെപ്പോലുള്ളവർ രംഗത്തുവന്നെങ്കിലും
അതൊന്നും പ്രസിദ്ധീകരിക്കാൻ ആരും തയ്യാറായില്ല. ആശാനെ പിന്തു
ണച്ച് *ദുരവസ്ഥയിൽ* ഇസ്ലാമിക വിരുദ്ധമായി ഒന്നുമില്ലെന്ന് ചൂണ്ടിക്കാട്ടി
ദുരവസ്ഥ എന്ന തലക്കെട്ടിൽ വേലുക്കുട്ടി അരയൻ മുഖപ്രസംഗം
എഴുതി. അതിന്റെ ഭാഗങ്ങൾ ചുവടെ കൊടുക്കുന്നു:

മഹാകവി കുമാരനാശാൻ അവറുകളുടെ *ദുരവസ്ഥ* എന്ന കൃതി
മുഹമ്മദീയ ലോകത്തിന് പൊതുവെ അപമാനകരമാണെന്ന് മുസ്ലീം
സഹോദരങ്ങൾ ധരിച്ചുവശായിരിക്കുന്നു. ഏതാനും കൊല്ലങ്ങൾക്കുമുമ്പ്
മിസ്റ്റർ ജി രാമൻ മേനോൻ എം എ 'തച്ചൊള്ളിതേനൻ' എന്ന വടക്കൻ

പാട്ട് പാഠപുസ്തകമാക്കിയിരുന്നു.
അതിൽ മുഹമ്മദീയർക്കു മുഴു
വനും അപമാനകരമായി ഏമോട്ടേ
എന്ന പരിഹാസപദം പ്രയോഗിച്ചി
രുന്നു. അന്നത്തെ നാലാം ക്ലാസ്
വിദ്യാർത്ഥികളായ മുഹമ്മദീയ
ബാലന്മാരും അത് പഠിക്കാൻ
നിർബ്ബന്ധിതരായിരുന്നു. എന്നാൽ
ആ പദം അതിൽ നിന്ന് എടുത്തു
കളവാനോ അല്ലെങ്കിൽ ആ
പുസ്തകം തന്നെ പാഠപുസ്തക
മാക്കാതിരിപ്പാനോ മുസ്ലീം
സഹോദരങ്ങൾ അന്ന്
യാതൊന്നും ചെയ്തതായി
ഓർക്കുന്നില്ല. നേരേ മറിച്ച് ആ
സമുദായത്തിലെ ഏതാനും
'അക്രമികളെ' മാത്രം വിശേഷിപ്പി
ക്കുന്ന 'ക്രൂരദുഷ്ടാദി' പദങ്ങളെ

ഫിഷറീസ് മാഗസിന്റെ മുഖചിത്രം

ദുരവസ്ഥയിൽനിന്നും എടുത്തുകളവാനും അല്ലാത്ത പക്ഷം *ദുരവസ്ഥ*
പാഠപുസ്തകമാക്കാതിരിപ്പാനും എത്ര സഭകളും തീർപ്പുകളുമാണ് നട
ത്തുന്നത്. തച്ചോള്ളിതേനന്റെ പ്രസാധകൻ മിസ്റ്റർ മേനോനും ദുരവസ്ഥ
യുടെ പ്രസാധകൻ ഈഴവനായ മി. ആശാനും ആയതാണ് ഇതിന് കാര
ണം.

ഇത്തരത്തിൽ *അരയൻ* പത്രം സാമൂഹിക സാംസ്കാരിക ഇടപെട
ലുകൾ നടത്തിക്കൊണ്ടിരിക്കുന്നതിനിടയിൽ ഇടയ്ക്ക് വെച്ച് പ്രസിദ്ധീ
കരണം നിലച്ചുപോകുന്നുണ്ട്. പക്ഷേ ചെറിയൊരു ഇടവേളയ്ക്കുശേഷം
പത്രം വീണ്ടും ഇറങ്ങിത്തുടങ്ങി.

അധഃസ്ഥിതവിഭാഗങ്ങളുടെ മോചനം സാദ്ധ്യമാകണമെങ്കിൽ സ്വാത
ന്ത്ര്യവും ജനാധിപത്യ അവകാശങ്ങളും സാമൂഹികവും രാഷ്ട്രീയവു
മായ പുരോഗതിയും ഉണ്ടാകണമെന്ന് ചൂണ്ടിക്കാട്ടി 1922 മാർച്ച് 22 ലക്ക
ത്തിൽ ക്ഷേത്രപ്രവേശന വാദത്തെ മുൻ നിർത്തി വേലുക്കുട്ടി അരയൻ
എഴുതിയ മുഖപ്രസംഗം വലിയ ചർച്ചയായി. അവർണ്ണർക്ക് ക്ഷേത്രപ്ര
വേശനം നല്കണമെന്ന് ആവശ്യപ്പെട്ട് അദ്ദേഹം മുന്നോട്ടുവെച്ച നിർദ്ദേ
ശങ്ങൾക്ക് പിന്തുണ നല്കാൻ ചങ്ങനാശ്ശേരി പരമേശ്വരൻ പിള്ള, ത്രിവി
ക്രമൻ തമ്പി, മന്നത്തുപത്മനാഭൻ എന്നിവർ രംഗത്തുവന്നു.

അരയൻ പത്രത്തോടൊപ്പം സ്ത്രീകൾക്കായി ഒരു പ്രസിദ്ധീകര
ണവും വേലുക്കുട്ടി അരയൻ ആരംഭിച്ചു. അരയ സ്ത്രീജനമാസിക എന്നാ
യിരുന്നു അതിന്റെ പേര്. ഇതിനൊപ്പം നിരവധി പ്രസിദ്ധീകരണങ്ങളും

അദ്ദേഹത്തിന്റെ നേതൃത്വത്തിൽ പുറത്തുവന്നു. *ധർമ്മപോഷിണി* (1942), *ഫിഷറീസ് മാഗസിൻ* (1948) *കലാകേരളം* (1952) *തീരദേശം* (1953), *ഫിലിം ഫാൻ* (1962) *സമാധാനം* (1950) *ഫിഷറീസ് മാഗസിൻ* (1965- 1969), *രാജ്യാ ഭിമാനി* (1943- 1947) എന്നിവയാണ് വേലുക്കുട്ടി അരയന്റെ പത്രാധിപ തൃത്തിൽ പുറത്തിറങ്ങിയ പ്രസിദ്ധീകരണങ്ങൾ. കൂടാതെ *ചിരി* എന്ന പേരിൽ ഒരു ഹാസ്യമാസികയും അദ്ദേഹം നടത്തിയിരുന്നു. അതിൽ സ്വന്തം പേരിലും ചെമ്മാന്ത്രം എന്ന തൂലികാനാമത്തിലും അരയൻ ഹാസ്യരചനകൾ നടത്തിയിരുന്നു.

സാമൂഹിക സാംസ്കാരിക നവോത്ഥാനത്തിൽ പത്രത്തിനുള്ള പങ്കിനെ ശരിയായി തിരിച്ചറിഞ്ഞ പ്രതിഭയായിരുന്നു വേലുക്കുട്ടി അര യൻ. അരയൻ എന്ന പത്രം തന്റെ ഉപജീവനമായിട്ടല്ല അദ്ദേഹം കണ്ട ത്. സാമൂഹിക പുരോഗതിയിൽ അക്ഷരങ്ങൾക്കുള്ള പങ്കിനെ തിരിച്ച റിഞ്ഞതിന്റെ ഭാഗമായിരുന്നു അദ്ദേഹത്തിന്റെ പത്ര പ്രവർത്തനം. നവോ ത്ഥാന മുന്നേറ്റങ്ങളുടെ ചരിത്രത്തിൽ പത്രങ്ങൾക്കുള്ള പങ്കിനെ അന്വേ ഷിക്കുന്ന ആർക്കും വേലുക്കുട്ടി അരയന്റെ പത്രങ്ങളെയും അദ്ദേഹ ത്തിന്റെ പത്രപ്രവർത്തനത്തെയും അവഗണിക്കാൻ കഴിയില്ല.

7

സാഹിത്യകാരനായ വേലുക്കുട്ടി അരയൻ

സാമൂഹ്യപ്രവർത്തനങ്ങളോടൊപ്പം സാഹിത്യത്തിന്റെ വിഭിന്ന വഴി കളിലൂടെ വേലുക്കുട്ടി അരയൻ സഞ്ചരിച്ചു. പദ്യകൃതികൾ, ആട്ടക്കഥ, പരിഭാഷ, നിരൂപണം, ബാലസാഹിത്യം, കഥകൾ, നോവൽ, നാടകം എന്നീ മേഖലകളിൽ അദ്ദേഹം നിരവധി ഗ്രന്ഥങ്ങൾ രചിച്ചു. കുമാരനാ ശാനായിരുന്നു വേലുക്കുട്ടി അരയനെ ഏറ്റവും സ്വാധീനിച്ച എഴുത്തു കാരൻ.

കേരളത്തിന്റെ തീരപ്രദേശങ്ങളിൽ വാമൊഴിയായി പ്രചാരം നേടിയ നാടൻപാട്ടാണ് അരയപുരാണം. ഇരട്ടകളായ രണ്ട് അരയ യോദ്ധാക്ക ളുടെ വീരസാഹസിക കഥ വടക്കൻ പാട്ട് രീതിയിൽ അവതരിപ്പിക്കുന്ന താണ് അരയപുരാണം. ഈ പാട്ടിനെ മുൻനിർത്തി *അച്ഛനും കുട്ടിയാനും* എന്ന പേരിൽ ഒരു കാവ്യം വേലുക്കുട്ടി അരയൻ രചിക്കുകയുണ്ടായി. അതുവരെ വാമൊഴിയായി പ്രചരിച്ചിരുന്ന അരയപുരാണത്തിന്റെ ലിഖി തരൂപമായി ഇതിനെ കണക്കാക്കാം. വടയാദിച്ച മൂത്തരയൻ പെണ്ണുകാ ണാൻ പോയ കഥ, വടയാദിച്ച മൂത്തരയൻ കടലേറിയ കഥ, അച്ഛന്റെയും കുട്ടിയാന്റെയും ജനനവും ബാല്യവും വിദ്യാഭ്യാസവും, കുട്ടിയാൻ കറി ത്തേറു കള്ളനെ അമ്പെയ്ത കഥ, കടുവാ മോറൻ കാരണ്യപണിക്കനെ കൊന്ന കഥ, അച്ഛനും കുട്ടിയാനും തവിയാദേശത്തു പോയ കഥ എന്നിങ്ങനെയുള്ള കഥകളാണ് *അച്ഛനും കുട്ടിയാനും* എന്ന കൃതിയിലു ള്ളത്.

ദ്രുതഗതിയിൽ കവിത രചിക്കുവാൻ വേലുക്കുട്ടി അരയന് പ്രത്യേക സാമർത്ഥ്യം ഉണ്ടായിരുന്നു. ഒരിക്കൽ ചെറിയഴീക്കൽ വെച്ച് ആത്മവി ദ്യാസംഘത്തിന്റെ പ്രസിഡന്റായിരുന്ന വാഗ്ഭടാനന്ദഗുരുവിനു നല്കിയ സ്വീകരണ സമ്മേളനത്തിൽ വേലുക്കുട്ടി അരയനും ക്ഷണിക്കപ്പെട്ടിരു

ന്നു. സമ്മേളനവേദിയിൽ ഇരുന്നുകൊണ്ടുതന്നെ അദ്ദേഹം വാഗ്ഭടാന ദഗുരുവിനെക്കുറിച്ച് ഒരു കവിത എഴുതുകയും അത് അവിടെ അവതരി പ്പിക്കുകയും ചെയ്തു.

ചാത്തൻ തുടങ്ങി ചതുർഭുജനോളവും
മുപ്പത്തിമുക്കോടിദേവന്മാരെ
മുക്കിലും മൂലയ്ക്കും വച്ചു പൂജിച്ചിട്ടും
മൂഢഹൃദയം നിറഞ്ഞഭൂവിൽ
അദ്ധ്യാത്മബോധമണച്ചസദനരും
മർത്ത്യർക്കുസമ്പത്തായ് തീർത്തുകൊൾവാൻ
ഇവയായിരുന്നു ആ കവിതയിലെ വരികൾ.

പതിമൂന്നാം വയസ്സിലാണ് തന്റെ ആദ്യസാഹിത്യകൃതിയായ *കിരാ താർജ്ജുനീയം ഓട്ടൻതുള്ളൽ* വേലുക്കുട്ടി അരയൻ പ്രസിദ്ധീകരിക്കു ന്നത്. തുടർന്ന് വിവിധ മേഖലയിലെ സാമൂഹിക പ്രവർത്തനങ്ങൾക്കിട യിലും സർഗ്ഗാത്മക എഴുത്തിന് അരയൻ സമയം കണ്ടെത്തിയിരുന്നു. സാഹിത്യ സംബന്ധിയായ നിരവധി രചനകൾ തന്റെ പത്രത്തിൽ തന്നെ അദ്ദേഹം പ്രസിദ്ധീകരിച്ചിരുന്നു. എന്നാൽ അവയൊന്നും കൃത്യമായി സൂക്ഷിച്ചുവെക്കാൻ അദ്ദേഹത്തിന് കഴിഞ്ഞിരുന്നില്ല.

അരയനും സമസ്ത കേരളസാഹിത്യപരിഷത്തും

1930 ൽ സമസ്തകേരള സാഹിത്യപരിഷത്തിന്റെ സമ്മേളനത്തിൽ അരയൻ പങ്കെടുക്കുന്നുണ്ട്. സമ്മേളനത്തിന്റെ സംഘാടകസമിതിയുടെ പ്രധാന ചുമതലക്കാരനായിരുന്നു അരയൻ. ഉള്ളൂർ, കുമാരനാശാൻ എന്നിവരുമായുള്ള സൗഹൃദവും എഴുത്തുകാരൻ എന്ന നിലയിൽ അദ്ദേഹം നേടിയെടുത്ത അംഗീകാരവുമാണ് അരയനെ സമസ്തകേരള പരിഷത്തിലെത്തിച്ചത്. സമ്മേളനത്തിൽ 'അന്യഭാഷാ പദങ്ങൾ മലയാ ളത്തിൽ' എന്ന തലക്കെട്ടിൽ അരയൻ അവതരിപ്പിച്ച പ്രബന്ധം നിരൂപ കരുടെ പ്രശസയ്ക്ക് പാത്രമായി. എന്നാൽ സമ്മേളനാനന്തരം ഭാരവാ ഹികളെ തിരഞ്ഞെടുത്തപ്പോൾ അരയനെ അവർ ഉൾപ്പെടുത്തിയില്ല. വേലുക്കുട്ടി അരയനെ ഭാരവാഹിയായി തിരഞ്ഞെടുക്കാത്തതിനെ വിമർശിച്ച് കേസരി ബാലകൃഷ്ണപിള്ള തന്റെ പത്രത്തിൽ എഴുതുക യുണ്ടായി.

'ശ്രീ ചൈത്രബുദ്ധൻ അഥവാ ആത്മീയ ചക്രവർത്തി'

വേലുക്കുട്ടി അരയൻ എഴുതിയ വളരെ ചരിത്രപ്രാധാന്യമുള്ള ഒരു കാവ്യമാണ് *ശ്രീ ചൈത്രബുദ്ധൻ അഥവാ ആത്മീയ ചക്രവർത്തി.* അവർണ്ണസമുദായത്തിന് ക്ഷേത്രങ്ങളിൽ പ്രവേശിക്കാൻ അവകാശം അനുവദിച്ചുകൊണ്ട് ക്ഷേത്രപ്രവേശനവിളംബരം നടത്തിയ ചിത്തിരതി രുനാൾ രാജാവിനെ അനുമോദിക്കുന്നതിന്റെ ഭാഗമായാണ് അദ്ദേഹം ഈ

കൃതി രചിച്ചത്. വിവേകാനന്ദന്റെ ഹിന്ദുമതത്തെക്കുറിച്ചുള്ള ചില നിരീ
ക്ഷണങ്ങൾ ഈ കൃതിയുടെ തുടക്കത്തിൽ ചേർത്തിട്ടുണ്ട്. മൂന്നു ഭാഗ
ങ്ങളായി 350 ൽപ്പരം പദ്യങ്ങളാണ് ഈ കൃതിയിലുള്ളത്. പ്രശസ്ത
സംസ്കൃത പണ്ഡിതനായ കണ്ണമ്പുഴ എസ് കൃഷ്ണവാര്യരാണ്
കൃതിക്ക് അവതാരിക എഴുതിയത്.

ജാതിവ്യവസ്ഥയെ ചോദ്യം ചെയ്യുന്നതോടൊപ്പം അതിന്റെ ക്രൂരത
കൾക്കിരയായി ജീവിക്കേണ്ടിവരുന്ന ജനങ്ങളുടെ ദുരിതാനുഭവങ്ങളെയും
ഈ കവിത അഭിസംബോധന ചെയ്യുന്നുണ്ട്.

അസ്പൃശ്യശാപമാരോപ-
ണ്ടർപ്പിച്ച, നാൾ തുടങ്ങിഹാ!
അനേകകോടി ഹിന്ദു-
ക്കളകന്നകലെയായിതേ.
അവർക്ക് പേര "നാര്യന്മാർ"
അധഃകൃതരിതായിതെ;
അവർ പിന്നെയറിഞ്ഞീല
സമത്വത്തിന്റെ മാധുരി
ഭാരതോർവിയിലീ ശാപ-
ഭാരം താങ്ങിത്തളർന്നവർ
അസ്വതന്ത്രർ നയിച്ചേറെ
ശതവർഷങ്ങൾ സാകുലം
മനുവിൻ മക്കളാണോർത്താൽ
മനുജന്മാരശേഷരും
മറന്നുഹോ, ഈ ചരിത്രം
മറയോർപോലുമത്രയ്ക്കുമത്ഭുതം.

'മാതംഗി'

സാമൂഹികമാറ്റത്തിന് പ്രചോദകമാവുന്നരീതിയിൽ വേലുക്കുട്ടി അര
യൻ എഴുതിയ മറ്റൊരു കാവ്യമാണ് മാതംഗി. ജാതിമേൽക്കോയ്മയെ
മറികടക്കാനായി മിശ്രവിവാഹമുൾപ്പെടെയുള്ള പുരോഗമന ആശയങ്ങൾ
ഉയർന്നുവന്ന ഘട്ടത്തിൽ ജനങ്ങളിൽ ഇത്തരം നിലപാടുകൾ പ്രചരിപ്പി
ക്കുന്നതിനാണ് *മാതംഗി*യെന്ന ഈ കാവ്യം അരയൻ എഴുതിയത്. ഇത്
സംബന്ധിച്ച് കൃതിയുടെ മുഖവുരയിൽ അദ്ദേഹം ഇങ്ങനെയെഴുതുന്നു:
"കേരളത്തിലെ ബ്രാഹ്മണൻ തുടങ്ങി പറയർ വരെയുള്ള സകല ജാതി
ക്കാരെയും ഏകീകരിച്ച് മേലാൽ ഒരൊറ്റ ജാതി ഹിന്ദുസമുദായം ആക്കി
ത്തീർക്കുന്നതിനുള്ള ശ്രമം സമുദായ പരിഷ്കർത്താക്കളുടെയും മതോ
ദ്ധാരകന്മാരുടെയും ശ്രദ്ധയെ ആകർഷിച്ചുകൊണ്ടുവരുന്ന ഒരു കാലഘ
ട്ടമാണിന്ന്. മിശ്രവിവാഹം അതിലേക്കുള്ള ഒരുത്തമ മാർഗ്ഗമായും പലരും
എഴുതുന്നുണ്ട്. പ്രസംഗിക്കുകയും ചെയ്യുന്നുണ്ട്. ഹിന്ദുസമുദായത്തിലെ

വിഭിന്ന ജാതിയിൽപ്പെട്ട വ്യക്തികൾ തമ്മിൽ ആദർശത്തിന്റെയോ അനുരാഗത്തിന്റെയോ സാഹചര്യത്തിന്റെയോ അധിഷ്ഠാനത്തിൽ അനുലോമമായും പ്രതിലോമമായും പല മിശ്രവിവാഹങ്ങളും ഇതിനുമുമ്പും നടന്നിട്ടുണ്ട്. അവയെല്ലാം വ്യക്തികളുടെ കാര്യമായി മാറ്റിനിർത്തുകയല്ലാതെ ആ വ്യക്തികൾ ഉൾക്കൊള്ളുന്ന സമുദായങ്ങളാൽ ഇന്നോളം അംഗീകൃതങ്ങളായിട്ടുമില്ല.

വിഭിന്ന സമുദായങ്ങൾ തമ്മിൽ സാകല്യസമ്മതിയോടുകൂടി നടത്തുന്ന അനുലോമ പ്രതിലോമ വിവാഹങ്ങൾ കൊണ്ട് മാത്രമേ ഹിന്ദു സമുദായ ഐക്യം എന്ന ലക്ഷ്യത്തെ അഭിമുഖീകരിക്കാൻ സാധിക്കുകയുള്ളൂവെന്നും അല്ലാത്ത കാലത്തോളം അത്തരം വിവാഹങ്ങൾ പ്രഹസനാഭിനയങ്ങൾക്കും ഭ്രാന്തനാടകങ്ങൾക്കുമുള്ള നില മാത്രമേ അർഹിക്കുന്നുള്ളൂവെന്നും ഉയർന്നവരെന്നു ഭാവിക്കുന്ന വ്യക്തികളുടെ ഏകാദൃശ സ്വേച്ഛവിവാഹസംരംഭങ്ങളെ സ്വാഗതം ചെയ്യുന്നതിന് താണവരെന്ന് സങ്കല്പിക്കുന്നവർ തന്നെ ഇഷ്ടപ്പെടുന്നില്ലെന്നും സമുദായസംഘടനകൾക്കകത്തുനില്ക്കുന്ന ഓരോ ഹിന്ദു വിഭാഗവും അത്തരം തന്നിഷ്ട വിവാഹക്കാരെ ഭ്രഷ്ടരായിട്ടേ വീക്ഷിക്കൂ എന്നും കാണിപ്പാനാണ് *മാതംഗി* എന്ന ലഘു കാവ്യം മൂലം ഞാൻ ശ്രമിച്ചിട്ടുള്ളത്.

മാതംഗിയിലെ ചില വരികൾ ഉദ്ധരിക്കാം:

അന്നും ഞാനാവഴിത്താരതന്നിൽ
കന്നൽമിഴിയാളെ കണ്ടിരുന്നു
പങ്കത്തിൽനിന്നു ജനിച്ചുപോയ
പങ്കജത്തിന്റെ നിരാശ നീങ്ങി
പാപത്താൽ പങ്കിലമായ പാരിൽ
പാതമബ്ബാല തൊട്ടന്നു തൊട്ടു
അന്നും വഴിക്കിണർ ചുഴ്ന്നു നില്ക്കും
തന്വംഗിമാര 'പുതുമ' കൂറി
"കൈതപ്പൂകൊണ്ടു കടഞ്ഞെടുത്ത
മാതംഗി മണ്ണനങ്ങാതെ പോണോ!"

വേലുക്കുട്ടി അരയന്റെ കവിതയിലെ വിഷയസ്വീകരണത്തെയും രചനാരീതിയെയും പരിശോധിച്ചാൽ കുമാരനാശാന്റെ സ്വാധീനം കാണാനാവും.

ക്ലാവുദീയ എന്ന ക്രിസ്തീയ ഭക്തികാവ്യം വേലുക്കുട്ടി അരയന്റെ ശ്രദ്ധേയമായ മറ്റൊരു കൃതിയാണ്. പീലാത്തോസിന്റെ ഭാര്യയായ ക്ലാവുദീയയിലൂടെ യേശുവിന്റെ ജീവിതത്തെയും പ്രവർത്തനങ്ങളെയും അവതരിപ്പിക്കുകയാണ് അദ്ദേഹം ഈ കവിതയിൽ. അദ്ദേഹത്തിന്റെ കാവ്യ പ്രതിഭയെക്കുറിച്ച് മഹാകവി എം പി അപ്പൻ ഇങ്ങനെ എഴുതി:

സാമൂഹികരംഗത്തിലും പത്രപ്രവർത്തനമണ്ഡലത്തിലും വ്യാപ

രിക്കാതെ കവിതാദേവിയെമാത്രം ഉപാസിച്ചുകൊണ്ടിരുന്നുവെങ്കിൽ അരയൻ അവർകളിൽ നിന്ന് നമുക്ക് കൂടുതൽ കാവ്യങ്ങൾ ലഭി ക്കുമായിരുന്നു. എങ്കിലും ഉള്ളതുകൊണ്ട് ഓണം ഉണ്ണുവാനുള്ള വക നമുക്ക് സമ്മാനിച്ചിട്ടാണ് ആ വാസനാശാലി ദിവംഗതനാ യത്. (*വേലുക്കുട്ടി അരയൻ സ്മരണിക* 1994)

ചിരിക്കുന്ന കവിതകൾ എന്ന പേരിൽ ഹാസ്യകവിതാസമാഹാരവും വേലുക്കുട്ടി അരയൻ പ്രസിദ്ധീകരിച്ചിരുന്നു. ചങ്ങമ്പുഴയുടെ *രമണനും മോഹിനിയും* മലയാളിവായനക്കാർ നെഞ്ചേറ്റിയ സമയത്താണ് ഈ കൃതികളെ മുൻനിർത്തിയുള്ള ഹാസ്യഅവതരണങ്ങളുമായി അരയൻ രംഗത്തുവരുന്നത്. പ്രണയത്തിന്റെ തീക്ഷ്ണതയും ആത്മഹത്യചെയ്യുന്ന രമണന്റെ ദുർബ്ബലചിത്തത്തെയും പരിഹാസത്തിലൂടെ വിമർശനവിധേ യമാക്കുകയായിരുന്നു അരയൻ. പാരഡിയുടെയും പുനർവായനയുടെയും പുതിയ ഭാവുകത്വപരിസരത്തെ ദീർഘദർശനം ചെയ്യുന്നവിധത്തിലുള്ള കാവ്യപരിശ്രമങ്ങളായിരുന്നു അരയന്റെ ഇത്തരം രചനകൾ.

അരയന്റെ ഇനിയും കണ്ടെടുക്കപ്പെടാത്ത ഒരു പദ്യകൃതിയാണ് *ദീന ദമയന്തി.* ദമയന്തിയെ മുഖ്യകഥാപാത്രമാക്കി രചിച്ച ഈ കൃതി വാമൊ ഴിയായി ആണ് പ്രചരിക്കപ്പെട്ടത്.

മഹാകവി കുമാരനാശാന്റെ വേർപാടിൽ മനംനൊന്ത് 1924 ൽ അര യൻ എഴുതിയ 'മഹച്ചരമം' എന്ന കവിത പല്ലനയിലെ ആശാന്റെ അനുശോചനയോഗത്തിൽ അദ്ദേഹം വായിക്കുകയുണ്ടായി. കേരള ത്തിന്റെ നവോത്ഥാന പ്രതിഭയായ പണ്ഡിറ്റ് കറുപ്പന്റെ മരണം അര യന്റെ മനസ്സിൽ വലിയ ആഘാതമാണ് സൃഷ്ടിച്ചത്. അദ്ദേഹത്തിന്റെ സ്മരണയ്ക്കായി 1938 ൽ 'പണ്ഡിറ്റ് കറുപ്പന് പ്രണാമം' എന്നാരു കവിത അദ്ദേഹം രചിക്കുകയുണ്ടായി. ഭാരതീയ സൗന്ദര്യസിദ്ധാന്തമായ രസ സിദ്ധാന്തത്തെ ലളിതമായി ആവിഷ്കരിക്കുന്ന *രസലക്ഷണസമുച്ചയം* എന്ന പുസ്തകം സാഹിത്യത്തിലുള്ള അദ്ദേഹത്തിന്റെ പാണ്ഡിത്യത്തെ തിരിച്ചറിയാൻ സഹായിക്കും.

കാളിദാസന്റെ *രഘുവംശത്തിന്റെ* പദ്യ പരിഭാഷയും വേലുക്കുട്ടി അരയൻ നിർവ്വഹിച്ചിട്ടുണ്ട്. ഈ പരിഭാഷയുടെ ലാലിത്യവും അർത്ഥസ മ്പുഷ്ടിയും ഏവരുടെയും പ്രശംസയ്ക്ക് പാത്രമായിട്ടുള്ളതാണ്. (ഡോ. അരയന്റെ *രഘുവംശവിവർത്തനം,* പുത്തൂർ ദിവാകരൻ, *ഡോ. വേലു ക്കുട്ടി അരയൻ സ്മാരക ഗ്രന്ഥം-2005*)

ആക്ഷേപഹാസ്യനോവലുകൾ, നാടകങ്ങൾ, ആട്ടക്കഥ

തിരുവനന്തപുരം അരയമഹാജനയോഗം എന്ന പേരിൽ ഒരു ആക്ഷേ പഹാസ്യനോവൽ വേലുക്കുട്ടി അരയൻ എഴുതിയിട്ടുണ്ട്. അരയസമുദാ യത്തിന്റെ പ്രശ്നങ്ങൾ പരിഹരിക്കുവാനുള്ള ചർച്ചകൾക്കായി രണ്ടുദി വസം നീണ്ടുനില്ക്കുന്ന ഒരു സമ്മേളനം വിളിച്ചുചേർക്കുന്നതുമായി

ഡോ. വി വി വേലുക്കുട്ടി അരയന്റെ കൈപ്പട

ബന്ധപ്പെട്ട ചില പ്രശ്നങ്ങൾ സരസമായി അവതരിപ്പിക്കുകയാണ് വേലു ക്കുട്ടി അരയൻ ഈ നോവലിൽ. നോവലിന്റെ ഇതിവൃത്തം അക്കാലത്ത് തീർത്തും കാലികമായിരുന്നു.

തന്റെ രണ്ടാമത്തെ നോവലായ *ഭാഗ്യപരീക്ഷകൾ* ആക്ഷേപഹാ സ്യത്തിന്റെ മേമ്പൊടി ചേർത്താണ് വേലുക്കുട്ടി അരയൻ രചിച്ചത്. എളുപ്പത്തിൽ ജീവിതവിജയം നേടാനുള്ള മനുഷ്യന്റെ നെട്ടോട്ടത്തെ

കണക്കിനു കളിയാക്കുന്ന നോവലാണിത്. ഇവിടെ ജീവിതവിജയം എന്നാൽ ധനസമ്പാദനം എന്നാണ് അർത്ഥം. പരസ്യങ്ങളുടെ മായിക ലോകത്ത് അകപ്പെട്ടുപോകുന്ന മനുഷ്യരുടെ യുക്തിരഹിത ജീവി തത്തെയാണ് അരയൻ ഈ നോവലിൽ ചോദ്യം ചെയ്യുന്നത്.

വേലുക്കുട്ടി അരയൻ എഴുതിയ നാടകങ്ങളായ *ഇരുട്ടടി, മാടൻ സൈമൺ, ബലേ ഭേഷ്, ആൾമാറാട്ടം, ലോകദാസൻ, നന്ദുകുമാരൻ* എന്നിവയുടെ കോപ്പികൾ ഇപ്പോൾ ലഭ്യമല്ല. നാടകരചനയ്ക്കൊപ്പം അര യൻ നാടകത്തിൽ അഭിനയിക്കുകയും ഗാനങ്ങൾ ചിട്ടപ്പെടുത്തുകയും ചെയ്തിട്ടുണ്ട്. അരയൻ 'ത്രിവിക്രമൻ' എന്ന തൂലികാനാമത്തിൽ കുറു ക്കൻ കഥകൾ എന്ന തലക്കെട്ടിൽ കുട്ടികൾക്കുള്ള കൃതികളും രചിച്ചി ട്ടുണ്ട്.

അരയൻ രചിച്ച ആട്ടക്കഥയാണ് *വാസവദത്താനിർവ്വാണം.* കുമാരനാ ശാന്റെ *കരുണയെ* മുൻ നിർത്തിയാണ് ഈ ആട്ടക്കഥ അരയൻ രചി ച്ചത്. പതിമൂന്ന് രംഗങ്ങളാണ് ആട്ടക്കഥയിലുള്ളത്. പ്രതാപൻ എന്നുപേ രുള്ള തൊഴിലാളി നേതാവും വാസവദത്തയും എത്തുന്നതോടെയാണ് കഥ ആരംഭിക്കുന്നത്. അഭിനയസാദ്ധ്യതയുള്ള നിരവധി നാടകീയമു ഹൂർത്തങ്ങൾ ഉള്ള *വാസവദത്താനിർവ്വാണം* പക്ഷേ വേണ്ടത്ര അരങ്ങിൽ അവതരിപ്പിക്കപ്പെട്ടില്ല.

വേലുക്കുട്ടി അരയൻ വിവിധ തൂലികാ നാമങ്ങളിലാണ് തന്റെ വൈവിധ്യമാർന്ന കൃതികൾ പ്രസിദ്ധപ്പെടുത്തിയത്. അദ്ദേഹം ഉപയോ ഗിച്ച തൂലികാനാമങ്ങൾ ഇവയൊക്കെയാണ്: ത്രിവിക്രമൻ, വജ്രസൂചി, ആലപ്പാടൻ, ചക്ഷുശ്രവണൻ, ആലപ്പാട്ടുബാലൻ, കുംഭാണ്ഡൻ, ചെമ്പ്രാ ന്തം, മണി.

കേരളത്തിലെ പ്രഗത്ഭരും പ്രതിഭാശാലികളുമായ നിരവധിപേർ വേലുക്കുട്ടി അരയന്റെ സുഹൃത്തുക്കളായിരുന്നു. അതിൽ പ്രധാനപ്പെട്ട ചിലരുടെ പേരുകളാണ് താഴെക്കൊടുത്തിരിക്കുന്നത്:

കുമാരനാശാൻ, ഉള്ളൂർ, വള്ളത്തോൾ, പണ്ഡിറ്റ് കറുപ്പൻ, കെ സി കേശവപിള്ള, സി എസ് സുബ്രഹ്മണ്യൻ പോറ്റി, മുലൂർ എസ് പത്മനാഭ പ്പണിക്കർ, കണ്ണമ്പുഴ കൃഷ്ണവാര്യർ, സി വി കുഞ്ഞുരാമൻ, ഒ എൻ കൃഷ്ണക്കുറുപ്പ്, ഇ വി കൃഷ്ണപിള്ള, ഗോപാലപിള്ള, സ്വാമി ബ്രഹ്മവ്രതൻ, കെ ദാമോദരൻ, ശൂരനാട് കുഞ്ഞൻ പിള്ള, കാമ്പിശ്ശേരി കരുണാകരൻ, സുകുമാർ അഴീക്കോട്, വൈക്കം ചന്ദ്രശേഖരൻ നായർ, നിത്യചൈ തന്യയതി, എം പി അപ്പൻ, തെങ്ങമം ബാലകൃഷ്ണൻ, ഡോ.പുതുശ്ശേരി രാമചന്ദ്രൻ, ജസ്റ്റിസ് വി ആർ കൃഷ്ണയ്യർ, ടി എച്ച് പി ചെന്താരശ്ശേരി.

8

വേലുക്കുട്ടി അരയന്റെ ചെമ്മീൻ നിരൂപണം

വേലുക്കുട്ടി അരയൻ രചിച്ച *ചെമ്മീൻ* ഒരു നിരൂപണം തകഴിയുടെ *ചെമ്മീൻ* എന്ന നോവലിന്റെ വിമർശനമാണ്. അത് എഴുതിയ കാലഘ ട്ടത്തിൽ സാഹിത്യ-സാംസ്കാരിക രംഗം വേണ്ടത്ര ശ്രദ്ധിക്കുകയോ പരി ഗണിക്കുകയോ ചെയ്തിരുന്നില്ല. പക്ഷേ ഇന്ന് തകഴിയെയോ അദ്ദേഹ ത്തിന്റെ കൃതികളെയോ പഠിക്കുന്ന ഏതൊരാൾക്കും വേലുക്കുട്ടി അര യന്റെ ചെമ്മീൻ നിരൂപണത്തെ അവഗണിച്ച് മുന്നോട്ടുപോകാനാവില്ല. അത്രമേൽ സമകാലിക സംവാദത്തിന്റെ സാദ്ധ്യതകളാണ് ഈ കൃതി തുറന്നിടുന്നത്. അതുകൊണ്ട് തന്നെ വേലുക്കുട്ടി അരയന്റെ ചെമ്മീൻ നിരൂപണത്തെ സവിശേഷമായി പഠിക്കേണ്ടതുണ്ട്. എന്തുകൊണ്ടാണ് അക്കാലത്തും പിന്നീടും അരയന്റെ ചെമ്മീൻ നിരൂപണം വേണ്ടത്ര ശ്രദ്ധി ക്കപ്പെടാതെ പോയത് എന്ന ചോദ്യം സാഹിത്യത്തിന്റെ മാത്രം പ്രശ്നമ ല്ല. കെ ഇ എൻ എഴുതുന്നു:

വേണ്ടത്ര അർഹതയില്ലാത്തവർ വേണ്ടതിലേറെ 'കൊണ്ടാടപ്പെ ടുമ്പോൾ' വേണ്ടതിലേറെ അർഹതയുള്ളവരെ 'മറവി'യിലേക്ക് മറിച്ചിടാനുള്ള ശ്രമങ്ങൾ മുമ്പും ഉണ്ടായിട്ടുണ്ട്. കേരളീയ സാമൂ ഹിക പരിവർത്തനത്തിൽ നേതൃത്വപരമായ പങ്കുവഹിച്ച ഒരു നവോത്ഥാന പ്രതിഭയെന്ന അർഥത്തിൽ ഡോ. വേലുക്കുട്ടി അര യൻ (1894–1969) അർഹിക്കും വിധം അപഗ്രഥിക്കപ്പെടാതെപോ യൊരു മഹാസാന്നിദ്ധ്യമാണ്.......... *ചെമ്മീൻ-ഒരു നിരൂപണം* എന്ന ശ്രദ്ധേയമായ ഒരു കൃതി എഴുതിയ സാഹിത്യ വിമർശകൻ എന്ന നിലയിൽ മാത്രം അരയൻ പ്രത്യേകം പഠനം ആവശ്യപ്പെടു ന്നുണ്ട്. എന്നാൽ ആ പുസ്തകത്തിന്റെ പേരുപോലും പറയാതി

രിക്കാനാണ് മുൻ കാല പണ്ഡിതരിൽ പലരും താല്പര്യ മെടുത്തത്! തകഴി യുടെ ചെമ്മീൻ ജീവിക്കുമെന്നും എന്നാൽ 'അര യന്റെ' ചെമ്മീനിനെ ക്കുറിച്ചുള്ള വിമർശ നങ്ങൾ മരിച്ചുപോ കുമെന്നും അവർ പ്രഖ്യാപിച്ചു! എ ന്നാൽ സാമൂഹിക ജീവിതം ജനാധിപ ത്യ വല് ക്ക രി ക്ക പ്പെടുംമുറയ്ക്ക്, അരയനെപ്പോലുള്ള തി ര സ് ക ൃ ത കീഴാള പ്രക്ഷോഭ പ്രതിഭകൾ കൊടു ങ്കാറ്റിന്റെ ശക്തി യോടെ സ്വന്തം സാന്നിധ്യം നമ്മെ അനു ഭ വി പ്പി ച്ചു കൊണ്ട് തിരിച്ചുവ

1956 ൽ പ്രസിദ്ധീകരിച്ച ചെമ്മീൻ ഒരു നിരൂപണം എന്ന ഗ്രന്ഥത്തിന്റെ കവർ

രുമെന്ന് ചരിത്രം തെളിയിച്ചുകൊണ്ടിരിക്കുകയാണ്. (ചെമ്മീനിലെ സംഘർഷങ്ങൾ, റാസ്ബെറി ബുക്സ്, കോഴിക്കോട്)

വേലുക്കുട്ടി അരയന്റെ ചെമ്മീൻ നിരൂപണം തകഴിയുടെ ചെമ്മീൻ എന്ന നോവലിന്റെ കീഴാളപക്ഷവായനയായിരുന്നെന്ന് ഇന്ന് തിരിച്ചറിയ പ്പെടുന്നുണ്ട്. സമീപകാലത്ത് വികസിച്ചുവന്ന കീഴാളഭാവുകത്വവും അതിന്റെ വായനകളുമാണ് ചെമ്മീൻ ഒരു നിരൂപണത്തെ ഇത്തരമൊരു നിലപാടിലേക്ക് എത്തിച്ചത്. അരയസമുദായത്തിലുണ്ടെന്നു പറയപ്പെടുന്ന മിത്തുമായി ഇണക്കിച്ചേർത്താണ് തകഴി ചെമ്മീൻ രചിച്ചിരിക്കുന്നത്. അതുകൊണ്ടുതന്നെ ഈ നോവലിന് അസാധാരണമായ മിഴിവും സൗന്ദ രൃവും ലഭിച്ചെന്നു പറയാം. കടലിൽ വലയെറിയാൻ പോകുന്ന മുക്കു വന്റെ ജീവൻ കരയിൽ കഴിയുന്ന ഭാര്യയുടെ പാതിവ്രത്യത്തിലാണെന്നും അവൾ അത് ലംഘിച്ചാൽ മുക്കുവൻ ജീവനോടെ കരപറ്റില്ലെന്നുമാണ് ഐതീഹ്യം. മനുഷ്യജീവിതത്തിന്റെ സങ്കീർണ്ണതകളും വൈരുദ്ധ്യങ്ങളും

പ്രണയകാമനകളുമൊക്കെ *ചെമ്മീനി*നെ മലയാള സാഹിത്യത്തിലെ നിത്യവിസ്മയമാക്കിത്തീർത്തു.

പരീക്കുട്ടി, പളനി, കറുത്തമ്മ, ചെമ്പൻകുഞ്ഞ് തുടങ്ങിയ ചെമ്മീൻ കഥാപാത്രങ്ങൾ മലയാളികൾക്ക് ഏറെ സുപരിചിതരായി. കറുത്തമ്മ യുടെയും പരീക്കുട്ടിയുടെയും 'സഫലമാകാതെ' പോയ പ്രണയത്തിന്റെ നീറ്റലുകൾ സിനിമയിലൂടെ കൂടുതൽ ജനകീയമായിത്തീരുകയും ചെയ്തു. അവസാനം പ്രണയവും മരണവും ഒന്നായിത്തീരുകയും മൂന്നു ജീവിതങ്ങൾ കരയ്ക്കടിയുകയും ചെയ്യുന്നു. പക്ഷേ വൈകാരികവും വൈയക്തികവുമായ അനുഭവപരിസരത്തുനിന്നുമാത്രം *ചെമ്മീനി*നെ നോക്കിക്കാണാനാവില്ല എന്നതാണ് യാഥാർത്ഥ്യം. കാരണം *ചെമ്മീനി*ലെ മനുഷ്യരിലും ചുറ്റുപാടുകളിലും തിരയടിച്ചുയരുന്ന ചില സാമൂഹിക യാഥാർത്ഥ്യങ്ങളുണ്ട്. ഏതുതരം മനുഷ്യരാണ് ഇവിടെ കഥാപാത്രങ്ങ ളായി ഈ നോവലിന്റെ വലക്കണ്ണികൾ പൊട്ടിച്ച് കുതറുന്നതെന്ന് അന്വേ ഷിക്കേണ്ടതുണ്ട്. അത്തരം അന്വേഷണങ്ങളാണ് വേലുക്കുട്ടി അരയൻ തന്റെ *ചെമ്മീൻ* നിരൂപണത്തിൽ നടത്തുന്നത്.

*ചെമ്മീനി*ലെ ജാതിഘടന, അരയസ്വഭാവം, വലകൾ, മീൻപിടുത്തം, തുടങ്ങി അരയരുടെ ജീവിതപക്ഷത്തുനിന്നുകൊണ്ടാണ് വേലുക്കുട്ടി അര യൻ ചെമ്മീനിനെ വായിക്കുന്നത്. തകഴിയുടെ ചെമ്മീനിന്റെ ആവിഷ്കാ രത്തിൽ സംഭവിച്ച വസ്തുതാപരവും സൗന്ദര്യശാസ്ത്രപരവുമായ പിശ കുകളിലേക്കാണ് വേലുക്കുട്ടി അരയൻ വിരൽ ചൂണ്ടുന്നത്.

(വേലുക്കുട്ടി അരയന്റെ *ചെമ്മീൻ ഒരു നിരൂപണം* പൂർണ്ണമായി അനു ബന്ധം 1 ൽ ചേർത്തിട്ടുണ്ട്)

9

അന്ത്യനാളുകൾ

ആയിരത്തി തൊള്ളായിരത്തി അമ്പത്തൊമ്പതിൽ ഇ എം എസ് ഗവൺമെന്റിനെതിരെ വിമോചനസമരം എന്നപേരിൽ മതസാമുദായിക ശക്തികൾ വലിയ പ്രക്ഷോഭങ്ങൾ ആരംഭിച്ചു. അക്കാലത്തെ ഒട്ടുമിക്ക സാംസ്കാരിക പ്രവർത്തകരും കമ്യൂണിസ്റ്റ് ഗവൺമെന്റിനെതിരെ രംഗ ത്തുവന്നു. എന്നാൽ വിമോചന സമരാനുകൂലികളുടെ പ്രചാരണങ്ങൾക്കെ തിരായി വേലുക്കുട്ടി അരയൻ രംഗത്തുവന്നു. ഇ എം എസ് മന്ത്രിസഭ യുടെ ഭരണപരിഷ്കാരങ്ങൾ ഭാവിയിൽ ഏതുതരത്തിൽ ജനങ്ങൾക്ക് പ്രയോജനപ്പെടുമെന്ന കാര്യങ്ങൾ എഴുത്തിലൂടെയും പ്രസംഗങ്ങളിലൂ ടെയും പ്രചരിപ്പിക്കുവാൻ അരയൻ ശ്രമിച്ചു.

1959 ജൂലൈ 31 ന് ഭരണഘടനയിലെ 356-ാം വകുപ്പനുസരിച്ച് ഇ എം എസ് മന്ത്രിസഭ പിരിച്ചുവിടുകയും രാഷ്ട്രപതി ഭരണം നിലവിൽ വരികയും ചെയ്തു. പിന്നീട് പട്ടം താണുപിള്ളയുടെ നേതൃത്വത്തിലുള്ള മന്ത്രിസഭ അധികാരത്തിൽവന്നു. ഈ മന്ത്രിസഭ വിദ്യാഭ്യാസവകുപ്പിന്റെ 11-ാം ഉപവകുപ്പ് റദ്ദുചെയ്യാൻ തീരുമാനമെടുത്തു. വിദ്യാലയങ്ങളിൽ സംവ രണം ഉറപ്പുവരുത്തുന്നതായിരുന്നു 11-ാം ഉപവകുപ്പ്. എന്നാൽ ഈ വകുപ്പ് റദ്ദുചെയ്യുന്നതിനെതിരെ പ്രക്ഷോഭം സംഘടിപ്പിക്കാൻ കമ്യൂണിസ്റ്റ് പാർട്ടി സംസ്ഥാനകമ്മിറ്റി തീരുമാനിച്ചു. ഇതിനായി 1960 ഡിസംബർ 11 ന് എറണാകുളത്ത് പിന്നോക്ക സമുദായകൺവെൻഷൻ വിളിച്ചുചേർത്തു. ഈ സമ്മേളനത്തിൽ വെച്ച് പിന്നോക്കസമുദായ കർമ്മസമിതി രൂപീക രിച്ചു. തഴവാ കേശവനാണ് കൺവെൻഷനിൽ അധ്യക്ഷത വഹിച്ചത്. കൺവെൻഷൻ ഡോ. വേലുക്കുട്ടി അരയനെ വൈസ് പ്രസിഡന്റായി തിരഞ്ഞെടുത്തു.

ഇക്കാലത്ത് തീരദേശത്തെ മനുഷ്യരുടെ പുരോഗതിയിലൂന്നിയ

പ്രവർത്തനങ്ങളുമായി അരയൻ മുന്നോട്ടുപോയി. തീരദേശത്തിന്റെ വിക
സനം ലക്ഷ്യമിട്ട് ആരംഭിച്ച ഇൻഡോ നോർവീജിയിൻ ഫൗണ്ടേഷന്റെ
പ്രവർത്തനങ്ങളെക്കുറിച്ച് അരയൻ വിശദമായി പഠിക്കുകയും അതിനെ
ക്കുറിച്ച് പത്രത്തിൽ എഴുതുകയും ചെയ്തു. പരവൂർ പൊഴി മുതൽ കായം
കുളം പൊഴി വരെയുള്ള മത്സ്യതൊഴിലാളികളുടെ വികസനമായിരിക്കണം
ഫൗണ്ടേഷന്റെ ലക്ഷ്യമെന്ന് അദ്ദേഹം ആവശ്യപ്പെട്ടു. അതിനായി
പ്രക്ഷോഭം സംഘടിപ്പിക്കാനും അരയൻ തയ്യാറായി. ഡോ. ഹെന്റി
ഓസ്റ്റിൻ, ബി വെല്ലിംഗ്ടൺ തുടങ്ങിയവർ വേലുക്കുട്ടി അരയന് പിന്തു
ണയുമായി രംഗത്തെത്തി. ഇതേ സമയത്ത് തന്നെ കരിമണൽ ഖനന
ത്തിനെതിരെയും അരയൻ രംഗത്തുവരുന്നുണ്ട്.

കടലോരഗ്രാമങ്ങൾ മീനം മുതൽ കർക്കിടകം വരെയുള്ള മാസങ്ങ
ളിൽ പട്ടിണിയിലായിരിക്കും. കാരണം കടൽക്ഷോഭവും ശക്തമായ
കാറ്റും കോളും നിമിത്തം അവർക്ക് കടലിൽ പോകാൻ കഴിയില്ല. തീര
ദേശം പട്ടിണിയിലേക്കും രോഗങ്ങളിലേക്കും എടുത്തെറിയപ്പെടും. ഈ
സ്ഥിതി അടിയന്തിരമായി പരിഹരിക്കണമെന്നാവശ്യപ്പെട്ടുകൊണ്ട് ഫിഷ
റീസ് ഡിപ്പാർട്ട്മെന്റിനെയും സർക്കാരിനെയും സമീപിക്കാൻ അരയൻ
തയ്യാറായി. 1966 മേയിലെ *ഫിഷറീസ് മാഗസിനിലെ* ഒരു ലക്കത്തിൽ
'കടലോരത്ത് കൊടുമ്പട്ടിണി' എന്ന മുഖപ്രസംഗത്തിൽ തീരദേശമനു
ഷ്യരുടെ പ്രശ്നങ്ങൾ അദ്ദേഹം അവതരിപ്പിക്കുന്നുണ്ട്.

വിവിധ മതവിഭാഗങ്ങളിൽപെടുന്ന മത്സ്യതൊഴിലാളികളെ ഏകോപി
പിപ്പിച്ച് ഒരു കേന്ദ്രസംഘടന ഉണ്ടാവേണ്ടതിന്റെ ആവശ്യകതയെക്കുറിച്ച്
ഫിഷറീസ് മാഗസിനിൽ അദ്ദേഹം എഴുതി. ഇത്തരമൊരു സംഘടനയി
ലൂടെ മാത്രമേ കേന്ദ്ര-സംസ്ഥാന സർക്കാരുകളിൽ നിന്ന് തങ്ങളുടെ അവ
കാശങ്ങൾ നേടിയെടുക്കാൻ കഴിയുകയുള്ളൂ എന്ന് അദ്ദേഹം മനസ്സിലാ
ക്കിയിരുന്നു.

തന്റെ ജീവിത സായാഹ്നത്തിൽ വേലുക്കുട്ടി അരയൻ എഴുത്തി
ലാണ് കൂടുതൽ ശ്രദ്ധയൂന്നിയത്. ഈ സമയത്ത് *പിന്തിരിഞ്ഞുനോക്കു
മ്പോൾ* എന്ന പേരിൽ ഒരു ആത്മകഥ എഴുതുകയും അത് *നവയുഗ
ത്തിൽ* പ്രസിദ്ധീകരിക്കുകയും ചെയ്തു. കേരളത്തിന്റെ ചരിത്രത്തി
ലേക്കും വേലുക്കുട്ടി അരയന്റെ സാമൂഹിക-രാഷ്ട്രീയ പ്രവർത്തനങ്ങ
ളിലേക്കും വെളിച്ചം വീശുന്നതാണ് ഈ ആത്മകഥ.

വേലുക്കുട്ടി അരയന്റെ ആരോഗ്യം ക്ഷയിച്ചുവന്നുകൊണ്ടിരുന്നു.
അരയന്റെ അന്ത്യസമയത്തെക്കുറിച്ച് മരുമകൻ പി ജി വേലായുധൻ
നായർ ഇങ്ങനെ ഓർക്കുന്നു:

ഞങ്ങൾക്ക് മകൾ ജനിച്ചശേഷം അവളെ അദ്ദേഹം കണ്ടു. ഞങ്ങ
ളുടെ ജീവിതം സന്തുഷ്ടമാണെന്ന സത്യമറിഞ്ഞ് അദ്ദേഹം
സംതൃപ്തനായിക്കാണും... ആറ്റിങ്ങലിൽ കാട്ടായിക്കോണം
ശ്രീധർ മത്സരിക്കുന്ന സമയം. പ്രചാരണവുമായി ഞാൻ മണ്ഡല

ഡോ. വേലുക്കുട്ടി അരയന്റെ കല്ലറ

ത്തിൽ തന്നെ. ഒരു ദിവസം പെട്ടെന്ന് ഡോക്ടറുടെ ഒരു ടെലഗ്രാം എന്റെ വീട്ടിലെത്തി, ഉടൻ വീട്ടിലെത്തണമെന്ന്. അടുത്തുള്ള എന്റെ ഒരു സ്നേഹിതൻ ഒരു ടാക്സിപിടിച്ച് എന്റെ ഭാര്യയെയും കൂട്ടി ആറ്റിങ്ങലെത്തി, ഞങ്ങൾ കരുനാഗപ്പള്ളിയിൽ ചെന്ന് ഡോക്ടറെ കണ്ടു. അദ്ദേഹം പറഞ്ഞതനുസരിച്ച് ദൂരെയുള്ള മക്കളെയെല്ലാം എത്താൻ അറിയിച്ചു. ജ്ഞാനികൾ മരണം മുൻകൂട്ടി അറിയുമെന്ന് എവിടെയോ വായിച്ച ഓർമ്മയുണ്ട്. അതുപോലെ ദൂരെയുള്ള മക്കൾ എത്താൻ മുൻകൂട്ടി ഒരറിയിപ്പ്. എല്ലാവരും എത്തി. മക്കളെ കണ്ട് സംതൃപ്തിയോടെ ആ കണ്ണുകൾ അടഞ്ഞു. 1969 മെയ് 31ന് ഒരു വലിയ സിംഹാസനം ഒഴിച്ചിട്ട് ആ ചക്രവർത്തി മൺമ റഞ്ഞു.

ഡോ. വി വി വേലുക്കുട്ടി അരയന്റെ ജീവിതം പോരാട്ടമായിരുന്നു. മത്സ്യം പിടിക്കുന്നവരുടെ വലക്കണ്ണികളിലൂടെ അവരുടെ ജീവിതം ചോർന്നുപോയപ്പോൾ അവർക്ക് ആത്മവിശ്വാസവും ആത്മാഭിമാനവും സംഘടനാബോധവും നല്കിയ പ്രക്ഷോഭകാരി. ജാതിമേധാവിത്വത്തിന്റെ വൻതിരകളിൽ നിന്ന് സമുദായത്തെ മോചിപ്പിക്കുകയും അവർക്ക് പുതിയ ദിശാബോധം നല്കുകയും ചെയ്ത നവോത്ഥാന നേതാവ്.

പത്രപ്രവർത്തനത്തിലും എഴുത്തിലും നവീനമായ ഉൾക്കാഴ്ച നല്കിയ സാഹിത്യകാരൻ, ചിന്തകൻ ,വാഗ്മി. വേലുക്കുട്ടി അരയനെ എങ്ങനെ വിശേഷിപ്പിച്ചാലും അധികമാവില്ല. കാരണം ആധുനിക കേര ളത്തിന്റെ രൂപപ്പെടലിൽ അദ്ദേഹത്തിന്റെ ചിന്തകളും പ്രവൃത്തിയും എഴുത്തും വലിയ സ്വാധീനം ചെലുത്തിയിട്ടുണ്ട്.

ചെമ്മീൻ ഒരു നിരൂപണം

കഥാസംഗ്രഹം

അമ്പലപ്പുഴ താലൂക്കിൽ നീർക്കുന്നം കടപ്പുറത്തുള്ള ചെമ്പൻകു ഞ്ഞിന്റെയും ചക്കിയുടെയും മൂത്ത മകളാണ് കറുത്തമ്മ. അവൾക്കഞ്ചു വയസ്സുള്ള കാലത്ത് കക്കയും വല കുടയുമ്പോൾ നിലത്തു തെറിച്ചുവീ ഴുന്ന ചൂടയും പെറുക്കി നടന്നിരുന്നു. അക്കാലത്ത് അവൾക്കൊരു കൂട്ടു കാരനുണ്ടായി; പരീക്കുട്ടി. ശരായിയും മഞ്ഞക്കുപ്പായവുമിട്ടു പട്ടുറു മ്മാലും കഴുത്തിൽക്കെട്ടി തൊങ്ങലുള്ള തൊപ്പിയും വച്ചു വാപ്പയുടെ കൈയിൽ തൂങ്ങിയാണ് കടപ്പുറത്ത് ആദ്യമായി പരീക്കുട്ടി വന്നത്.

അവന്റെ വാപ്പ, ചെമ്പൻകുഞ്ഞിന്റെ തൊട്ടു തെക്കുവശത്താണു കൂടം കെട്ടി മീൻകച്ചവടം തുടങ്ങിയത്. അങ്ങനെ ആ കുഞ്ഞിന്നാളിലേ തന്നെ കറുത്തമ്മയും പരീക്കുട്ടിയും അയൽക്കാരായി വളർന്നു.

കഥ നടക്കുന്ന കാലത്ത് പരീക്കുട്ടിയാണ് കൂടത്തിലെ മീൻകച്ചവട ക്കാരൻ; വാപ്പയല്ല. പരീക്കുട്ടിയെ ആ കടപ്പുറത്തുള്ളവർ കൊച്ചു മുത ലാളി എന്നാണ് വിളിക്കുന്നത്. കറുത്തമ്മയും അയാളെ അങ്ങനെയാണു വിളിക്കുന്നത്.

ബാല്യത്തിലേ അവർ തമ്മിൽ വളർത്തിപ്പോന്ന സ്നേഹം യൗവന മായപ്പോഴേക്കും പ്രേമമായി മാറിക്കഴിഞ്ഞു. അങ്ങനെയാണ് കഥ ആരം ഭിക്കുന്നത്.

കറുത്തമ്മയുടെ അച്ഛൻ ചെമ്പൻകുഞ്ഞിന് തനതായി ഒരു വള്ളവും വലയുമിറക്കണം എന്നൊരത്യാശ ജനിച്ചതും ഈ സന്ദർഭത്തിലാണ്. ഇതുവരെ അയാൾ മറ്റു വള്ളങ്ങളിൽ ജോലി ചെയ്തു പങ്കു പറ്റുകയാ യിരുന്നു. ഇന്നും അങ്ങനെയാണ്. ആദ്യകാലത്തു ചെമ്പൻകുഞ്ഞ് തണ്ടു

വലിക്കാരനായിരുന്നു. ഇപ്പോൾ അയാൾ അമരക്കാരനാണ്. അയാൾ ജീവി തോദ്ദേശ്യമുള്ളവനായിരുന്നു. അതുകൊണ്ടു വേല ചെയ്തു കിട്ടുന്ന കാശൊന്നും കളയുകയില്ല. അങ്ങനെ അയാളുടെ കൈവശം കുറേക്കാ ശുണ്ട്. എന്നാൽ വള്ളവും വലയും വാങ്ങുന്നതിന് തക്കവണ്ണം ആ തുക മതിയാകുന്നില്ല.

ചെമ്പൻകുഞ്ഞും ഭാര്യ ചക്കിയും കൂടി ഒരു ദിവസം മകൾ കറു ത്തമ്മയോടു പറഞ്ഞു - വള്ളവും വലയും വാങ്ങിക്കാൻ കുറച്ചു പണം കൊച്ചുമുതലാളിയോടു ചോദിക്കണമെന്ന്.

ഒരു ദിവസം പകലത്തെ ആഹാരം പാകം ചെയ്തുകൊണ്ടിരിക്കു ന്നതിനിടയ്ക്ക് കറുത്തമ്മ പരീക്കുട്ടിയുമായിക്കണ്ടു. കരയ്ക്കൽ തണ ലത്ത് കയറ്റിവച്ചിരിക്കുന്ന ഒരു വള്ളത്തിന്റെ മറവിൽ നിന്നുകൊണ്ടാണ വർ നർമ്മസല്ലാപം ആരംഭിച്ചത്. അവൾ നഗ്നയായിരുന്നു. ഉടുത്തിരുന്നതും ഒരു നേർത്ത ഒറ്റമുണ്ടായിരുന്നു.

"എന്റെ അച്ചേ വള്ളോം വലേം മേടീക്കാനെക്കൊണ്ടു പോവ്വാ ണല്ലോ" എന്നു കറുത്തമ്മ പരീക്കുട്ടിയോടു പറഞ്ഞു. അങ്ങനെയാണ് ആ നർമ്മസല്ലാപം ആ വള്ളത്തിന്റെ മറവിൽ നിന്നാരംഭിച്ചത്. "കറുത്ത മ്മേടെ ഭാഗ്യം" എന്ന് പരീക്കുട്ടിയും പറഞ്ഞു. രൂപാ തികയത്തില്ലെന്നും ഞങ്ങൾക്കു കുറേ രൂപാ തരണം എന്നും അവൾ അറിയിച്ചപ്പോൾ "എന്റെ കൈയിലെവിടുന്ന രൂപാ?" എന്നു ചോദിച്ചും കൊണ്ടും പരീക്കുട്ടി കൈമ ലർത്തിക്കാണിച്ചു. "പിന്നെന്തിനാ വല്യ കൊച്ചുമുതലാളി ആന്നും പറ ഞ്ഞുനടക്കുന്നേ?" കറുത്തമ്മയുടെ മറുചോദ്യം!

അങ്ങനെ ഉക്തിപ്രത്യുക്തി രൂപത്തിലും ചോദ്യോത്തര രൂപത്തിലും ആ നർമ്മസല്ലാപം നീണ്ടുനീണ്ടു പൊട്ടിച്ചിരിയിലേക്ക് തിരിഞ്ഞു.

"വള്ളോം വലേം മേടിക്കുമ്പം വള്ളത്തേലൊണ്ടാകുന്ന മീന് ഞങ്ങക്കു കച്ചോടം ചെയ്യാൻ വല്യമരക്കാത്തി അച്ചനോടു പറയുമോ?" പരീക്കുട്ടിയുടെ ചോദ്യം! "നല്ല വെല തന്നാല് മീന്തരാം" കറുത്തമ്മയുടെ മറുപടി.

പിന്നെയും അവർ പൊട്ടിച്ചിരിച്ചു. ചിരിച്ചു ചിരിച്ചു കറുത്തമ്മയുടെ കണ്ണുകളിൽ വെള്ളം നിറഞ്ഞു. അവൾ ശ്വാസംമുട്ടിപ്പറഞ്ഞു: "എന്നെ ചിരിപ്പിക്കാതെ കൊച്ചുമൊതലാളി!"

പിന്നെയും അവർ അങ്ങോട്ടുമിങ്ങോട്ടും കിക്കിളിയുരുട്ടിയതുപോലെ ചിരിച്ചു. കറുത്തമ്മയുടെ മുഖം ചെമന്നു. അവൾ പരിഭവപ്പെട്ടു. അല്ല, ഈർഷ്യപ്പെട്ടു. അവളുടെ ചിരി മാഞ്ഞു. പരീക്കുട്ടി അവളുടെ നഗ്നമായ മാറത്തു നോക്കിയതാണ് അതിന് കാരണം. "എന്നെം ഇങ്ങാനെ നോക്കാതെ!" എന്നവൾ പറഞ്ഞുകൊണ്ടു മാറത്തു കൈ കൊണ്ടു ഗുണ നചിഹ്നം സൃഷ്ടിച്ചു തിരിഞ്ഞുനിന്നു കളഞ്ഞു. പെട്ടെന്ന് അവൾ ഒന്നു കൂടി ചൂളി. കാരണം നേർത്ത ഒറ്റമുണ്ടാണ് ധരിച്ചിരുന്നതെന്ന് അപ്പോ ഴാണോർത്തത്. മാറിനെത്തുളച്ചു നോക്കിക്കൊണ്ടിരുന്ന പരീക്കുട്ടി നിതം

ബസന്ധി തുളച്ചുനോക്കുകയാണ്. "ഔ! എന്താണിതു കൊച്ചു മൊത ലാളീ" അവൾ ചോദിക്കുകയാണ്. അപ്പോഴേക്കും അവളെ വീട്ടിൽ നിന്നു വിളി തുടങ്ങി. കറുത്തമ്മ വീട്ടിലേക്കോടി. അവളുടെ അമ്മ മീൻകച്ചവട ത്തിന് കിഴക്കോട്ടുപോയിട്ടു മടങ്ങിവന്നു. അവൾ ഈർഷപ്പെട്ടു പോയ താണെന്നു പരീക്കുട്ടിക്ക് തോന്നി, അയാൾ വിഷണ്ണനായി.

അവൾ അടുക്കളയിൽ തീ കത്തിച്ചുകൊണ്ടിരുന്നു. എന്നാൽ, ചക്കി അവിടെ കയറി നോക്കുമ്പോൾ തീ അടുപ്പിന് വെളിയിൽ കിടന്നു കത്തു ന്നതാണു കണ്ടത്. കറുത്തമ്മ ഒരു പ്രതിമ പോലിരിക്കുന്നു. ചക്കി കുറേ നേരം നോക്കിനിന്ന ശേഷം കറുത്തമ്മയെ കാലുകൊണ്ട് ഒരു തട്ടുതട്ടി. അവൾ ഞെട്ടിയുണർന്നു. "നീ ആരെ ഓർത്തിരിക്കുവാടീ" ചക്കിയുടെ ചോദ്യം! അയലത്തെക്കുട്ടികളുടെ കൂടെ കളിക്കാൻ തന്നെ അയ യ്ക്കാതെ വീട്ടിൽ പിടിച്ചിരുത്തിയും കൊണ്ടു പരീക്കുട്ടിയുമായി കൊ ഞ്ചാനും കുഴയാനും പോയ കറുത്തമ്മയെക്കുറിച്ച് അനുജത്തി പഞ്ചമി നന്നാ ഈർഷ്യപ്പെട്ടുകൊണ്ടിരിക്കുന്ന സമയത്താണ് അമ്മയുടെ ഈ ചോദ്യം. കരയിൽ കേറ്റിവച്ചിരിക്കുന്ന വള്ളത്തിന്റെ മറവിൽ നിന്നു കറു ത്തമ്മയും പരീക്കുട്ടിയും നടിച്ച പ്രേമനാടകവും പൊട്ടിച്ചിരിയും അമ്മ യുടെ മുമ്പിൽ തുറന്നുവച്ചു. ആ ചിരിയെക്കുറിച്ച് ആ കൊച്ചു പെൺകു ഞ്ഞായ പഞ്ചമിക്കും വലിയ ആശ്ചര്യം തോന്നി.

കറുത്തമ്മ ആരുമറിയാതെ സൂക്ഷിച്ചിരുന്ന ഒരു രഹസ്യം പഞ്ചമി അമ്മയുടെ മുമ്പിൽ വലിച്ചിട്ടുകൊടുത്തു. ഇതു കുറ്റത്തിന്റെ ഒരു രഹ സ്യമാണ്. ഒരമ്മയ്ക്ക് അലക്ഷ്യമായി തള്ളിക്കളയാവുന്ന ഒരു വാർത്ത യല്ലല്ലോ ഇത്.

ചക്കി ചാടിക്കയറി. കടപ്പുറത്തു പോയപ്പോൾ കൊച്ചുമുതലാളി വള്ള ത്തേലിരിക്കുന്നതു കണ്ടെന്നും വള്ളവും വലയും വാങ്ങിക്കാൻ പോരാത്ത പണം ആവശ്യപ്പെടുകയായിരുന്നെന്നും കറുത്തമ്മ സമാധാനം പറഞ്ഞു. ആ സമാധാനമൊന്നും ചക്കിയെ ശാന്തയാക്കിയില്ല. "രൂപാ ചോദിക്കാ നെക്കൊണ്ടു നിനക്കെന്നെടീ കാരീയം?" എന്നായിരുന്നു ചക്കിയുടെ ചോദ്യം. ഇന്നാളൊരിക്കൽ അമ്മച്ചീം അച്ചായും കൂടി അവളെ അങ്ങനെ പണം ആവശ്യപ്പെടാൻ ആജ്ഞാപിച്ചിരുന്ന സംഗതി അവൾ അമ്മയെ ഓർമ്മപ്പെടുത്തി. അതൊന്നും ചക്കിയെ തൃപ്തിപ്പെടുത്തിയില്ല. അവൾ കറുത്തമ്മയെ അടിമുടി സൂക്ഷിച്ചുനോക്കി. ചക്കിയും ആ പ്രായം കഴി ഞ്ഞുവന്നവളാണ്.

പണ്ട്, തിരകൾക്കും ഒഴുക്കിനും എതിരായി മല്ലടിച്ച് ഒരു തടിക്കഷ ണത്തിൽ ചക്രവാളത്തിനപ്പുറത്തേക്ക് (കടലിൽ) പോയ ആദ്യത്തെ മുക്കു വന്റെ ഭാര്യ വ്രതനിഷ്ഠയോടെ കടപ്പുറത്തു പടിഞ്ഞാറേക്കു നോക്കി നിന്നു തപസ്സ് ചെയ്യുകയായിരുന്നു. കടലിൽ കോളിളകി. തിമിംഗലങ്ങൾ വായ് പൊളിച്ചുകൊണ്ടടുത്തു. സ്രാവുകൾ വാലു കൊണ്ടു വള്ളത്തില ടിച്ചു. ഒഴുക്ക്, വള്ളത്തെ ഒരു വലിയ ചുഴിയിലേക്ക് വലിച്ചുകൊണ്ടുപോയി.

എല്ലാ അപകടത്തിൽ നിന്നും അയാൾ അത്ഭുതകരമായി രക്ഷപ്പെട്ടു. എന്നല്ല, ഒരു വലിയ മീനുമായി അയാൾ കരയ്ക്കുവന്നു! തിമിംഗലം അയാളെ വിഴുങ്ങാതിരുന്നതിനും, ശ്രാവിൻ്റടി ഏറ്റ് വള്ളം തകരാതിരുന്ന തിനും, വള്ളം ചുഴിയിൽ പെടാതിരുന്നതിനും കാരണം ആ ആദ്യത്തെ മുക്കുവൻ്റെ പതിവ്രതയായ ഭാര്യ കടപ്പുറത്തുനിന്നു ചെയ്ത തപസ്സാണ്.

ആ തപശ്ചര്യ കടപ്പുറത്തിൻ്റെ പെൺമക്കൾ പരമ്പരയാ പഠിച്ചനു ഷ്ഠിച്ചു വരുന്നു. ചക്കിയും അങ്ങനെ തപശ്ചര്യ ചെയ്യുന്നവളാണ്. കടലി പ്പോകുന്ന മരയ്ക്കാൻ്റെ ദേവത കരയിലിരിക്കുന്ന അവൻ്റെ മരയ്ക്കാത്തി യാണ്. അവളുടെ പാതിവ്രത്യം കൊണ്ടാണ് കടലിൽ നിന്ന് അപായം കൂടാതെ അവളുടെ മരയ്ക്കാൻ കരയ്ക്ക് തിരിച്ചുവരുന്നത്.

കറുത്തമ്മയും ഒരു മരയ്ക്കാത്തിയാണെന്നുള്ള സംഗതി ചക്കി ഓർമ്മപ്പെടുത്തി. പെണ്ണുങ്ങൾ നെറിയും മുറയും വിടാതെയിരുന്നില്ലെ ങ്കിൽ കടലിൽ പോകുന്ന ആണുങ്ങളെ വള്ളത്തോടെ ചുഴിയങ്ങു പിടി ച്ചുവിഴുങ്ങും.

ഈ ചുഴിയാണ് കടലമ്മയുടെ കൊട്ടാരത്തിലേക്കുള്ള വഴി. അശു ദ്ധപ്പെട്ട - പാതിവ്രത്യം ലംഘിച്ച - മരയ്ക്കാത്തീടെ ഭർത്താവിനെ വള്ള ത്തോടെ ഈ ചുഴി പിടിച്ചുവിഴുങ്ങും. എന്നിട്ടു നേരേ കീഴ്പ്പോട്ടു കീഴ്പ്പോട്ടു കൊണ്ടുപോയി കടലമ്മയുടെ കൊട്ടാരപ്പടിക്കൽ എത്തിച്ചു നശിപ്പിക്കും. കടലിൻ്റെ മക്കളായ മരയ്ക്കാത്തിമാർ പാതിവ്രത്യ ലംഘനം ചെയ്യുന്നതു കടലമ്മ സഹിക്കയില്ല. അങ്ങനെയുള്ള മരയ്ക്കാത്തിമാരുടെ ഭർത്താക്കൾ കടലിൽവച്ച് കടലമ്മയുടെ ശിക്ഷ അനുഭവിച്ചേ തീരൂ. മര യ്ക്കാത്തിമാർ മറ്റെന്തിനേക്കാളും സൂക്ഷിക്കേണ്ടതു ചാരിത്ര്യശുദ്ധി യാണ്.

ഇങ്ങനെ കടലിനകത്തൊരു കടലമ്മയുണ്ടെന്നും, കടലിൻ്റെ പെൺമ ക്കൾ പിഴച്ചുപോയാൽ ആ ദേവത സംഹരിച്ചുകളയുമെന്നും കട ലോരവാസികളായ അരയന്മാർ സഹസ്രാബ്ദങ്ങൾകൊണ്ടേ വിശ്വസി ച്ചുപോരുന്നു. ചാരിത്ര്യശുദ്ധിയെപ്പറ്റി ചക്കി പഠിച്ചു വിശ്വസിച്ചുപോരുന്ന ഭാഗം മകളെയും ഓർമ്മപ്പെടുത്തി. ആ വലിയ സത്യം ചക്കി മകളെ ഉപ ദേശിച്ചു: "ശുദ്ധമാണു വലുത്; മരയ്ക്കാൻ്റെ സ്വത്ത് മരയ്ക്കാത്തീൻ്റെ ശുദ്ധമാണ്."

പക്ഷേ, കറുത്തമ്മ, പരീക്കുട്ടിയുമായി ചിരിക്കയും കളിക്കയും ചെയ്യു ന്നതുകൊണ്ട് എന്തശുദ്ധിയാണു പറ്റുന്നതെന്നവൾക്ക് മനസ്സിലായില്ല. പരീക്കുട്ടി, ആ നാലാം വേദക്കാരൻ പിഴപ്പിച്ചേക്കുമെന്നു ചക്കി മകൾക്ക് മുന്നറിവ് കൊടുത്തു. മകളെ ഉടനെ ആർക്കെങ്കിലും കെട്ടിക്കൊടുക്ക ണം. പിന്നെ മതി വലയും വള്ളവും എന്നു ചെമ്പൻകുഞ്ഞിനോടും ചക്കി ശഠിച്ചുപറഞ്ഞു. ഇല്ലെങ്കിൽ വല്ല നാലാം വേദക്കാരനും പിഴപ്പിച്ചേക്കുമെ ന്നൊരു മുന്നറിവ് അയാൾക്കും ചക്കി നല്കി.

പരീക്കുട്ടിയുടെയും കറുത്തമ്മയുടെയും ഹൃദയങ്ങൾ തമ്മിൽ

പിണഞ്ഞു ചേർന്നുപോയതാണ്. അവളിനി ഒരു മരയ്ക്കാന്റെ മരയ്ക്കാ ത്തിയായി മാറിപ്പോയാലും ഈ മാനസികബന്ധം അറുത്തുനീക്കുകയില്ല. അറുത്താലും അറ്റുപോകുന്നതല്ല. അതുനിമിത്തം സംഭവിക്കാവുന്ന അശുദ്ധം അവൾ താങ്ങിക്കൊള്ളും. കടലമ്മയുടെ കഥ പരമ്പരാഗത മായ ഒരന്ധവിശ്വാസത്തിന്റെ സന്താനമാണെന്ന നിലയിൽ അവൾ അതി നെതിരെ ഹൃദയമുറപ്പിച്ചു നില്ക്കുകയാണ്. അർത്ഥശൂന്യമായ ഒരന്ധ വിശ്വാസത്തിൽ നിന്നുടലെടുത്ത ഇടുങ്ങിയ സമുദായാചാരത്തിനെതിരായ ഒരു പുരോഗമനം!

ചെമ്പൻകുഞ്ഞും പഴയതിനെ എതിർക്കാൻ ആയുധമേന്തുകയാണ്. വള്ളവും വലയും നടത്തുവാനുള്ള അവകാശം പരമ്പരയായി വലക്കാര ന്മാരെന്നു പേർ പിടിച്ചവർക്കേയുള്ളൂ. ചെമ്പൻകുഞ്ഞ് അങ്ങനെയുള്ള വിഭാഗത്തിൽ പെട്ടയാളല്ല. അയാൾ മുക്കുവനാണ്. മുക്കുവന് വലയും വള്ളവുമിടാനുള്ള അവകാശം തുറയിലരയൻ കൊടുക്കയില്ല. അയാൾ ആ മാമൂലിനെതിരായി വള്ളവും വലയും ഇടാൻ തന്നെ തീരുമാനിച്ചു. അങ്ങനെ ഒരു പുരോഗമന വിപ്ലവത്തിന് ചെമ്പൻകുഞ്ഞു തയ്യാറെടുത്തു കഴിഞ്ഞു. ഇതിനുമുമ്പും അങ്ങനെ അധികാരമില്ലാത്തവർ വള്ളവും വല യുമുണ്ടാക്കിയിട്ടുണ്ട്. അത് ദീർഘകാലം നിലനിന്നിട്ടില്ല. അതിനെ വെല്ലു വിളിക്കയാണ് ചെമ്പൻകുഞ്ഞ് ചെയ്യാൻ പോകുന്നത്.

ഒരു സമുദായ നിയമം (മാമൂൽ) അയാൾ ലംഘിച്ചുകഴിഞ്ഞു. അതു തുറയോടും തുറയിലരയനോടുമുള്ള അയാളുടെ ആദ്യത്തെ വെല്ലുവി ളിയുമാണ്. പെൺകുട്ടികളെ പത്തു വയസ്സിൽ കെട്ടിക്കണമെന്നാണ് അര യന്മാരുടെ നിയമം. പത്തു വയസ്സു കഴിഞ്ഞു പെണ്ണു നില്ക്കുന്ന വീട് വിലക്കും. പിന്നെ ആ വീട്ടുകാർക്കു കടപ്പുറത്ത് താമസിക്കാൻ സാധി ക്കയില്ല. എന്നാൽ, ചെമ്പൻകുഞ്ഞിന്റെ വീട്ടിൽ നവയൗവനം വന്നു നാൾതോറും വളരുന്ന ഒരു പെൺകുട്ടി കെട്ടിക്കാതെ നില്പുണ്ട്; കറു ത്തമ്മ. അതിനെതിരെ തുറയിലരയൻ കൈ ചൂണ്ടിയില്ല. തുറക്കാർ അന ങ്ങിയില്ല. എന്നാൽ, ചിലരൊക്കെ അങ്ങുമിങ്ങുമിരുന്നു കുശുമ്പും അസൂ യയും പറഞ്ഞു രസിക്കാറുണ്ടുതാനും.

ഒരു ദിവസം ചെമ്പൻകുഞ്ഞു തന്നെ കടപ്പുറത്തു വച്ചു പരീക്കുട്ടി യോട് പണം ആവശ്യപ്പെട്ടു. അയാൾ കൊടുക്കാമെന്നു സമ്മതിച്ചു. തന്നോടു നെറിയിലും മുറയിലും ഇരുന്നോളാൻ പറഞ്ഞ അമ്മയും തടി കാത്തോളാൻ പറഞ്ഞ അച്ഛനും പരീക്കുട്ടിയോട് പണം വാങ്ങിയത് കറു ത്തമ്മയ്ക്ക് പിടിച്ചില്ല.

പണം രണ്ടാമതും പോരാതെ വന്നു. അങ്ങനെ പോരാതെ വന്ന പണവും പരീക്കുട്ടി കൊടുത്തു. അയാൾ ചേർത്തല നിന്നും കണ്ടങ്കോ രൻ വലക്കാരന്റെ വള്ളവും അയല വലയും വിലയ്ക്ക് വാങ്ങിക്കൊണ്ടു വന്നു.

നീർക്കുന്നത്തു ചെമ്പൻകുഞ്ഞിനെതിരായി ഒരു സംഘം അണിനി രന്നുകഴിഞ്ഞു. തുറയിലരയന്റെ അനുവാദം കൂടാതെ വള്ളവും വലയും വാങ്ങിക്കൊണ്ടു വന്നതു നിമിത്തം അതിൽ, പങ്കുപിടിച്ച് കയറിപ്പോകാൻ ആളുകളെ കിട്ടുകയില്ലെന്നുള്ള രഹസ്യം ചെമ്പൻകുഞ്ഞ് മനസ്സിലാക്കി. പെണ്ണിനെ കെട്ടിച്ചയക്കാതെ നിറുത്തിയിരിക്കുന്നതിൽ തുറയിലരയന് ചെമ്പൻകുഞ്ഞിനോടുള്ള അമർഷം ഇപ്പോൾ കൊടുമ്പിരിക്കൊള്ളുവാൻ പോകയാണെന്നയാൾ ഉറച്ചു.

തുറയിലരയന് കാഴ്ച വയ്ക്കുന്നതിന് ഒരു മുപ്പത്തഞ്ചു രൂപാ അയാൾക്ക് വേണം. ചക്കി മുളംകുഴലിൽ കുഴിച്ചിട്ടിരുന്ന കുറെ പണം എടുത്തുകൊടുത്തു. പോരാത്ത തുകയ്ക്ക് വീണ്ടും പരീക്കുട്ടിയെത്തന്നെ അയാൾ സമീപിച്ചു. പരീക്കുട്ടിയുടെ പക്കൽ അപ്പോൾ മുപ്പതു രൂപയു ണ്ടായിരുന്നു. അതും യാതൊരു വെറുപ്പും കൂടാതെ അയാൾ ചെമ്പൻകു ഞ്ഞിന് കൊടുത്തു. അതു വാങ്ങിച്ചുകൊണ്ട് അയാൾ വിജയഭാവത്തിൽ ചക്കിയുടെ അടുക്കൽ വന്നു പറകയാണ്: "പാവം പിടിച്ച കൊച്ചാൻ! അവൻ നല്ലവനാ. അവന്റെ കൈയി മുപ്പതു രൂപ ഉണ്ടാരുന്നു. അതിങ്ങാ തന്നു."

പിറ്റേ ദിവസം ചെമ്പൻകുഞ്ഞു തുറയിലരയനെ ചെന്നുകണ്ടു. ആദ്യം അരയൻ കുറെയൊക്കെ തട്ടിക്കേറിയെങ്കിലും കാഴ്ചവെപ്പിൽ പിന്നെ ശാന്തനായി. പെണ്ണിനെ എത്രയും വേഗം കെട്ടി അയയ്ക്കണ മെന്ന് അദ്ദേഹം ആജ്ഞാപിച്ചു. വള്ളത്തിലെ പങ്കും ദിവസം തോറും വീഴ്ച കൂടാതെ എത്തിച്ചുകൊടുക്കണമെന്നും ശട്ടം കെട്ടി. ചെമ്പൻകു ഞ്ഞിനെതിരായി അസൂയപ്പെട്ടു നില്ക്കുന്നവരെപ്പറ്റി അയാൾ ആവലാതി പറഞ്ഞപ്പോൾ അതേപ്പറ്റി അന്വേഷിക്കാമെന്നും തുറയിലധികാരി ഉറപ്പു കൊടുത്തു.

അങ്ങനെ തുറയിലരയന്റെ വിരോധത്തിൽ നിന്നും താൽക്കാലിക മായി ചെമ്പൻകുഞ്ഞു രക്ഷപ്പെട്ടു.

എന്നാൽ, വള്ളം കടലിലിറക്കണമെങ്കിൽ ഇനിയും അഞ്ഞൂറു രൂപാ കൂടി അയാൾക്ക് വേണം. അതിനെന്താ മാർഗ്ഗമെന്ന് ചക്കി ഭർത്താവി നോട് ചോദിച്ചു. "പരീക്കുട്ടി തരണം" എന്നയാൾ മറുപടി പറഞ്ഞതു കേട്ട് ആ പാവം സ്തംഭിച്ചുപോയി. ഈ വാങ്ങിക്കുന്ന കാശെല്ലാം പരീ ക്കുട്ടിക്ക് തിരിച്ചുകൊടുക്കുമോ എന്നു ചക്കി ചെമ്പൻകുഞ്ഞിനോടു ചോദിച്ചു. തിരിച്ചുകൊടുക്കുമെന്ന് അയാൾ ഉറപ്പു കൊടുത്തു.

അന്നു രാത്രിയിലും പരീക്കുട്ടിയുടെ കൂടത്തിൽ ഉണക്കമീൻ കച്ച വടം നടന്നു. ചെമ്പൻകുഞ്ഞിന് വേണ്ട അഞ്ഞൂറു രൂപാ പരീക്കുട്ടി കൊടു ത്തു. വള്ളത്തിന് വേണ്ട സകല അനുസാരികളും വലയും സജ്ജമായി കഴിഞ്ഞു. ഇനി കേറിപ്പോകാനുള്ള ആളുകളേ വേണ്ടു. അതിലേക്ക് പന്ത്ര ണ്ടാളുകളും ഉണ്ടായി. എല്ലാം ഒത്തു. ചെമ്പൻകുഞ്ഞിന് എതിരായ ഒരു വ്യൂഹം ഉടലെടുത്തപ്പോൾ അയാൾക്ക് വേണ്ടി അവരോടു പൊരുതിയ

വനും അയൽക്കാരനും ബാല്യകാല സ്നേഹിതനുമായ അച്ചൻകു
ഞ്ഞിനെ ചെമ്പൻകുഞ്ഞ് വിസ്മരിച്ചുകളഞ്ഞു. പലപ്പോഴും കണ്ടിട്ടും
അച്ചൻകുഞ്ഞിനോട് അയാൾ പുതിയ വള്ളമിറക്കുന്ന കാര്യം സംസാരി
ച്ചില്ല. വള്ളത്തിൽ പങ്കിനു വേല ചെയ്യാൻ അയാളെ ക്ഷണിച്ചുമില്ല.

വള്ളമിറക്കുന്നതിന്റെ തലേ ദിവസം ഒരു സദ്യ നടന്നു. അതൊരു
ചടങ്ങാണ്. അതിനുള്ള സാധനങ്ങൾ റസ്സൻകുട്ടിയുടെ കടയിൽ നിന്നാണ്
ചെമ്പൻകുഞ്ഞു കടം വാങ്ങിയത്. സദ്യയിലും വള്ളമിറക്കുന്ന ചടങ്ങിലും
പങ്കുകൊള്ളാൻ ചെമ്പൻകുഞ്ഞ് പുന്നപ്രയിലും കാക്കാഴത്തുമുള്ള
ബന്ധുക്കളെ ക്ഷണിച്ചിരുന്നു. ക്ഷണിക്കാൻ പോയത് കറുത്തമ്മയാണ്.

സദ്യ നടന്ന ദിവസം രാത്രി ഏഴര വെളുപ്പിന് ചെമ്പൻകുഞ്ഞിന്റെ
വള്ളം തള്ളി. നേരം വെളുത്ത ശേഷം പെയ്തെന്തെന്നറിയാൻ ചക്കിയും
മകൾ കറുത്തമ്മയും കടപ്പുറത്തു വന്നു. അയലയാണെന്നു ലക്ഷണം
കണ്ട് ചക്കി കറുത്തമ്മയോടു പറഞ്ഞു. കറുത്തമ്മ സന്തോഷിച്ചു.
എന്നാൽ ഉച്ചയ്ക്ക് വള്ളങ്ങളെല്ലാം അടുത്തതു മത്തിയും കൊണ്ടാണ്.
ചെമ്പൻകുഞ്ഞിന്റെ വള്ളത്തിൽ നല്ല ഓരു കിട്ടി. മറ്റുള്ള വള്ളങ്ങളെ
ക്കാൾ കൂടുതൽ മത്തി അയാളുടെ വള്ളത്തിലാണുണ്ടായിരുന്നത്! മീൻ
പരീക്കുട്ടിക്കു കൊടുത്തില്ല. രൊക്കം പണമുണ്ടെങ്കിലേ അയാൾക്ക്
കൊടുക്കൂ എന്നു പറഞ്ഞ് ചെമ്പൻകുഞ്ഞു പരീക്കുട്ടിയെ തള്ളിക്കള
ഞ്ഞു. വള്ളം ഇറക്കിയാൽ മീൻ പരീക്കുട്ടിക്ക് കച്ചവടം ചെയ്യാൻ കൊടു
ക്കണമെന്നും വില തരാമെന്നും പരീക്കുട്ടി രണ്ടുമൂന്നു തവണ കളിയാ
യിട്ടെങ്കിലും കറുത്തമ്മയോട് പറഞ്ഞു. വള്ളമിറക്കിയ ദിവസം ചക്കി
യോട് അയാൾ അതു പറഞ്ഞു. അയാൾ നിമിത്തമാണ് കടലിൽ വള്ളമി
റക്കാൻ സാധിച്ചതെന്നുള്ള കൃതജ്ഞതയോടെ ചക്കി അതിനുറപ്പു
കൊടുത്തു. ആ വള്ളത്തിലെ മീൻ കച്ചവടം ചെയ്യാൻ പരീക്കുട്ടിയ്ക്കവ
കാശമുണ്ടെന്നവൾ അയാളെ ധരിപ്പിച്ചു. ഔസേപ്പിനോടും ഗോവിന്ദ
നോടും പണം കടം മേടിച്ചു മുടിഞ്ഞവരാണ് നീർക്കുന്നത്തെ വള്ളമുടമ
കളെല്ലാം. അവർ പണവും ചുമന്നുപിടിച്ചിങ്ങോട്ടു വന്നിട്ടും
ചെമ്പൻകുഞ്ഞ് അവരുടെ വലയിൽപെട്ടില്ല. അവർ ആദ്യമായി ചെയ്യു
ന്നത് ഇരിക്കാടവും വള്ളവും വലയും പണയപ്പെടുത്തി വാങ്ങിക്കയാ
ണ്. പിന്നീട് പണം കൊടുക്കും. ഒടുവിൽ സകലതും അവർക്കടങ്ങും.
പരീക്കുട്ടി ഒരു ജാമ്യവും പണയവും ആവശ്യപ്പെടാതെ ചെമ്പൻകുഞ്ഞു
ചോദിച്ച പണമെല്ലാം കൊടുത്തു. എന്നിട്ടും അയാൾക്ക് മീൻ കൊടു
ത്തില്ല. അതിനെക്കുറിച്ച് പരീക്കുട്ടിക്ക് പരിഭവം തോന്നിയില്ല. ഒരു നിരാ
ശയുണ്ടായതേയുള്ളൂ. വള്ളമടുത്തപ്പോൾ ഊപ്പ പെറുക്കാൻ ചെന്ന
പഞ്ചമിയേയും ചെമ്പൻകുഞ്ഞ് പിടിച്ചുതള്ളി ദൂരെയെറിഞ്ഞു. അവൾക്ക്
നെഞ്ചിൽ ചീക്കമുണ്ടായി. മീൻ കണ്ടപ്പോൾ അയാൾ പിശാചായി മാറി
പ്പോയി. ഉപകർത്താവിനെയും മകളെയും അറിഞ്ഞുകൂടാത്ത പിശാച്!

ചെമ്പൻകുഞ്ഞിന്റെ വള്ളത്തിൽ നല്ല പെയ്ത്തു കിട്ടി. അയാൾ ദിനം പ്രതി പണക്കാരനായി. അയാൾ ഒരു ചീനിവള്ളം കൂടി പണയമായി വാങ്ങിച്ചു കൈവശമാക്കി.

പരീക്കുട്ടിയുടെ കച്ചവടം അടിക്കടി മോശപ്പെട്ടു വന്നു. അയാൾ വാപ്പയെ ചതിച്ച് മീൻകച്ചവടം ചെയ്താണ് ചെമ്പൻകുഞ്ഞിന് പണം കൊടുത്തത്. ആ പണം തിരിച്ചുകൊടുക്കണമെന്നു ചക്കിയും മകളും ചെമ്പൻകുഞ്ഞിനോട് പറയാറുണ്ട്. അയാൾ കൊടുക്കാമെന്നേ പറയാ റുള്ളു. ചാകരക്കച്ചവടത്തിന് പരീക്കുട്ടി ഒരു ശ്രമവും നടത്തുന്നില്ല. കൂടം അടച്ചിടാൻ വാപ്പ പറഞ്ഞിരിക്കയാണ്. കടപ്പുറത്തെ പണി വിട്ടു വേറെ വല്ല തൊഴിലിനും പോകാമെന്നാണ് അബ്ദുള്ളയുടെ പക്ഷം. പരീക്കു ട്ടിയ്ക്കതിഷ്ടമല്ല. അയാളെ വാപ്പ കുറ്റപ്പെടുത്തി. ചെറുപ്പത്തിലേ വാപ്പ കടപ്പുറത്തു കൊണ്ടുവന്നു. ഇനി ഇവിടം വിട്ടുപോയാൽ പരീക്കുട്ടിക്ക് മറ്റു പണി അറിഞ്ഞുകൂടാ. വാപ്പ അയാൾക്ക് കൊടുക്കാൻ നിശ്ചയിച്ച വീതം കൊടുത്താൽ അതുകൊണ്ട് അയാൾ കച്ചവടം ചെയ്തു ജീവിച്ചു കൊള്ളുമെന്ന് അബ്ദുള്ളയോടു പറഞ്ഞു. നാൽപ്പതു സെന്റ് പറമ്പുകാ രനാണ് അബ്ദുള്ള. വളരെ പ്രാരാബ്ധങ്ങളുമുണ്ട്. ഒരു മകളെ കെട്ടിച്ച യയ്ക്കാനുമുണ്ട്. പരീക്കുട്ടി എന്നിട്ടും വാപ്പയെ അലട്ടി.

സ്ഥിതിഗതികൾ മനസ്സിലാക്കിയ കറുത്തമ്മ ചക്കിയെ ഓർമ്മപ്പെടു ത്തി, അയാളുടെ പണം തിരിച്ചുകൊടുക്കണമെന്ന്. പരീക്കുട്ടി ചെയ്ത സഹായത്തെക്കുറിച്ച് നന്ദിയുണ്ടെങ്കിൽ അതു ചെയ്യണം.

ചക്കിയുടെ ശ്രമം പരാജയപ്പെട്ടതേയുള്ളൂ. അപ്പോഴും പണം കൊടു ക്കാൻ ചെമ്പൻകുഞ്ഞു തയ്യാറില്ല.

അബ്ദുള്ള ഉള്ള പറമ്പും പുരയും സേട്ടിന് പണയമെഴുതിവച്ചു രണ്ടായിരം രൂപാ വരെ പറ്റുവരവ് ചെയ്യാനുള്ള അവകാശം പരീക്കുട്ടിക്ക് കിട്ടി. അങ്ങനെ അക്കൊല്ലത്തെ ചാകരക്കച്ചവടത്തിന് പരീക്കുട്ടി തയ്യാ റെടുത്തു. കച്ചവടം സൂക്ഷ്മതയോടെ നടത്തി കടം വീട്ടിയ ശേഷം പെങ്ങ ളെയും കെട്ടിച്ചയക്കണമെന്നയാൾ ഉറച്ചു.

ചാകര വന്നു. ചെമ്മീൻ കോരു തുടങ്ങി. ആദ്യം ചെമ്പൻകുഞ്ഞിന്റെ വള്ളം നിറചരക്കുമായി വന്നടുത്തു. മീൻ കിട്ടാനുള്ള അത്യാഗ്രഹത്തിൽ മുന്നനുഭവങ്ങളെല്ലാം മറന്നുകൊണ്ട് പരീക്കുട്ടി അപേക്ഷിച്ചു "ചെമ്പൻകുഞ്ഞു വലക്കാരാ! ചരക്കെനിക്കു താ."

നിർദാക്ഷിണ്യം ചെമ്പൻകുഞ്ഞു പരീക്കുട്ടിയുടെ മുഖത്തു നോക്കി പ്പറഞ്ഞു:

"കാശൊണ്ടോ? അല്ലേ താൻ പോ."

തൃക്കുന്നപ്പുഴ നിന്നും വന്ന വള്ളങ്ങളിലൊന്നിൽ അമരക്കാരനായി രുന്നു പളനി. അവൻ ചെമ്പൻകുഞ്ഞിനെ വള്ളം വയ്ക്കുന്നതിൽ വെല്ലു വിളിക്കുന്നതുപോലെ കിട്ടയ്ക്കു ചേർന്നു വള്ളം വച്ചു. അങ്ങനെതന്നെ പെയ്ത്തിലും ഒരു മത്സരം പോലെ. വള്ളം കരയ്ക്ക് കൊണ്ടുവന്നപ്പോഴും

അങ്ങനെ വാശി പിടിച്ചപോലെ കാണികൾക്കും തോന്നി. എന്നാൽ ചെമ്പൻകുഞ്ഞിന് അവനെ നന്നാ പിടിച്ചു. അവനെ കെട്ടിപ്പിടിച്ചുകൊണ്ടു ചെമ്പൻകുഞ്ഞു പറഞ്ഞു: "നീ കടാലിലെ വേലക്കാരനാ മോനേ!"

അവനെ എല്ലാവർക്കും പിടിച്ചു. നല്ല ചെറുപ്പക്കാരൻ. ഒടുവിൽ ചക്കി അവനെ വീട്ടിൽ വിളിപ്പിച്ചു. ഊണും കൊടുത്തു. മകളെ വിവാഹം ചെയ്തു കൊടുക്കാമെന്നും സമ്മതിച്ചു.

വിവാഹത്തിന് മുമ്പ് പരീക്കുട്ടിയുടെ കടം വീട്ടണമെന്നു കറുത്ത മ്മയ്ക്ക് നിർബ്ബന്ധമുണ്ടായിരുന്നു. ആ നിർബ്ബന്ധം ഫലിച്ചില്ല.

വിവാഹം നടന്നു. വിവാഹത്തിനു മുമ്പ് വരന്റെ ആൾക്കാരും തുറ യിലരയനും തമ്മിൽ നടന്ന തർക്കവും വഴക്കും ചക്കിയെ മോഹാലസ്യ പ്പെടുത്തി. അവൾ താഴെ വീണു. നല്ല പ്രജ്ഞയില്ലാതാക്കിയ ആ വിഷമം പിടിച്ച വാക്ക് വരന്റെ കക്ഷിക്കാരനാണ് പറഞ്ഞത്. ഈ തുറ മുടിയാതി രിക്കാൻ വേണ്ടിയാണ് ഈ കല്യാണം നടത്തുന്നതെന്നയാൾ പറഞ്ഞു. അതിന്റെ അർത്ഥം കറുത്തമ്മ ചാരിത്ര്യം കൈവെടിഞ്ഞവളാണെന്നാ ണ്. പരീക്കുട്ടിയും കറുത്തമ്മയും അങ്ങനെ കടപ്പുറം മുടിക്കുന്ന കഥാ പാത്രങ്ങളായി തൃക്കുന്നപ്പുഴ വരെ അറിയപ്പെട്ടുപോയി. അതു നിമിത്ത മുണ്ടായ ബോധക്കേടാണ് ചക്കിക്ക് പിടിപെട്ടത്. ആ അമ്പരപ്പും വിഷ മവും ഒന്നു ശാന്തമായി. മുഹൂർത്തം നടന്നു. അന്നുതന്നെ കറുത്തമ്മയെ കൊണ്ടുപോകാൻ വരൻ തയ്യാറായി. കറുത്തമ്മയ്ക്കും അപ്പോൾത്തന്നെ പോയേ തീരൂ. അമ്മ അപകടകരമായ രോഗത്തിൽ കിടക്കുമ്പോൾ ഭർത്താവിന്റെ കൂടെ പോകാൻ നില്ക്കുന്ന കറുത്തമ്മയെ ചെമ്പൻകുഞ്ഞ് ശപിച്ചു. മേലാൽ അവൾ അയാളുടെ മകളല്ലെന്നു പരസ്യമായി പ്രഖ്യാ പിച്ചു.

പളനിയുടെ വീട്ടിൽ പുതിയ പെണ്ണിനെ കാണാൻ പെണ്ണുങ്ങൾ വന്നു എന്നല്ലാതെ ആരും വിരുന്നിനു വിളിച്ചില്ല. കറുത്തമ്മയുടെ വീട്ടിൽ നിന്നും വിരുന്നിന് ക്ഷണിക്കാൻ ആൾ വന്നില്ല. അവളുടെ അച്ഛന്റെ ഉഗ്രശപഥ മാണതിന് കാരണം. അങ്ങനെ പളനിയെപ്പോലെ തന്നെ കറുത്തമ്മയും ഒറ്റപ്പെട്ടവളായി.

ചക്കി ദീനശയ്യയിൽ തന്നെ കിടക്കയാണ്. നീർക്കുന്നത്തു കിടന്നു ചക്കിയുടെയും തൃക്കുന്നപ്പുഴക്കിടന്നു കറുത്തമ്മയുടെയും ഹൃദയങ്ങൾ പുകയുകയാണ്. ആത്മാക്കൾ തേങ്ങുകയാണ്.

ഒരു ദിവസം ചക്കിയുടെ രോഗം കൂടുതലാണെന്നറിഞ്ഞു പരീക്കുട്ടി ചെമ്പൻകുഞ്ഞിന്റെ വീട്ടിൽ ചെന്നു. അപ്പോൾ അവിടെ ചെമ്പൻകുഞ്ഞി ല്ലായിരുന്നു. കറുത്തമ്മയെ സഹോദരിയായി കരുതിക്കൊള്ളണമെന്നും ആണിനെപ്പെറാത്ത തന്റെ മകനായി പരീക്കുട്ടിയെ വിചാരിച്ചിരിക്കയാ ണെന്നും ചക്കി പരീക്കുട്ടിയോടു പറഞ്ഞു.

ചെമ്പൻകുഞ്ഞിന് കഷ്ടകാലത്തിന്റെയും തകർച്ചയുടെയും ലക്ഷ ണങ്ങൾ വീണു. കടലിൽ പോകാനൊക്കായ്മ, നല്ല കേരു കിട്ടായ്മ,

ഭാര്യയുടെ ദീനത്തിന് ഭേദം കാണായ്ക തുടങ്ങിയ അനുഭവങ്ങൾ അയാളെ ക്ഷീണിപ്പിച്ചു.

ഖാദർ മുതലാളിക്കാണ് ചരക്ക് കൊടുത്തു കൊണ്ടിരുന്നത്. കുറെ പണം ചെമ്പൻകുഞ്ഞിന് നീക്കിബാക്കി കിട്ടാനുണ്ടായിരുന്നു. ഒരുദിവസം രാത്രിയിൽ ഖാദർ കൂടത്തിലുണ്ടായിരുന്ന സകലതും പെറുക്കിയെടുത്തും കൊണ്ട് കടന്നുകളഞ്ഞു. ആ നഷ്ടവും ചെമ്പൻകുഞ്ഞു സഹിക്കേണ്ടി വന്നു.

പഴയതുപോലെ കടലിലേക്ക് പോകാൻ അയാൾ നിശ്ചയിച്ചു. എന്നാൽ കാലുറപ്പില്ലാതെ അയാൾ പരാജയപ്പെട്ടു വെള്ളത്തിൽ വീണു. ഈ കഥ ചക്കിയുടെ കട്ടിലിലിരുന്നു ചെമ്പൻകുഞ്ഞു വിവരിച്ചുകേൾപ്പി ച്ചു. അവൾ അയാളുടെ കൈയ്ക്കു പിടിച്ചുകൊണ്ട് അതെല്ലാം കേട്ടു. ആ നിലയിൽ തന്നെ അവൾ മരിച്ചു. കറുത്തമ്മയെ അറിയിക്കാതെ തന്നെ ശവസംസ്കാരം നടത്തി. അന്നു രാത്രി ഒട്ടിരുട്ടിയപ്പോൾ, കൂടം അടച്ചുപൂട്ടിക്കൊണ്ടു പരീക്കുട്ടി തൃക്കുന്നപ്പുഴയ്ക്ക് പോയി. പളനിയുടെ വീട് ചോദിച്ചറിഞ്ഞുകൊണ്ട് അയാൾ കറുത്തമ്മയെ ഉറക്കത്തിൽ നിന്നു വിളിച്ചുണർത്തി അമ്മയുടെ മരണവൃത്താന്തമറിയിച്ചും വച്ചു തിരിച്ചു പോന്നു.

പരീക്കുട്ടിയാണ് മരണമറിയിച്ചതെന്നു വന്നപ്പോൾ അതു തന്നെ ഒരപഖ്യാതിയായിത്തീർന്നു. പളനിയുടെ ഭാര്യ ശുദ്ധം പാലിക്കുന്നില്ലെ ന്നുള്ളതിലേക്ക് നാട്ടുകാർ ഈ തെളിവ് ഹാജരാക്കി. പളനിയെ കടലിൽ പോകുന്ന വള്ളത്തിൽ കയറ്റാതെ ഒഴിച്ചുനിറുത്തി. കടലമ്മ കോപിച്ചു പളനിയെ സംഹരിക്കുന്നതു കൂടെയുള്ളവരെയും ബാധിക്കുമെന്നുള്ള ഭേദി നിമിത്തമാണ് അവരങ്ങനെ പളനിയെ ഒഴിച്ചുനിർത്തിയത്. ജീവി തവൃത്തിക്ക് നിരോധം സംഭവിച്ചപ്പോൾ കറുത്തമ്മ കിഴക്കോട്ടു മീൻക ച്ചവടത്തിന് പോയിത്തുടങ്ങി. പളനി ഒരു സെറ്റു ചൂണ്ട വാങ്ങി. രാത്രി തോറും ആരും കാണാതെ തൃക്കുന്നപ്പുഴ കടപ്പുറത്തുള്ള ഒരു ചെറു ചൂണ്ട വള്ളമിറക്കി കടലിൽപ്പോയി മീൻ പിടിക്കയും വെളുക്കും മുമ്പ് കരയ്ക്കൽ വരികയും ചെയ്യുകയാണ് പളനിയുടെ ജോലി. അല്പം കഴിഞ്ഞു ഭാര്യയുടെ പൊന്ന് വിറ്റ് ഒരു ചെറുവള്ളം വിലയ്ക്ക് വാങ്ങി. പിന്നെ ആ വള്ളത്തിൽ ചൂണ്ടലിടാൻ കടലിൽ പോകയായി. ഇതിനു ള്ളിൽ കറുത്തമ്മ മീൻകച്ചവടം നിറുത്തി. അവൾ പൂർണഗർഭിണിയാ യിരുന്നു. ഏതാനും ദിവസം കൂടിക്കഴിഞ്ഞ് ഒരു പെൺകുട്ടിയെ പ്രസവി ച്ചു. പെണ്ണിനെ പ്രസവിക്കരുതെന്നുള്ള അവളുടെ ആശ നിന്നില്ല.

നീർക്കുന്നത്ത് ചെമ്പൻകുഞ്ഞു പുനർവിവാഹാലോചനയിൽപ്പെട്ടു. അയാൾക്ക് സുഖിക്കാനാഗ്രഹമുണ്ടെന്ന് മനസ്സിലാക്കിയ ചക്കി ചാകുന്ന ദിവസവും അയാളോടു പറഞ്ഞതാണ് ഒന്നിനെക്കെട്ടാൻ. അയാളുടെ മകൾ പഞ്ചമിക്കും ഒരമ്മ വേണ്ടിയിരിക്കുന്ന സംഗതി അയാൾ കൂട്ടുകാ രനായ അച്ചൻകുഞ്ഞിനോടു പറഞ്ഞു. ചേർത്തല പള്ളിക്കുന്നത്തു കണ്ട

ങ്കോരൻ വലക്കാരന്റെ സുന്ദരിയായ ഭാര്യ പാപ്പിക്കുഞ്ഞിനെ അന്നു വള്ളം വാങ്ങാൻ പോയ കാലത്തേ ചെമ്പൻകുഞ്ഞ് കൊതിച്ചതാണ്. കണ്ടങ്കോ രൻ വലക്കാരൻ മരിച്ചു, കുടുംബം കുറേ കുഴപ്പത്തിലായിരിക്കുന്ന സമ യത്തായിരുന്നു ചെമ്പൻകുഞ്ഞു വീണ്ടും കെട്ടാൻ ആശിച്ചത്. പാപ്പിക്കു ഞ്ഞിനെ തന്നെ കെട്ടി. തുറയിലെരയന്മാരും മറ്റും അറിഞ്ഞുള്ള ഒരു കല്യാ ണമാകേണ്ട എന്നു പാപ്പിക്കുഞ്ഞു തന്നെ പറകയും അതനുസരിച്ച് ചുമ്മാ വിളിച്ചുകൊണ്ടു വരികയുമാണ് ചെയ്തത്. അവളുടെ കൂടെ ഏകസന്താ നമായ ഗംഗാദത്തനുമുണ്ട്.

പഞ്ചമിക്ക് ചിറ്റമ്മയെ പിടിച്ചില്ല. ചെമ്പൻകുഞ്ഞിന്റെ വീട്ടിൽ സൈര ക്കേട് തലപൊക്കി. ഗംഗാദത്തന് പോകണം. അവനു കൊടുക്കാമെന്നു പറഞ്ഞ അഞ്ഞൂറു രൂപായ്ക്ക് അലട്ടിത്തുടങ്ങി. ചെമ്പൻകുഞ്ഞിന്റെ വള്ളം രണ്ടും കരയ്ക്കലിരിക്കയാണ്. നന്നാക്കാൻ പണമില്ല. വല പുതു ക്കാനും പണമില്ല. ചെമ്പൻകുഞ്ഞിന്റെ ബുദ്ധി മന്ദിച്ചുപോയി. ഒടുവിൽ ഔസേപ്പിനെ വരുത്തി പണം കടം ചോദിച്ചു. അയാൾ എഴുതിക്കൊണ്ടു വന്ന കരാർപത്രം ഒന്നു വായിച്ചുപോലും നോക്കാതെ ഒപ്പിട്ടുകൊടുത്ത് ചെമ്പൻകുഞ്ഞ് എഴുനൂറ്റിത്തൊണ്ണൂറ്റഞ്ചു രൂപ വാങ്ങിച്ചു പെട്ടിയിൽ വച്ചു പൂട്ടി. അപ്പോൾ മുതൽ അയാൾക്കൊരു ചൈതന്യം വീണു. മൗനം കുറെ വിട്ടു. വള്ളം നന്നാക്കുന്നതിനെക്കുറിച്ചും മറ്റും അയാൾ സംസാരിച്ചുതു ടങ്ങി.

ഗംഗാദത്തൻ, പാപ്പിക്കുഞ്ഞിനൊരധികപ്പറ്റാണ്. അവൻ അവളെ സൈരമായൊരിടത്തിരുത്താതെ സദാ പണത്തിന് ഞെരുക്കിത്തുടങ്ങി. ഗത്യന്തരമില്ലാതെ പാപ്പിക്കുഞ്ഞു പെട്ടി തുറന്ന് ചെമ്പൻകുഞ്ഞു വച്ചി രുന്ന എഴുനൂറ്റിത്തൊണ്ണൂറ്റഞ്ചിൽ നിന്ന് ഇരുനൂറു രൂപായെടുത്തു ഗംഗാ ദത്തന് കൊടുത്തു പിരിച്ചയച്ചു. അതു ചെമ്പൻകുഞ്ഞിനെ ഒളിച്ചു ചെയ്ത താണെങ്കിലും പഞ്ചമി എന്തൊക്കെയോ ഒളിച്ചുനിന്ന് കേട്ടു. മാതൃപുത്ര സംഭാഷണത്തിന്റെ വെളിച്ചത്തിൽ സംശയം തോന്നി അവൾ അച്ഛനെ അറിയിച്ചു. അയാൾ ഭ്രാന്തനെപ്പോലെ ഓടിവന്നു പെട്ടി തുറന്നു നോക്കി യപ്പോൾ അതിൽ അഞ്ഞൂറു രൂപയേയുള്ളു.

പാപ്പിക്കുഞ്ഞു കുറ്റം സമ്മതിച്ചു. അയാൾ അവളെ വീട്ടിൽ നിന്ന് ആട്ടിപ്പുറത്താക്കി. അവൾ മിണ്ടാതെ പുറത്തിറങ്ങി. പഞ്ചമിക്കതു നന്നേ രസിച്ചു. വീണ്ടും അയാൾ അവളെ ആട്ടിക്കടപ്പുറത്താക്കി.

ഇനി ആ വീട്ടിൽ കേറിപ്പോകരുതെന്നും അയാൾ അന്ത്യശാസനം നല്കി. അവൾ അങ്ങനെ ആ കടപ്പുറത്ത് നിരാശ്രയയായി അലഞ്ഞുന ടന്നു. ഒരു തെങ്ങിൻചുവട്ടിലാണവളുടെ ഇരിപ്പ്.

ഈ വാർത്ത നാട്ടിലെല്ലാം പരന്നു. തുറയിലരയനും അറിഞ്ഞു. ഒടു വിൽ നല്ല പെണ്ണ് പാപ്പിക്കുഞ്ഞിനെ അവളുടെ വീട്ടിൽ താമസിപ്പിച്ചു. തുറയിലരയൻ കേസ് അന്വേഷിക്കാൻ വന്നു. ചെമ്പൻകുഞ്ഞും പാപ്പി ക്കുഞ്ഞും അന്നാട്ടിലെ മൂപ്പന്മാരും ജനങ്ങളുമെല്ലാം തുറയിലരയന്റെ മുമ്പി

ലുണ്ട്. തുറയിലരയന്റെ അനുവാദം വാങ്ങിക്കാതെ ചെമ്പൻകുഞ്ഞു കല്യാണം നടത്തിയ കുറ്റം ചുമത്തിയാണ് ആദ്യവിചാരണ നടത്തിയ ത്. കല്യാണം നടത്തിയില്ലെന്നും വീട്ടിൽ വേലയ്ക്കൊരുത്തിയെ വിളിച്ചു നിർത്തിയിരിക്കയാണെന്നും ചെമ്പൻകുഞ്ഞു പറഞ്ഞതോടെ തുറയില രയൻ ശ്വാസം വിഴുങ്ങിയിരുന്നുപോയി. ഇതു നേരാണോ എന്നു പാപ്പി ക്കുഞ്ഞിനോടു ചോദിച്ചപ്പോൾ അവളും ചെമ്പൻകുഞ്ഞു പറഞ്ഞതു നേരാണെന്ന് സമ്മതിച്ചു. അവൾ അവിടെ അയാളുടെ വേലക്കാരത്തി യായിരുന്നു എന്നുറപ്പിച്ചുപറഞ്ഞു. അരയൻ മറ്റൊരടവെടുത്തു ഭീഷണി പ്പെടുത്താൻ തുടങ്ങിയപ്പോൾ ചെമ്പൻകുഞ്ഞു മാനം വേണമെങ്കിൽ അട ങ്ങിയിരുന്നോളാൻ പറഞ്ഞുകൊണ്ട് തിരിഞ്ഞു പൊയ്ക്കളഞ്ഞു. പാപ്പി ക്കുഞ്ഞും പുറകേ പോയി. ചെമ്പൻകുഞ്ഞ്, അവൾ അയാളെ അനുഗമി ക്കരുതെന്ന് വിലക്കിയില്ല.

പഞ്ചമി അന്നുതന്നെ അവിടെ നിന്നും ഒളിച്ചുപോയി തൃക്കുന്നപ്പുഴ യിൽ ചെന്നുചേർന്നു.

പരീക്കുട്ടിയുടെ കച്ചവടം വീണ്ടും നഷ്ടത്തിലായി. അയാൾ അധഃപതിച്ചു. അയാളുടെ കൂടവും നിലംപതിച്ചു. ഇന്നയാൾ ഒരു കട പ്പുറം ദല്ലാൾക്കച്ചവടക്കാരനായി കടപ്പുറത്തു തന്നെ കഴിയുന്നു. ഒരു ദിവസം ചെമ്പൻകുഞ്ഞിന്റെ കരയ്ക്കൽ കേറ്റിവച്ചിരിക്കുന്ന വള്ളത്തിന ടുത്തു ചെന്നു പരീക്കുട്ടി നോക്കിനില്ക്കുമ്പോൾ ചെമ്പൻകുഞ്ഞും അടു ത്തുചെന്നു. പരീക്കുട്ടി അതു കണ്ടില്ല. പഴയ ചെമ്പൻകുഞ്ഞല്ല ഇപ്പോൾ പരീക്കുട്ടിയുടെ മുമ്പിൽ നില്ക്കുന്നത്. പരീക്കുട്ടിക്ക് കൊടുക്കാനുള്ള രൂപായുടെ തുകയെന്തെന്ന് ചെമ്പൻകുഞ്ഞു ചോദിച്ചു. ആ ചോദ്യം പല പ്പോഴുമാവർത്തിച്ചെങ്കിലും പരീക്കുട്ടി മിണ്ടിയില്ല. തന്റെ മകളെ പിഴപ്പിച്ചു കുടുംബം മുഴുവനും തകർത്തവനാണെന്നു പറഞ്ഞു പരീക്കുട്ടിയെ ചെമ്പൻകുഞ്ഞ് ആവോളം അമർഷവും വെറുപ്പും വേദനയും നിറഞ്ഞ സ്വരത്തിൽ നിന്ദിച്ചു. ചോദിച്ചപ്പോഴൊക്കെ ഉള്ളതെല്ലാം തൂത്തുവാരിക്കൊ ടുത്തതു കറുത്തമ്മയെ നോട്ടമിട്ടു കൊണ്ടാണെന്നയാൾ സ്ഥാപിച്ചു. അല്ലെന്നു പറയാൻ പരീക്കുട്ടി ഭാവിച്ചെങ്കിലും തൊണ്ടയിൽക്കൂടി ആ ശബ്ദം വെളിയിൽ വന്നില്ല.

ഒടുവിൽ കൈയിലുണ്ടായിരുന്ന രൂപയും നോട്ടും ഉൾപ്പെടെയുള്ള സംഖ്യ പരീക്കുട്ടിയുടെ നേരെ നീട്ടി. ആദ്യം അനങ്ങാതെ നിന്നെങ്കിലും ഉഗ്രശാസനനായ ചെമ്പൻകുഞ്ഞിനോട് അതു വാങ്ങിക്കാൻ പരീക്കുട്ടി നിർബന്ധനായി. അപ്പോൾ തന്നെ വേറൊരു ദുശ്ശകുനവും! കണ്ടങ്കോരൻ വലക്കാരനോടു വാങ്ങിയ ആ പേരുകേട്ട വള്ളം കരയിലിരുന്ന് ഒരു തല യിടിഞ്ഞുവീണു നശിക്കുന്നു. അതുകണ്ടു ചെമ്പൻകുഞ്ഞ് പൊട്ടിച്ചിരി ക്കുന്നു.

പഞ്ചമിയോടു പരീക്കുട്ടിയെപ്പറ്റി ജിജ്ഞാസയോടെ കറുത്തമ്മ ചോദിക്കുന്നതും ഉത്തരം പറയുന്നതും കേട്ടുകൊണ്ടു നേരെ പ്രത്യക്ഷ

പ്പെട്ടു പളനി! ഒന്നും ഇനി ഒളിച്ചുവയ്ക്കാൻ സാധ്യമല്ല. ഉള്ളതെല്ലാം തെളിഞ്ഞുപോയി. അന്നു രാത്രി പളനി ചോദിച്ചതിനെല്ലാം ഉത്തരം പറഞ്ഞു. ഇനി അങ്ങനെ ആവർത്തിക്കയില്ലെന്നവർ പ്രതിജ്ഞ ചെയ്ത് പളനിയെ വിശ്വസിപ്പിക്കുകയായിരുന്നു.

പിറ്റേന്നും സന്ധ്യാവേളയിൽ അയാൾ ചൂണ്ടുവള്ളത്തേൽ കയറി കടലിൽ പോയി. അന്നുരാത്രി വളരെ വൈകിയപ്പോൾ പരീക്കുട്ടി വന്നു കറുത്തമ്മയെ വിളിച്ചു. അവൾ പേടിക്കാതെ കതകു തുറന്നു. വെളിയിൽ വന്നു. അവർ തമ്മിൽ കെട്ടിപ്പുണർന്നു. ആ ആലിംഗനത്തിൽ നിന്ന് വിട്ടു മാറാൻ അവൾക്കു വയ്യാ.

ആ സമയത്ത് കടലിൽപ്പോയ പളനിയും വള്ളവും മലയോളം പൊക്കമുള്ള ചുഴിക്കകത്തായി. ആ ചുഴിയിലൂടെ അവനും വഞ്ചിയും കടലമ്മയുടെ കൊട്ടാരവാതിൽക്കലേക്ക് താണുതാണുപോയി. ആ അപ കടത്തിനുമുമ്പ് അയാൾ 'കറുത്തമ്മ' എന്നു വിളിച്ചലറി. കൊടുങ്കാറ്റിന്റെ അലർച്ചയെയും അതു തോല്പിച്ചു. എന്തിനാണവളെ വിളിച്ചത്? കട ലിൽ കിടക്കുന്ന മുക്കുവന്റെ രക്ഷാദേവത വീട്ടിലിരിക്കുന്ന മുക്കുവത്തി യാണ്. അവൾ അശുദ്ധയായാൽ മുക്കുവനെ കടലമ്മ ശിക്ഷിക്കും.

അവൾ അശുദ്ധയായി. അതിന്റെ ഫലമായ ശിക്ഷ പളനിയും അനു ഭവിച്ചു. അവനിനി ഇജ്ജന്മം കരയ്ക്ക് വരികയില്ല.

പിറ്റേന്നു നേരം വെളുത്തപ്പോൾ, കറുത്തമ്മയെ കാൺമാനില്ല. പള നിയും കടലിൽ പോയിട്ടു വന്നില്ല. കുഞ്ഞിനെയുമെടുത്തു പഞ്ചമി കടൽക്കരയിൽ വന്നു നിന്നു കരയുന്നു. കുഞ്ഞ് അമ്മയെയും അച്ഛനെയും വിളിച്ചുകരയുന്നു. പഞ്ചമി കുഞ്ഞിനെ ആശ്വസിപ്പിച്ചുകൊണ്ട് സ്വയം കര യുകയാണ്. രണ്ടു ദിവസം കഴിഞ്ഞപ്പോൾ ആലിംഗനബദ്ധരായി കറു ത്തമ്മയും പരീക്കുട്ടിയും കടപ്പുറത്തു ചത്തടിഞ്ഞുകയറി. ചെറിയഴീക്കൽ കടപ്പുറത്തു ചൂണ്ട വിഴുങ്ങിയ ഒരു സ്രാവും അടിഞ്ഞുകയറി. അതു പളനിയുടെ അവസാനത്തെ ചൂണ്ടയിട്ട മീനായിരുന്നു.

ഇതാണ് *ചെമ്മീൻ* നോവലിലെ കഥാസാരം. വർണനയും വ്യാഖ്യാ നവും സംഭാഷണങ്ങളും കൊണ്ട് ചമൽക്കാരത്തോടെ സാഹിതീകരി ച്ചിരിക്കയാണിത്.

കഥാപ്രയോജനം

കഥയ്ക്ക് ഒരുദ്ദേശ്യമുണ്ടായിരിക്കണം. രാഷ്ട്രീയമായും സാമൂഹി കമായും സാമ്പത്തികമായും ഉള്ള അവശതകളും അസമത്വങ്ങളും ആധാ രമാക്കിയും വെറും പ്രേമത്തെ ലാക്കാക്കിയും നോവലുകൾ ഉണ്ടാക്കി യിട്ടുണ്ട്. സമുദായത്തിൽ പരമ്പരാഗതമായി നിലനിന്നുപോരുന്ന അന്ധ വിശ്വാസങ്ങളെയും അവയുടെ സന്താനങ്ങളായ അനാചാരങ്ങളെയും പിഴുതെറിയാൻ വേണ്ടിയും കഥകൾ നിർമിച്ചിട്ടുണ്ട്; നിർമിക്കാറുമുണ്ട്. *ഇന്ദുലേഖ* ആ വിഭാഗത്തിൽപ്പെട്ട ഒരു സാമുദായികാഖ്യായികയാണ്.

ഇംഗ്ലീഷ് പഠിക്കുന്നതിലും, ഉടുപ്പും ചെരിപ്പുമിട്ടു നടക്കുന്നതിലും വിരു ദ്ധനായ ഒരു പഴഞ്ചൻ പഞ്ചുമേനോൻ, കുടുംബത്തിലുള്ള പെണ്ണുങ്ങളെ നമ്പൂരിമാർക്കു സംബന്ധം ചെയ്തു കൊടുക്കുന്നതാണ് അന്തസ്സെന്നും ആചാരമെന്നും ശഠിക്കുന്ന കാരണവർ ആണ്. അദ്ദേഹത്തിന്റെ ആ മാമൂ ലിനെതിരായി നിന്ന അനന്തരവൻ മാധവന് ഇന്ദുലേഖയെ വിവാഹം ചെയ്തു കൊടുക്കയില്ലെന്നു ശ്രീപോർക്കലി ഭഗവതിയെക്കൊണ്ടു ശപഥം ചെയ്തുവെങ്കിലും ആ ശപഥമൊക്കെ തിരിച്ചെടുത്തു മാധവനും ഇന്ദു ലേഖയും ഒന്നായിത്തീരത്തക്കവണ്ണവും അന്ധമായ ബ്രാഹ്മണഭക്തി നാശി ക്കത്തക്കവണ്ണവും പഞ്ചുമേനോനു മാനസാന്തരം വരുത്തുകയാണ് *ഇന്ദു ലേഖയിൽ* നാം കാണുന്നത്. സമുദായത്തിലെ അനാചാരത്തെ തൂത്തു തുടയ്ക്കുന്ന പരിഷ്കാരം അതിൽ നാം കാണുന്നുണ്ട്. അങ്ങനെ *ഇന്ദു ലേഖ* ഉദ്ദേശ്യം കൊണ്ടു വിജയിച്ചിട്ടുണ്ട്. അതാണതിനുള്ള മെച്ചം.

എന്നാൽ ചെമ്മീനോ അതിലെ ഉള്ളടക്കം നീർക്കുന്നത്തും തൃക്കു ന്നപ്പുഴയും നടന്ന കഥയായിരുന്നെങ്കിൽ അതൊരന്വാഖ്യാനമാണ്, ആഖ്യായികയില്ല എന്നു സമാധാനിക്കാമായിരുന്നു. പക്ഷേ, അങ്ങനെയ ല്ല, ഇതു തകഴിയുടെ സ്വകപോലകല്പിതമായൊരു നോവലാണ്. അരയ സമുദായത്തിൽ പണ്ടുപണ്ടേയുള്ള ഒരു വിശ്വാസത്തിന്റെയും അതിന്റേ തായ ആചാരങ്ങളുടെയും കട പിഴുതെറിയാൻ ചെമ്പൻകുഞ്ഞും അയാ ളുടെ മൂത്തമകളായ കറുത്തമ്മയും ബദ്ധകങ്കണരായി മുന്നോട്ടു പായുന്ന കാഴ്ചയാണ് ചെമ്മീനിൽ നാം കാണുന്നത്.

വലക്കാർക്ക് മാത്രമേ വള്ളവും വലയും നടത്തുവാൻ പാടുള്ളൂ. വലക്കാരന്മാരെന്നു പറയുന്നവർ അഞ്ചു ജാതി അരയന്മാരിൽ ഒരു വിഭാ ഗക്കാരാണ്. അവർക്കാണ് പരമ്പരാഗതമായി വല നടത്തുവാനുള്ള അവ കാശമുള്ളത്. അതിന് വിപരീതമായി പ്രവർത്തിച്ചിട്ടുള്ളവരും അവരുടെ വള്ളവും വലയും എല്ലാം തന്നെ ഒന്നിച്ചു നശിച്ചുപോയിട്ടുണ്ട്. അതു കടലമ്മയുടെ കോപം കൊണ്ടാണ്. എന്നാൽ വലക്കാരന്മാരുടെ വംശ ത്തിൽ പെടാത്ത ചെമ്പൻകുഞ്ഞ് വള്ളവും വലയുമിടാൻ തീരുമാനിച്ചു. അയാൾ മുക്കുവനാണ്. വലയും വള്ളവും ഇറക്കി നടത്തുവാൻ വിലക്ക പ്പെട്ടവരിൽ ഒരുവനാണ്. അങ്ങനെയുള്ള അനർഹന്മാർ കടലമ്മയുടെ ഉഗ്രശാപത്തിന് പാത്രീഭവിച്ചു നശിച്ചുപോയ പല കഥകളും അവൻ കേട്ടിട്ടുണ്ട്. എന്നാലും അവൻ വള്ളവും വലയും നടത്തുവാൻ തന്നെ തീരുമാനിച്ചു മുന്നോട്ടുപായുകയാണ്. അവനും കടലിന്റെ മകനാണ്. ഒരു വള്ളം പ്രത്യേകമിട്ടു നടത്തുവാൻ അവനും അധികാരമുണ്ട്, അവകാശ മുണ്ട്. അതിൽ അവനെ കടലമ്മ സഹായിക്കയേയുള്ളൂ എന്നാണവന്റെ വിശ്വാസം. ഭാര്യ ചക്കിയും അതിനുവേണ്ടി അവനെ പ്രോത്സാഹിപ്പിച്ചി ട്ടുണ്ട്; പഴയ മാമൂൽ പറഞ്ഞ് അവൾ അയാളെ അധൈര്യപ്പെടുത്തിയി ല്ല. അവൾ മീൻകച്ചവടത്തിനു പോയി സമ്പാദിച്ച മുതൽ കൂടി വള്ളം വാങ്ങാൻ അയാൾക്കു കൊടുത്തു. പോരാത്ത തുക അയാളും ഭാര്യയും

കൂടി പരീക്കുട്ടിയോടു രണ്ടുനാലു തവണകളിലായി വാങ്ങിച്ചു കാര്യം സാധിച്ചു. ആദ്യം പരീക്കുട്ടിയോടു പോരാത്ത പണം ചോദിക്കാൻ കറു ത്തമ്മയോടാണവർ ആവശ്യപ്പെട്ടത്. ചെമ്പൻകുഞ്ഞിനറിയാം പരീക്കു ട്ടിയും കറുത്തമ്മയും തമ്മിലുള്ള ഇരിപ്പുവശം.

കറുത്തമ്മ, കടലമ്മയോടു പിണങ്ങാൻ തന്നെ തീരുമാനിച്ചു. അവൾ ഒരു മനുഷ്യനെ സ്നേഹിക്കുന്നു. അതിന് കടലമ്മയ്ക്കെന്താണ്? ആ സ്നേഹം മൂത്താൽ പരീക്കുട്ടിയുടെ നാലാം വേദത്തിൽ കൂടാനും കുപ്പാ യവും കാതുനിറയെ അലിക്കത്തും ഇട്ട് പരീക്കുട്ടിയുടെ അടുക്കൽ നില്ക്കാനും അവൾ തയ്യാറാണ്. കടലിൽ പോകുന്ന മരയ്ക്കാന്റെ മര യ്ക്കാത്തിയാകേണ്ട; മനുഷ്യന്റെ മനുഷ്യത്തിയായിരുന്നാൽ മതിയ വൾക്ക്. അങ്ങനെ അവൾ പരീക്കുട്ടിയുമായുള്ള പ്രേമബന്ധം പുലർത്തി ക്കൊണ്ടു പഴയ വിശ്വാസത്തിനും ഐതിഹ്യത്തിനും ഒക്കെ എതിരായി മുന്നോട്ടു പായുകയാണ്. എന്നാൽ, അവളെ അങ്ങനെ സ്വതന്ത്രയായി വിടാതെ അവളുടെ തലയ്ക്ക് ഒരു മരയ്ക്കാനെ കെട്ടിവയ്ക്കുന്നു. അതോടെ പരീക്കുട്ടിയുമായുള്ള ബന്ധം അശുദ്ധിയും അനാചാരവുമായി മാറുന്നു. പക്ഷേ, ആ ബന്ധം വിച്ഛേദിക്കപ്പെടാൻ സാധിക്കാത്തതാണ്. അത് നീർക്കുന്നത്തു നിന്നു തൃക്കുന്നപ്പുഴയോളം നീണ്ടു എന്നേയുള്ളൂ.

എന്നാൽ കറുത്തമ്മ, കടലമ്മയോടനുഷ്ഠിച്ച ധിക്കാരത്തിന് അവ ളുടെ ഭർത്താവായ പളനിയെ അവന്റെ ചൂണ്ടവള്ളത്തോടുകൂടി ചുഴിയി ലൂടെ പിടിച്ചുകൊണ്ടുപോയി നശിപ്പിച്ചു. അങ്ങനെ പഴയ വിശ്വാസം പിഴു തെറിയുവാൻ ശ്രമിച്ച കറുത്തമ്മ നശിച്ചു! എന്നുവച്ചാൽ പഴമ ജയിക്കയും പുതുമ നശിക്കയും ചെയ്തു.

ചെമ്പൻകുഞ്ഞിന്റെ ഗതി നോക്കാം. അയാൾ വള്ളവും വലയുമി റക്കി വളരെ വേഗത്തിൽ മറ്റൊരു വള്ളം കൂടി കൈവശപ്പെടുത്തി. വലിയ പണക്കാരനെന്നും മീൻപിടിത്തക്കാരനെന്നും പ്രസിദ്ധിയാർജ്ജിച്ചു. അങ്ങ നെയൊന്നു വീർത്തു. പെട്ടെന്ന് ചക്കി മരിക്കുന്നു, പുനർവിവാഹം നട ത്തുന്നു. പിന്നെ, കടക്കാരനായി വള്ളവും വലയും പണയത്തിലാക്കി ഒരു ഭ്രാന്തനായി. അനന്തരകഥ അനുവാചകർ ഊഹിക്കുവാൻ തക്ക വണ്ണം അപൂർണ്ണമായി നിർത്തുന്നു. അങ്ങനെ, വലക്കാരനല്ലാത്ത ചെമ്പൻകുഞ്ഞ് വള്ളവും വലയും നടത്തിയതിന്റെ ദുരന്തഫലം അയാളും അനുഭവിച്ചു. അയാൾക്ക് മക്കളില്ലാതായി. മക്കൾക്ക് തന്തയില്ലാതായി. ശേഷിച്ചത് അച്ഛനും അമ്മയുമില്ലാത്ത ഒരു കൈക്കുഞ്ഞും പഞ്ചമിയും മാത്രം. അവരുടെയും അനന്തരഗതി അജ്ഞാതം.

ഒരു പുരോഗമന സാഹിത്യകാരനായ തകഴിയുടെ *ചെമ്മീൻ* അര യന്മാരുടെ ഇടയിൽ ഉണ്ടെന്നു പറയുന്ന അന്ധവിശ്വാസവും ഐതി ഹ്യവും യഥാർത്ഥീകരിക്കയാണ്, അതിനെ ഇന്നത്തെ പുതുതലമുറയുടെ തലയിലും അടിച്ചേല്പിക്കുകയാണ്, അവരിൽ ഒരു കറുത്തമ്മയും ചെമ്പൻകുഞ്ഞും ഉണ്ടാകാൻ പാടില്ലെന്നു സ്ഥാപിക്കയാണ് ചെയ്യുന്ന

ത്. ഇത് അരയ സമുദായത്തിന് എന്തൊരു ഗുണമാണ് വരുത്തിവയ്ക്കാൻ പോകുന്നതെന്നു തകഴി തന്നെ പറയേണ്ടിയിരിക്കുകയാണ്. നിഷ്പ്രയോ ജകത്വം കൊണ്ട് ഏറ്റവും അധഃപതിതമായ ഈ നോവൽ തകഴിയുടെ ഒരു വമ്പിച്ച പരാജയമാണ്. അതെ, കടലിനകത്തൊരു കടലമ്മയു ണ്ടെന്നും അവർക്കെതിരായി അശുദ്ധം പാലിക്കുന്ന മുക്കോത്തികളെയും മാമൂലിനെതിരായി വള്ളവും വലയും നടത്തുന്ന മുക്കുവന്മാരെയും ആ ദേവി നശിപ്പിക്കുമെന്നു താൻ വിശ്വസിക്കുന്നെന്നും തകഴി ഏറ്റുപറയു ന്നതുവരെ ഈ നോവൽ അദ്ദേഹത്തിന്റെ പരാജയവൈജയന്തിയാണ്.

കടലമ്മ

ഇനി, ചെമ്മീനിൽ കാണുന്നതുപോലെ കടലിനകത്തൊരു കൊട്ടാ രത്തിൽ കടലമ്മയെന്നൊരു ദേവതയുണ്ടെന്നും പണ്ടും ഇന്നും അരയ ന്മാർ വിശ്വസിക്കുന്നുണ്ടോ എന്നു നോക്കാം. ഈ വിശ്വാസമാണല്ലോ ചെമ്മീനിലെ കഥാബീജമായി തകഴി സ്വീകരിച്ചിരിക്കുന്നത്.

മുക്കുവർ, മരയ്ക്കാന്മാർ, നുളയന്മാർ എന്നിങ്ങനെയുള്ള വിവിധ നാമ ങ്ങളോടു കൂടി കാസർകോടു മുതൽ കന്യാകുമാരി വരെ കടൽതീരത്ത് നീണ്ടുകിടക്കുന്ന ഒരു സമുദായമാണ് അരയവംശം. അവർക്ക് പൊതു വായും പ്രാദേശികമായും ചില കല്പിത കഥകളും പാട്ടുകളും വീരാപ ദാന കഥകളും ഉണ്ട്. എന്നാൽ കടലമ്മയുടെ കഥ അവർക്കില്ല.

വരുണനെന്നൊരു ദേവനുണ്ടെന്ന് വാല്മീകി തൊട്ടു ശ്രീരാമൻ വരെ വിശ്വസിച്ചിരുന്നെങ്കിലും അന്നത്തേയും ഇന്നത്തേയും ധീവരന്മാർ അവ രുടെയിടയിൽ അന്നുണ്ടായിരുന്ന ഒരു രാജാവാണെന്നു മാത്രമേ വരുണ നെപ്പറ്റി വിശ്വസിച്ചിട്ടുള്ളൂ. കാഞ്ചിരാജവംശം ആ വരുണന്റെ ഗോത്രമാ ണ്. തകഴിയുടെ ഭൂമിശാസ്ത്രവും ഗവേഷണവും നീർക്കുന്നം കടപ്പു റത്തു മാത്രം നിർത്താതെ അമ്പലപ്പുഴ താലൂക്കിലെങ്കിലും വികസിപ്പി ച്ചിരുന്നെങ്കിൽ അദ്ദേഹത്തിന് നേർവഴി ലഭിക്കുമായിരുന്നു.

കപ്പൽപ്പാട്ടുകളിലും മറ്റു വീരാപദാന കഥകളിലും കടലിന് സ്വരൂ പത്വം (personification) നല്കി 'കടലമ്മേ' എന്നും 'തമ്പുരാട്ടി' എന്നും സംബുദ്ധി ചെയ്തുകാണുന്നുണ്ട്. വൃക്ഷലതാദികൾ, സൂര്യചന്ദ്രന്മാർ തുട ങ്ങിയവയെ കവികൾ സംബുദ്ധി ചെയ്യാറുള്ളതുപോലെ 'കടലമ്മേ' മുത ലായതും ഒരു കാവ്യശൈലിയായി ഉപയോഗിച്ചിരുന്നതാണ്.

അപ്പോൾ ചെമ്മീനിൽ കാണുന്ന 'കടലമ്മ' അരയന്മാരുടെ ഇടയിൽ ഇല്ലാത്ത ഒന്നാണ്. ഇല്ലാത്ത ഒന്നിനെപ്പിടിച്ച് അവരുടെ തലയിൽ വച്ചു കെട്ടി ആ ദേവതയുടെ ഉഗ്രശാപത്തിനും സംഹാരക്രിയയ്ക്കും ചെമ്പൻകു ഞ്ഞിനെയും പളനിയെയും കറുത്തമ്മ, പരീക്കുട്ടി, ചക്കി എന്നിവരെയും പാത്രീഭൂതരാക്കുകയാണ് തകഴി ചെയ്തിരിക്കുന്നത്. എന്തിന്? ആ പരി പാവനമായ ചാരിത്ര്യം കടലിന്റെ മക്കൾ ലംഘിക്കാതിരിക്കുവാൻ! ചെമ്മീൻ, മരയ്ക്കാത്തിമാരുടെ ചാരിത്ര്യം സൂക്ഷിക്കുന്ന ഒരു വേദപു

സ്തകമാണ്. മറ്റു സകല സമുദായങ്ങളും വ്യഭിചാരം വ്യവസായ മാക്കിയാലും മരയ്ക്കാത്തിമാർ ചാരിത്ര്യം സൂക്ഷിക്കണം!

ആ ഐതീഹ്യം

ഇതിനുപോൽബലകമായിട്ടാണ് പണ്ടൊരു മുക്കോത്തി പിഴച്ചതു മൂലം ഉണ്ടായ ഭയങ്കര സംഭവങ്ങളെ ചിത്രീകരിക്കുന്ന ഒരു ഐതീഹ്യം ഈ പുസ്തകത്തിൽ ചേർത്തുകാണുന്നത്. അവൾ മനഃപൂർവം പിഴച്ച തല്ല. എങ്കിലും അവൾ പിഴച്ചതിന്റെ ഫലമായി മലയോളം പൊക്കത്തിൽ തിരകൾ ഉയർന്നു. കരയ്ക്ക് അവ ഉരുണ്ടുകയറി. വിഷമുള്ള കടൽപ്പാ മ്പുകൾ കരയിൽ നുരച്ചുനടന്നു. ഗുഹ പോലെ വായുള്ള കടൽജന്തു ക്കൾ വാ തുറന്നു വള്ളങ്ങളുടെ പിന്നാലെ പാഞ്ഞു. ഇതാണാ ഐതീ ഹ്യം. ഈ ഐതിഹ്യം ഏതു കാലത്തെ സംഭവത്തെയാണ് സൂചിപ്പി ക്കുന്നത്? വായും പിളർന്നു കടൽജന്തുക്കൾ വള്ളത്തിന്റെ പിന്നാലെ പാഞ്ഞെങ്കിൽ ഈ ഐതീഹ്യത്തിന് കേവലം അറുപതു കൊല്ലത്തെ പഴക്കമേയുള്ളൂ. അല്ല, പണ്ടത്തെ, ചരിത്രാതീതകാലത്തെ ഒരൈതിഹ്യ മാണെങ്കിൽ അന്നു വള്ളങ്ങളില്ല. അത്ര ഉള്ളിൽപ്പോയി മീൻ പിടിച്ചിട്ടു മില്ല.

മാത്രവുമല്ല, ഈ ഐതിഹ്യവും അരയസമുദായത്തിൽ അമ്പലപ്പുഴ താലൂക്കിന്റെ അതിർത്തിയോളമെങ്കിലും പ്രചാരമുള്ളതല്ല. നീർക്കുന്ന ത്തുകാർക്ക് മാത്രമുള്ളതെങ്കിൽ ഈ ഐതിഹ്യം കേരളത്തിലെ അരയ ന്മാരെ ആകമാനം ബാധിപ്പിച്ചുകൊണ്ട് *ചെമ്മീനിൽ* പകർത്തിയത് തെറ്റാ യിപ്പോയി. ഇനി, ആ ഐതിഹ്യം ആ നീർക്കുന്നത്തെ സംബന്ധിച്ചിട ത്തോളമെങ്കിലും അലംഘനീയമായിരുന്നോ? അല്ലെന്നു *ചെമ്മീൻ* തന്നെ മറുപടി പറയുന്നു. *ചെമ്മീനിലെ* കഥ നടക്കുന്ന കാലത്ത് - കറുത്തമ്മ കടപ്പുറം മുടിച്ചെന്ന് പഴിച്ചുതുടങ്ങിയ കാലത്ത് - ഉണക്കമീനിന് മുൻകൂർ പണം കൊടുക്കാൻ വീടുതോറും കയറിയിറങ്ങിയവരിൽ ഒരാളായ ഒരു മേത്തനെ കൊച്ചുട്ടി എന്ന മരയ്ക്കാത്തിയുടെ പുരയ്ക്കെത്തുവച്ച് അവ ളുടെ മരയ്ക്കാൻ കുത്തിമുറിവേല്പിച്ചതായി *ചെമ്മീനിൽ* കഥാകൃത്ത് തന്നെ സ്വന്തം വാചകത്തിൽ വിവരിച്ചിട്ടുണ്ട്. കറുത്തമ്മയെ പഴിച്ച പെണ്ണു ങ്ങളുമായി അവളുടെ അമ്മ ഏറ്റുമുട്ടിയപ്പോൾ എല്ലാവരും പഴിച്ചതായ ഓരോ കഥ ഓരോരുത്തർക്കും ഉള്ളതായി തെളിഞ്ഞു. അവരുടെ മര യ്ക്കാന്മാരെ കടലമ്മ പിടിച്ചു ചുഴിയിലിട്ടു സമുദ്രാന്തർഭാഗത്തുള്ള കൊട്ടാരനടയിൽ കൊണ്ടു കൊന്നില്ല. കറുത്തമ്മയെ തൃക്കുന്നപ്പുഴക്കാ രികൾ പഴിച്ചു തുടങ്ങിപ്പോൾ അവൾ അവളോടു തന്നെ ചോദിക്കുന്നു: ഇവിടുള്ള പെണ്ണുങ്ങളൊന്നും പിഴച്ചിട്ടില്ലേ എന്ന്. എന്നിട്ട് അവരുടെ മര യ്ക്കാന്മാരെല്ലാം ജീവിച്ചിരിക്കുന്നു. കറുത്തമ്മ പിഴച്ചതുകൊണ്ട് അവ ളുടെ മരയ്ക്കാനേ മരിച്ചുള്ളൂ. അവളും അവളുടെ അച്ഛനും അമ്മയും കുടുംബവും മാത്രമേ നശിച്ചുള്ളൂ.

ആദ്യത്തെ മുക്കുവൻ

തിരകൾക്കും ഒഴുക്കിനും എതിരായി മല്ലടിച്ച് ഒരു തടിക്കഷണത്തിൽ ചക്രവാളത്തിനപ്പുറത്തേക്ക് പോയ ആദ്യത്തെ മുക്കുവന്റെ ഭാര്യ വ്രത നിഷ്ഠയോടെ കടപ്പുറത്തു പടിഞ്ഞാറോട്ടു നോക്കിനിന്നു തപസ്സ് ചെയ്ത തുകൊണ്ട് കടലിൽ കോളിളകിയെങ്കിലും തിമിംഗലങ്ങൾ വായ് പൊളി ച്ചുകൊണ്ട് നിന്നെങ്കിലും, സ്രാവുകൾ വാലുകൾകൊണ്ട് വള്ളത്തിലടി ച്ചെങ്കിലും, ഒഴുക്കുവള്ളത്തെ ഒരു വലിയ ചുഴിയിലേക്ക് വലിച്ചുകൊണ്ടു പോയെങ്കിലും അയാൾ ആ അപകടങ്ങളിൽ നിന്നും അത്ഭുതകരമായി രക്ഷപ്പെട്ടു.

ഈ കഥയ്ക്കൊരു പുരാണമില്ല. ഇതിഹാസമില്ല. എങ്കിലും അതിന് ഒരടിസ്ഥാനമില്ലാതെ വരുമോ എന്ന് ചിന്തകന്മാർക്ക് സംശയം തോന്നാം. എന്തുകൊണ്ട്? ഒരിക്കൽ ആരെങ്കിലും ആദ്യം കടലിൽ പോയിരിക്കണ മല്ലോ. അയാളെ ഒഴുക്കു വിഷമിപ്പിച്ചേക്കാം. തിമിംഗലം ഭയപ്പെടുത്തിയി രിക്കാം. സ്രാവ് വാഹനത്തിൽ വാലിട്ടു തല്ലിയും ഇരിക്കാം. ഇതു സംഭ വ്യമാണ്.

എന്നാൽ അയാളുടെ പേരോ അയാൾ ഉൾക്കൊള്ളുന്ന വർഗ്ഗത്തിന്റെ പേരോ അന്നു മുക്കുവൻ എന്നായിരിക്കുകയില്ല. മീൻപിടുത്തം തൊഴി ലായി സ്വീകരിച്ചതിനുശേഷമേ അവർക്ക് മുക്കുവർ എന്ന പേർ സിദ്ധി ച്ചിരിക്കാൻ ഇടയുള്ളൂ. അപ്പോൾ ആ ആദ്യത്തെപ്പേർ എന്തായിരുന്നു? അത് തകഴിയുടെ മൂലഗ്രന്ഥത്തിൽ വിവരിച്ചിട്ടില്ലേ? അയാൾ കരയിൽ നിന്നു തടിക്കഷണത്തിൽ കയറിയാണ് പോയതെങ്കിലും സ്രാവ് വാലിട്ട ടിച്ചപ്പോഴും ചുഴി വലിച്ചപ്പോഴും ആ തടിക്കഷണം എങ്ങനെ വള്ളമായി? വള്ളവും തടിയും രണ്ടല്ലേ?

ചക്രവാളത്തിനപ്പുറത്തേക്കു പോയി ഇന്നും മീൻ പിടിക്കുന്നവരല്ല കേരളത്തിലെ മീൻപിടുത്തക്കാർ. ആ സ്ഥിതിക്ക് ആദ്യത്തെ ആ മത്സ്യ വേധകമൻ എങ്ങനെ ഒരു തടിക്കഷണത്തിൽ കയറി ചക്രവാളത്തിനപ്പു റത്തേക്കു പോയി തിരയോടും തിമിംഗലങ്ങളോടും മകരമത്സ്യങ്ങളോടും എതിർത്തു മീനും പിടിച്ച് അപ്പോൾ തന്നെയിങ്ങു കരയ്ക്കുവന്നു? ഈ ചക്രവാളത്തിനപ്പുറംവരെ തുഴഞ്ഞുപോയി ഈ വിക്രമങ്ങളെല്ലാം കഴിഞ്ഞ് ഒരു മീനുംകൊണ്ട് അയാൾക്ക് കരയ്ക്കൽ വരാൻ കുറച്ചു സമയം മതിയായിരുന്നോ? അയാളുടെ ഭാര്യ കടപ്പുറത്തു പടിഞ്ഞാറോട്ടു നോക്കി തപസ്സ് ചെയ്തുകൊണ്ടു നില്ക്കവേ തന്നെ അയാൾ തിരിച്ചുവ ന്നിരിക്കണം. അയാൾ തിരിച്ചുവരുന്നതുവരെ അവൾ തപശ്ചര്യയിൽ തന്നെ നിന്നുമിരിക്കണം. അപ്പോൾ തിരയ്ക്കപ്പുറം വരെയല്ലാതെ അയാൾ പോയിരിക്കയില്ല. പോകേണ്ട ആവശ്യവുമില്ല. എന്തുകൊണ്ട്? അന്നുവരെ കടൽമത്സ്യങ്ങൾക്ക് കരയിൽ ശത്രുക്കളില്ലായിരുന്നതു നിമിത്തം തിര ക്കുഴിയിൽത്തന്നെ ധാരാളം മത്സ്യങ്ങൾ (വലുതും ചെറുതും) ഉണ്ടായി രുന്നു.

ഈ കഥ ഇന്നത്തെ മുക്കുവനും വിശ്വസിക്കുന്നു എന്നും അവൻ അവന്റെ മുക്കുവത്തിയോട്, ആ പഴയ മുത്തശ്ശിയെപ്പോലെ തപസ്സു ചെയ്യാൻ ആവശ്യപ്പെടുകയാണെന്നും തകഴി ഉറപ്പിച്ചുപറയുന്നു. അതൊ രന്ധവിശ്വാസമല്ലെന്നു ചാരിത്ര്യത്തെ പൊക്കിപ്പിടിച്ചുകൊണ്ട് തകഴി സ്ഥാപിക്കയാണ് ഈ ഭാഗം കൊണ്ട്.

ഇങ്ങനെയുള്ള യുക്തിശൂന്യങ്ങളും തത്ത്വവിഹീനങ്ങളുമായ അന്ധ വിശ്വാസ പ്രമാണങ്ങൾ മുക്കുവന്റെ തലയിൽ പിടിച്ചു കയറ്റിവച്ച് അവ ന്റേതാണെന്നു പറഞ്ഞു തകഴി *ചെമ്മീനി*ലൂടെ മുതലെടുക്കുകയാണ് ചെയ്തിരിക്കുന്നത്.

മുക്കോൻ കടലിൽ പോകുമ്പോൾ ഇപ്പോൾ കടപ്പുറത്തുനിന്നു തപസ്സു ചെയ്യുന്ന മുക്കുവത്തി നീർക്കുന്നത്തുമില്ലെന്നു *ചെമ്മീൻ* വ്യക്ത മായി തെളിയിക്കുന്നുണ്ട്. ഇന്നത്തെ മുക്കുവന്റെ തപസ്സിനുവേണ്ടിയുള്ള ആജ്ഞ അവന്റെ മുക്കുവത്തി തിരസ്കരിക്കയാണോ? മുക്കുവൻ അത്ര ശക്തിഹീനനായയോ? ഇല്ല, അവൻ അങ്ങനെ ആവശ്യപ്പെടുന്നില്ലെന്നുള്ള താണ് വാസ്തവം. അവനറിയാം കടൽ തപസ്സുകൊണ്ട് കായലാകയി ല്ലെന്നും കടലിനകത്തൊരു കടലമ്മയില്ലെന്നും.

ചെമ്മീന്റെ കാലം

തൃക്കുന്നപ്പുഴനിന്നു നേരെ കിഴക്കേക്കരയിറങ്ങി റോഡിൽ ചെന്നു വണ്ടി കയറി ഹരിപ്പാട്ടു പോകാറായിട്ടു വളരെ കുറച്ചു വർഷങ്ങളേ ആകു ന്നുള്ളു. പളനി അങ്ങനെ വണ്ടി കയറി ഹരിപ്പാട്ടു പോയി ഊണും കഴിച്ചു കറുത്തമ്മയ്ക്ക് ഒരു കസവു നേര്യതും വാങ്ങി വന്ന കഥ ചെമ്മീൻ പന്ത്രണ്ടാം അധ്യായത്തിൽ വിവരിക്കുന്നു. അതേ അധ്യായത്തിൽത്തന്നെ പട്ടുജമ്പറും പുടവയും കൂടി ആവശ്യപ്പെടുന്ന കറുത്തമ്മയേയും കാണാം.

അപ്പോൾ *ചെമ്മീനി*ലെ കഥ നടക്കുന്നത് റൗക്കയുടെയും ജായ്ക്കെ റ്റിന്റെയും കാലം കഴിഞ്ഞു ജമ്പറിന്റെ അവസാന കാലഘട്ടത്തിലാണ്. ബ്ലൗസിന്റെ കാലം ആരംഭിച്ചതോടെയാണ് റോഡിൽ ചെന്നു വണ്ടിക യറി ഹരിപ്പാട്ടു പോകാൻ തൃക്കുന്നപ്പുഴക്കാർക്ക് സൗകര്യം ലഭിച്ചത്. അപ്പോൾ കഥയ്ക്ക് ഒരു വ്യാഴവട്ടത്തിനപ്പുറം പഴക്കമില്ല എന്നു സ്പഷ്ടം.

എല്ലാ തൊഴിലാളിവിഭാഗങ്ങളും അവരെ ചൂഷണം ചെയ്തുകൊ ണ്ടിരുന്ന വർഗ്ഗക്കാരോടു സമരം ചെയ്തു സ്വാതന്ത്ര്യം നേടിക്കഴിഞ്ഞ കാലമാണത്. സമുദായങ്ങളിലെ മാമൂലുകളോടും അനാചാരങ്ങളോടും പടവെട്ടി പുതുമയോടെ പുരോഗതിക്ക് കളമൊരുക്കിയ കാലഘട്ടമാണ ത്. തൊടീലിന്നും തീണ്ടലിന്നുമെതിരായി സമരം ചെയ്തു ക്ഷേത്രപ്ര വേശന വിളംബരം പ്രഖ്യാപനം ചെയ്യിച്ച ആയിരത്തിനൂറ്റിപ്പന്ത്രണ്ടി ന്റെയും സന്താനമാണക്കഥാകാലഘട്ടം. ഒരു ജാതിയും ഒരു മതവും ഒരു ദൈവവുമേയുള്ളൂ എന്ന ശ്രീനാരായണ സന്ദേശം ഒരു തത്ത്വമായി സകല ജനങ്ങളും അംഗീകരിച്ചുകഴിഞ്ഞ കാലമാണത്. മഹാരാജാവിന്റെ പര

മാധികാരത്തിൻകീഴിൽ ജനങ്ങളോടു ഉത്തരവാദിത്വമുള്ള ഭരണം തിരു വിതാംകൂറിൽ ഏർപ്പെടുത്തണമെന്നു വാദിക്കുകയും കൊച്ചിയിൽ അതു പരിപൂർണ്ണമായി നടപ്പിൽ വരുത്തിക്കഴിയുകയും ചെയ്ത കാലമാണത്. അതേ കാലഘട്ടത്തിൽത്തന്നെ ഇവിടെ ഉത്തരവാദഭരണം വന്നു. പ്രായ പൂർത്തി വോട്ടവകാശം വന്നു. രാജഭരണം പോയി. തിരു-കൊച്ചി സംസ്ഥാ നങ്ങൾ ഒന്നായി, ഇന്ത്യൻ യൂണിയനിൽ ലയിച്ചു. രാജ്യം അപ്പഴപ്പോൾ ഉറപ്പുള്ള രാഷ്ട്രീയ പാർലമെന്ററി പാർട്ടികളുടെ ഭരണത്തിൽ ആകുന്ന നിയമവും വന്നു. ഭരണവിഷയത്തിൽ പണ്ടുപണ്ടേയുണ്ടായിരുന്ന മാമൂ ലുകളെല്ലാം തകർന്നു തരിപ്പണമായി. ഇങ്ങനെ രാഷ്ട്രീയമായും സാമൂ ഹികമായും സാമ്പത്തികമായും മതപരമായും വലിയ പരിവർത്തനങ്ങൾ ഉണ്ടായി. അദ്ധ്വാനിക്കുന്ന ജനവിഭാഗങ്ങൾക്ക് അവരെ ആരു ഭരിക്കണ മെന്നുള്ളതിനെക്കുറിച്ചും സമ്മതിദാനത്തെക്കുറിച്ചും ശരിയായ സ്വയം നിർണ്ണയാവകാശബോധം ഉണ്ടായിക്കഴിഞ്ഞ കാലമാണത്.

ആ കാലഘട്ടത്തിൽ അമ്പലപ്പുഴ താലൂക്കിലെന്നല്ല, തിരുവിതാം കൂറിലെ സകല താലൂക്കുകളിലെയും തുറയിലരയന്മാരുടെയും അധി പതികളുടെയും അധികാരങ്ങൾ അസ്തമിപ്പിച്ചു സമുദായ പരിഷ്കർത്താ ക്കൾ വെന്നിക്കൊടി നാട്ടിക്കഴിഞ്ഞിരുന്നു. തൽസ്ഥാനങ്ങളിൽ സംഘ ങ്ങളും യോഗങ്ങളും നിലയുറപ്പിച്ചുവരുന്നു.

അമ്പലപ്പുഴ താലൂക്കിൽ തോട്ടപ്പള്ളി മുതൽ ആലപ്പുഴ വരെയുള്ള പ്രദേശങ്ങളിൽ അരയസമുദായത്തിലെ അദ്ധ്വാനിക്കുന്ന ജനവിഭാഗങ്ങൾ ദുഷിച്ചു നാറിയ ജന്മി മുതലാളിത്ത വ്യവസ്ഥിതിയോടും എതിർക്കുന്ന കാലഘട്ടമാണത്.

ആ കാലഘട്ടത്തിൽ മാമൂലിനെതിരായി വള്ളവും വലയുമിടാൻ ആവേശംകൊള്ളുന്ന ചെമ്പൻകുഞ്ഞിനെ പൂട പൊഴിഞ്ഞ ഒരു തുറയി ലരയനെ സൃഷ്ടിച്ച് അയാളുടെ മുമ്പിൽ കുനിച്ചുനിർത്തുന്നു. മനുഷ്യനെ സ്നേഹിച്ച കറുത്തമ്മയെ ഘോരഘോരമായി കടലമ്മയെ കൊണ്ടു ശിക്ഷിപ്പിക്കുന്നു. അതിനുവേണ്ടി, മുമ്പ് ആരും കേട്ടിട്ടില്ലാത്തതും അന്നു മിന്നും ആരും വിശ്വസിക്കാത്തതുമായ ഒന്നുരണ്ട് പഴഞ്ചൻ കഥകൾ കൃത യുഗത്തിൽനിന്നേ കെട്ടിവലിച്ചുകൊണ്ടുവന്ന് ഈ ഇരുപതാം നൂറ്റാണ്ടിന്റെ ഉത്തരാർദ്ധവുമായി കൂട്ടിക്കെട്ടുന്നു! എന്തിന്? കടലിനകത്തൊരു കടല മ്മയുണ്ടെന്നും ആ ഉഗ്രമൂർത്തി ചാരിത്ര്യം കെട്ട മുക്കുവത്തികളുടെ ഭർത്താക്കന്മാരെ കൊന്നുകളയുമെന്നും അരുതായ്മയും മാമൂലും തെറ്റിച്ചു വള്ളവും വലയും ഇറക്കുന്നവരെ ഒരുപോലെ നശിപ്പിച്ചുകളയുമെന്നും സ്ഥാപിക്കാൻ വേണ്ടി!

ചെമ്മീനിലെ ജാതിവിഭാഗം

ചെമ്മീനിൽ അരയസമുദായത്തിലെ ജാതിവിഭാഗത്തെപ്പറ്റി വിവരി ച്ചിരിക്കുന്നത് വളരെ നേരംപോക്കിനുള്ള ഒരു കാര്യമാണ്. തകഴി ബുദ്ധി

പൂർവ്വം ഒഴിഞ്ഞുനിന്നുകൊണ്ട് ഈ അരയസ്മൃതിയിലെ ജാതിവിഭാഗ ശാസനം അച്ചൻകുഞ്ഞ് എന്നൊരു കഥാപാത്രത്തെക്കൊണ്ടാണ് വിവ രിക്കുന്നത്. ഇന്നു ജീവിച്ചിരിക്കുന്ന അരയർ ആരും ഈ നിയമശാ സ്ത്രത്തെ അനുകൂലിക്കയില്ലെന്നുള്ളതുകൊണ്ട് തകഴി തന്നെ ആ അബ ദ്ധത്തിന്റെയും ഉത്തരവാദിത്വം ചുമക്കണം.

ഒന്നാമതായി വലക്കാരൻ എന്നൊരു ജാതി ഈ സമുദായത്തിലില്ല. വള്ളവും വലയും നടത്തുന്ന ആർക്കും ഈ പേരുണ്ടാകുന്നതാണ്. വല ക്കാരനെന്നുള്ളത് ഒരു പ്രത്യേക ജാതിയായി വിവരിച്ചിരിക്കുന്നതു തെറ്റാണ്. മരയ്ക്കാൻ എന്നും മുക്കുവൻ എന്നും നുളയൻ എന്നുമുള്ള നാമങ്ങളെല്ലാം അരയന്റെ പര്യായങ്ങളാണ്. തെക്കൻ തിരുവിതാംകൂറിൽ നുളയനെന്നും മദ്ധ്യതിരുവിതാംകൂറിൽ ചിലേടത്ത് മരയ്ക്കാനെന്നും ചിലേടത്ത് അരയനെന്നും ഉത്തര തിരുവിതാംകൂറിൽ ചിലേടത്ത് അരയ നെന്നും ചിലേടത്ത് മുക്കുവനെന്നും കൊച്ചിയിൽ അരയനെന്നും മല ബാറിൽ അരയനെന്നും മുക്കുവനെന്നും പ്രാദേശികമായി വിളിച്ചുപോ ന്നിരുന്നു. ഈ കഥയുടെ കാലഘട്ടത്തിൽ അങ്ങനെയുമില്ല. അരയൻ എന്ന പൊതുനാമത്താൽത്തന്നെ ഹിന്ദു മത്സ്യപ്പിടുത്തക്കാർ അറിയപ്പെ ടുന്നു.

പിന്നെ ഈ കാലഘട്ടത്തിൽ അരയന്മാർക്കില്ലാത്ത ജാതിവിഭാഗം ഉണ്ടാക്കിവയ്ക്കാൻ തകഴി *ചെമ്മീനി*ലൂടെ ശ്രമിച്ചതിന് എന്തെങ്കിലും ഉദ്ദേ ശ്യമുണ്ടോ? വായിൽ തോന്നിയതു കോതയ്ക്ക് പാട്ടാവാം. എന്നാൽ ഒരു സമുദായത്തെ ചിത്രീകരിക്കുമ്പോൾ ചരിത്രവും വസ്തുസ്ഥിതിയും അനു കൂലിക്കണമെന്നുള്ളത് ഓർക്കേണ്ട ഒരു കാര്യമാണ്.

ഈ ജാതിവിഭാഗത്തിൽ അരയൻ, മുക്കുവൻ, മരയ്ക്കാൻ, വലക്കാ രൻ, പിന്നൊരു പഞ്ചമജാതി എന്നിങ്ങനെ അഞ്ചായി തിരിച്ചിരിക്കുന്നു. നാലും മനസ്സിലായി. ഈ പിന്നൊരു പഞ്ചമജാതി എന്നു പറയുന്നതിനു പേരില്ലയോ? ആ ജാതി എവിടെയുണ്ട്? നീർക്കുന്നത്തു തന്നെയുണ്ടോ? സാമ്പിളിനു മാത്രമെങ്കിലും ആ ജാതിയെ ഒന്നു കാണിച്ചുതരാമോ? തക ഴിയോടു ചോദിക്കയാണ്.

എങ്ങനെ ഈ പേരുകളുണ്ടായി?

അരയന്മാർ മുത്തു മുങ്ങുകയും മീൻപിടിക്കയും പ്രധാന തൊഴി ലായി സ്വീകരിച്ച കാലം തുടങ്ങി മുക്കുവരെന്നുള്ള പേരുണ്ടായി. കപ്പ ലോട്ടവും നാവിക വാണിജ്യവും തൊഴിലാക്കിയപ്പോൾ മരക്കലർ എന്നു പേരുണ്ടായി. അതിന്റെ തൽഭവമാണ് മരയ്ക്കാന്മാർ. അൻപത്തഞ്ചു കൊല്ലം കഴിഞ്ഞിട്ടേയുള്ളു മരക്കലം കൊണ്ടുള്ള മീൻപിടുത്തം മദ്ധ്യ തിരുവിതാംകൂറിലുള്ളവർ നിർത്തിവച്ചിട്ട്. ഈ മരക്കലത്തിന് 'പാറ്' എന്നാണ് മലയാളത്തിലുള്ള പേര്.

ആ മാമൂൽ

വലക്കാരന്മാർക്കല്ലാതെ മുക്കുവന്മാർക്ക് വള്ളവും വലയും നടത്താൻ പാടില്ലെന്നുള്ള മാമൂലും ഇതേവരെ അരയസമുദായത്തിൽ ഉണ്ടായിട്ടി ല്ലാത്തതാണ്. മുക്കുവൻ എന്നു പറഞ്ഞാൽത്തന്നെ മീൻ പിടിക്കുന്ന വനെന്നാണർഥം.

വള്ളവും വലയുമില്ലാതെങ്ങനെ മീൻ പിടിക്കും? എല്ലാറ്റിനേക്കാളും ഏറെച്ചിരിപ്പിക്കുന്ന ഒരു കഥയാണീ മാമൂൽ പ്രസംഗം! ഇതൊക്കെ തക ഴിക്ക് ഏതു ദിവ്യൻ ഉപദേശിച്ചു എന്നാണറിയേണ്ടത്.

തകഴിയുടെ മീൻപിടുത്തം!

ഇനി തകഴി മീൻപിടുത്തത്തെ എങ്ങനെ ഈ നോവലിൽ കൈകാര്യം ചെയ്തിരിക്കുന്നു എന്നു നോക്കാം. ചെമ്പൻകുഞ്ഞിന്റെ വള്ളം ആദ്യമായി ഇറക്കുന്ന ദിവസം പെയ്ത്തുനോക്കി അയാളുടെ ഭാര്യ ചക്കിയും മകൾ കറുത്തമ്മയും കടപ്പുറത്തു നില്ക്കയായിരുന്നു. പെയ്ത്തെന്താണെന്നു കറുത്തമ്മ ചക്കിയോട് ചോദിച്ചു. ലക്ഷണം കണ്ടിട്ട് അയലയാണെന്നു ചക്കി മറുപടി പറഞ്ഞു: "അപ്പോൾ തുടങ്ങി യപ്പോഴേ നമുക്ക് നല്ലതാ" എന്നു കറുത്തമ്മ പറഞ്ഞു സന്തോഷം പ്രക ടിപ്പിച്ചു.

പക്ഷേ, വള്ളം കോരും കഴിഞ്ഞടുത്തപ്പോൾ അതിൽ അയലയല്ല മത്തിയാണ്!

പന്ത്രണ്ടാളുകൾ കേറിപ്പോകുന്ന താങ്ങുവള്ളമാണത്. അതിൽ താങ്ങുവല കൊണ്ടേ പെയ്യാനൊക്കൂ. അയലയും ചാളയും പിടി ക്കുന്നതിന് പ്രത്യേകം വലകളുണ്ട്. അവ നീട്ടുവലകൾ (wall nets) ആണ്; കോരുവലകളല്ല. താങ്ങുവല കോരുവലയാണ്. അതിൽ കോരിപ്പിടിക്കാ വുന്ന മത്സ്യങ്ങളെല്ലാം പെടും. എന്നാൽ, കണ്ണിയിൽ കെട്ടുന്ന അയല, ചാള (മത്തി) എന്നിവ താങ്ങുവലയിൽപ്പെടാറില്ല. അതിലേക്ക് പ്രത്യേകം വല വേണം. സാധാരണ അയലവലയും ചാളവലയും പോരാ. അയല വലയിൽ ചാള പെടുകയില്ല. ചാളവലയിൽ അയലയും പെടുകയില്ല. വലു പ്പച്ചെറുപ്പമനുസരിച്ച് പറ്റുവലയും തെളിവലയും പ്രത്യേകം പ്രത്യേകം ഉപയോഗിച്ചേ അയല പിടിക്കാനൊക്കൂ. ഇതു തന്നെയാണ് ചാളയെ സംബന്ധിച്ചും ഉള്ള കണക്ക്.

അയലപ്പെയ്ത്തു കണ്ടു സന്തോഷിച്ച ചക്കിയിൽ നിന്നും മകളിൽ നിന്നും ഒരു സംഗതി വ്യക്തമാകുന്നു; അയല പിടിക്കാനുള്ള വല അതി ലുണ്ടെന്ന്. മത്തിയും പിടിച്ചുകൊണ്ടു കരയ്ക്ക് വന്നതിൽനിന്ന് ഒരു സംഗതി തെളിയുന്നു, മത്തി പിടിക്കാനുള്ള വലയും അതിലുണ്ടായിരു ന്നെന്ന്. അങ്ങനെ അയലവലയും മത്തിവലയും താങ്ങുവലയും ഒന്നിച്ച് ഒരേസമയം ഒരു വള്ളത്തിൽ വച്ചു കൊണ്ടുപോകാൻ സാധ്യമല്ല. അങ്ങനെ ഒരു നടപടി ഇന്നോളമുണ്ടായിട്ടുമില്ല. അവിടെ തകഴിക്ക് തെറ്റുപ

റ്റി. ഈ തെറ്റ് അവിടെക്കൊണ്ടും അവസാനിച്ചില്ല; അതു തൃക്കുന്നപ്പുഴ ക്കടപ്പുറത്തു തുടരുന്നു.

പളനി തനിച്ചാണ് ഒരു ചെറുവള്ളത്തിൽ കയറി ചൂണ്ടലിടാൻ പോകു ന്നത്. വലിയ തരം സ്രാവിനെയും മറ്റും പിടിക്കുന്നതിന് ഉൾക്കടലിൽ പോയാണ് ചൂണ്ടലിടുന്നത്. ഈവിധം മീൻപിടിക്കുന്ന സമ്പ്രദായത്തി നാണ് ആഴക്കടൽ മത്സ്യബന്ധനം (Deep sea fishing) എന്നു പറയുന്ന ത്. പക്ഷേ, ഇതൊരാളെക്കൊണ്ടു മാത്രം സാധിക്കുന്ന കാര്യമല്ല. വള്ള ത്തിൽ അമരം വയ്ക്കാനും പായ് കെട്ടി ഓടിക്കാനും ചൂണ്ട നിരത്തിയി ടാനും വലിവ് നോക്കാനും മീൻ ചൂണ്ടലിൽ പിടിച്ചാൽ മയത്തിന് ചരട് ഇളക്കിക്കൊടുക്കാനും മുറുക്കാനും നാലുപേരെങ്കിലും വേണം. ഈ ചൂണ്ട പ്പണി സാധാരണഗതിയിൽ മദ്ധ്യതിരുവിതാംകൂറിലെ അരയന്മാർ നട ത്തിവരുന്നില്ല. അവർ വൻമീൻവല കൊണ്ട് ഡീപ് സി ഫിഷിങ് നടത്തു ന്നവരാണ്. തൃക്കുന്നപ്പുഴ ഒട്ടു തീരെയും ഇല്ല. ചൂണ്ടൽ ഇടാനും വൻമീൻവല പെയ്യാനും ഉപയോഗിക്കുന്നത് നൂവലവള്ളവും താങ്ങുവ ള്ളവുമാണ്. നൂവലവള്ളത്തിൽ തണ്ടു വലിക്കാനും അമരം വയ്ക്കാനും നാലഞ്ചുപേർ വേണം. ഉൾക്കടലിൽ വച്ചു മറിഞ്ഞോ മുങ്ങിയോ പോകാത്ത വള്ളമാണ് വേണ്ടത്, ചെറുവള്ളങ്ങളല്ല. വളരെ ദൂരം പോകു മ്പോൾ, ഇത്രയും പേരുണ്ടായാൽപ്പോലും അവർ തണ്ടു പിടിച്ചും തുഴഞ്ഞും ക്ഷീണിച്ചു പോകാറുണ്ട്. കാറ്റനുകൂലമുള്ളപ്പോൾ പായ് കെട്ടി ഓടിച്ച് ഈ വള്ളങ്ങൾ ഉൾക്കടലിൽ കൊണ്ടുപോകാനും കൊണ്ടുവ രാനും എളുപ്പമുണ്ട്. അതുകൊണ്ട് വൃശ്ചികം മുതൽ മീനം വരെയുള്ള കാലഘട്ടത്തിലേ വൻമീൻ വല (ഓട്ടവല) യ്ക്ക് കേരളത്തിലെ മീൻപി ടുത്തക്കാർ, വിശേഷിച്ചു തിരുവിതാംകൂർകാർ ഒരുങ്ങാറുള്ളൂ. സത്യം ഇങ്ങനെയിരിക്കെ പള്ളാത്തുരുത്തിയാറ്റിൽ ഒരു കൊതുമ്പു വള്ളമിട്ടു ചെറുമച്ചെക്കൻ ചൂണ്ടലിടുന്നതു പോലുള്ള നിസ്സാര മനോഭാവത്തോടെ പളനി ഒറ്റയ്ക്ക് കടലിനെ സംബന്ധിച്ചിടത്തോളം ഒരു കൊതുമ്പെന്നു പോലും പറയാനില്ലാത്ത ചെറുവഞ്ചിയിൽ കയറി ചൂണ്ട കൊണ്ടു മകര വേട്ട നടത്തുവാൻ അങ്ങുൾക്കടലിലേക്ക് പോകയാണ്! എന്തൊരസംഭ വ്യവും അഭൂതപൂർവ്വവുമായ ഒരു മീൻപിടിത്തമാണിത്. കടലാസിൽ ഇങ്ങ നെയൊക്കെ എഴുതാം; കടലിനോടും മത്സ്യ വ്യവസായ നിയമങ്ങളോടും ഈ കസർത്തുവിദ്യകൾ ഒന്നും വിലപ്പോകയില്ല.

വളരെക്കാലത്തെ പരീക്ഷണ നിരീക്ഷണങ്ങളുടെ ഫലമായിട്ടാണ് മത്സ്യപ്പിടുത്ത സമ്പ്രദായം ഇന്നീക്കാണുന്ന വിധത്തിൽ അതിന്റെ ഉപ ജ്ഞാതാക്കൾ എത്തിച്ചേർന്നത്. അവരുടെ തത്സംബന്ധമായ പ്രയോഗ മാർഗ്ഗങ്ങൾ തന്നെയാണ് മത്സ്യപിടിത്ത ശാസ്ത്രങ്ങളായി മാറിയിട്ടുള്ള തും. എന്നാൽ തകഴി അതൊക്കെ എടുത്തമ്മാനമാടുകയാണ്. മീൻപി ടുത്ത സമുദായക്കാരും ആ മീൻപിടുത്ത വ്യവസായവും അദ്ദേഹത്തിന് ശിവമൂലിയാണ്; ഓർക്കാനിപ്പിക്കുന്ന ഗഞ്ചാ!

അരയന്റെ സ്വഭാവം

പരീക്കുട്ടിക്ക് മീൻകച്ചവടം ചെയ്തുകൊടുക്കാത്ത ചെമ്പൻകുഞ്ഞിന് ഒരുദ്ദേശ്യമുണ്ടെന്ന് ചക്കിയോടുള്ള സംഭാഷണത്തിൽ തകഴി വെളിപ്പെ ടുത്തുന്നു. അതു മറ്റൊന്നുമല്ല. അങ്ങനെ കച്ചവടം ചെയ്യാൻ കൊടുത്താൽ അയാൾക്ക് കൊടുക്കാനുള്ളതിൽ തട്ടിക്കഴിച്ചെടുക്കും. അപ്പോൾ കേറി പ്പോകുന്നവർക്ക് പങ്കു കൊടുക്കാൻ സാധിക്കാതെ വരും. അവർ പിണ ങ്ങിയാൽ വള്ളവും മുടങ്ങും. അങ്ങനെ വരാതിരിക്കാൻ അയാൾ രൊക്കം പണം ആവശ്യപ്പെടുകയല്ലാതെ പരീക്കുട്ടിക്ക് ചരക്കു കൊടുക്കയില്ലെന്നു പറഞ്ഞിട്ടില്ല. ഔസേപ്പും ഗോവിന്ദനും ഇങ്ങനെയാണ് വള്ളക്കാരെ അടി മകളാക്കിയിട്ടുള്ളത്. പണം തന്നിട്ടുള്ളയാൾക്കടിമപ്പെടരുതെന്നുള്ളത് ഒരു മാമൂലിന്റെ ലംഘനമാണ്. അതുശിർപ്പോടെ അനുഷ്ഠിച്ച ചെമ്പൻകു ഞ്ഞിനെ നോക്കി തകഴി പറകയാണ്: "മീൻ കാണുമ്പോൾ ഇതരയന്റെ സ്വഭാവമാണ്" എന്ന്! ഇതൊരു സാമാന്യ നിർവചനമായതുകൊണ്ട് കേര ളക്കരയിലുള്ള എല്ലാ അരയനേയും ഇത് ബാധിക്കും. അങ്ങനെ വേണ്ടി യില്ലായിരുന്നു. ആ സ്വഭാവം ചെമ്പൻകുഞ്ഞിൽ മാത്രം നിർത്തിയാൽ മതിയായിരുന്നു; അതും മര്യാദയല്ല. ഒരു സമുദായത്തെ ആകമാനം ബാധി ക്കുന്ന ഈ അപമാനകരമായ നിർവ്വചനവും തകഴിയെ അരയസമുദായ വിദ്വേഷിയാക്കി നിർത്തിയിരിക്കുകയാണ്. തകഴി അരയസമുദായത്തെ ചുവരാക്കി ഇനി തന്റെ സാഹിത്യ ചിത്രമൊന്നും വരയ്ക്കണ്ട എന്നവർ കൈചൂണ്ടിപ്പറയാൻ തക്കവണ്ണം അദ്ദേഹം ഈ നിർവ്വചനം കൊണ്ട് വളർന്നിട്ടുണ്ട്.

അരയത്തികൾക്ക് ഒരു നിർവ്വചനം

"നീണ്ട നാവും അസ്ഥാനത്തിലുള്ള നീട്ടിയ ഉച്ചാരണവും ആത്മ ബലവും എന്തുവന്നാലും കുലുക്കമില്ലാത്ത മനഃസ്ഥിതിയും ഉള്ള അര യത്തികളാകുന്ന ഭദ്രകാളികൾ!"

ഇതാണ് തകഴി അരയത്തികൾ എന്നുള്ളതിന് കൊടുത്തിരിക്കുന്ന നിർവചനം. ഭദ്രകാളിയെ ഒരു രൗദ്രദേവതയായിട്ടാണ് വർണ്ണിക്കപ്പെട്ടു കാണുന്നത്. ആ ഭദ്രകാളി ഒരിക്കൽ മഹിഷാസുരനെക്കൊന്നു, പിന്നൊ രിക്കൽ താരകാസുരനെക്കൊന്നു, പിന്നെയും പല കൊലകളും നടത്തി. ശത്രുസംഹാരം നടത്തിയശേഷം അവരുടെ രക്തവും കുടിച്ചു കുടൽമാ ലയും വലിച്ചു കടിച്ചുപിടിച്ച് ഒരു കൈയിൽ വാളും മറുകൈയിൽ ശത്രു വിന്റെ തലയും പിടിച്ച് ദംഷ്ട്രങ്ങളും വെളിക്കു കാണിച്ചു നില്ക്കുന്ന ഭദ്രകാളിയുണ്ടല്ലോ, ഓരോ അരയത്തിയും അങ്ങനെയുള്ള രൗദ്രവേഷ ക്കാരിയാണ്; കാളിയാണ്! നീണ്ട നാവും അസ്ഥാനത്തുള്ള നീട്ടിയ ഉച്ചാ രണവും നീർക്കുന്നത്തെ അരയത്തികൾക്കുണ്ടെന്നു തകഴി മനസ്സിലാക്കി സ്ഥലീപുലാകന്യായേന ആ ലക്ഷണം തോവാള മുതൽ തുളുനാടു വരെ യുള്ള അരയത്തികളിൽ ഒരുപോലെ കാണുമെന്നുറപ്പിച്ചുകൊണ്ടാണ്

ചെമ്മീനിൽ ഈ അബദ്ധം കുത്തിക്കുറിച്ചത്. മോശപ്പെട്ടതെങ്കിലും ഒരു സമുദായത്തിലെ സ്ത്രീകളെ ആകമാനം ബാധിക്കുന്ന ഒരു സംഗതി സൂചിപ്പിക്കുമ്പോൾ വിവേകവും സമത്വബോധവും കൈവിടുന്നതു വിവരക്കേടാണ്. ഭദ്രകാളിയെന്നാരെപ്പറഞ്ഞാലും കേൾക്കുന്ന സ്ത്രീക്കും അവളുടെ ആളുകൾക്കും തീരാത്ത അമർഷവും കോപവും ഉണ്ടാക്കും. അത്ര ആക്ഷേപകരമായ അപഹാസ്യമായ - ഒരു പേരാണത്. ആ സ്ഥിതിക്ക് ഈ ഭദ്രകാളി ഭത്സനം അരയന്മാരെ ആകമാനം അപമാനിത രാക്കുന്നുണ്ട്. നീണ്ട നാക്കും അസ്ഥാനത്തുള്ള നീട്ടിയ ഉച്ചാരണവും ഇല്ലാത്തവരാരും അരയത്തികളല്ലെന്നു കൂടിയാണ് ഈ ചെമ്മീൻ ആസ്ഥ ദിച്ച് ആകാശവൽഗനം ചെയ്യുന്ന ആരും വിധിയെഴുതാനിടയുള്ളത്. കഷ്ടം തന്നെ! ആ വിധിയെഴുത്തിൽനിന്ന് മോചിക്കുവാനുള്ള രക്ഷാമാർഗം മല യാള ഭാഷയുടെ ഉച്ചാരണശുദ്ധി പരിപാലിച്ചുകൊണ്ടുവരുന്ന കേരള ത്തിലെ അരയസ്ത്രീകൾ അന്വേഷിച്ചുകൊള്ളട്ടെ.

എങ്കിലും ഒരു സംഗതി ഇവിടെ ഉദ്ധരിച്ചുകൊള്ളട്ടെ!

"Arayas speak Malayalam and resemble the other Malayalis in their manners, customs and mode of dress." (അരയന്മാർ മലയാളം സംസാരിക്കുന്നു. വേഷത്തിലും ആചാരത്തിലും വസ്ത്രധാരണരീതി യിലും അവർ മറ്റു ഹിന്ദുക്കളോടു സമമാണ്).

1931-ലെ സെൻസസ് റിപ്പോർട്ടിൽ നിന്നുദ്ധരിച്ചതാണീ ഭാഗം. തക ഴിയുടെ *ചെമ്മീനിലെ* കഥാപാത്രങ്ങൾ (ആ പരീക്കുട്ടി പോലും) സ്ത്രീ പുരുഷഭേദമന്യേ അസ്ഥാനത്ത് നീട്ടിപ്പറയുന്നവരായിട്ടാണ് കാണുന്നത്; സ്ത്രീകൾ മാത്രമല്ല ഔസേപ്പ് എഴുതിക്കൊണ്ടുവന്ന കരാർപത്രം ഒന്നു വായിച്ചുപോലും നോക്കാതെയാണ് ചെമ്പൻകുഞ്ഞ് അതിലൊപ്പിട്ടതെന്ന് തകഴി പറയുന്നു. ആ സ്ഥിതിക്ക് ചെമ്പൻകുഞ്ഞിന് വായിക്കാനറിയാമാ യിരുന്നു. അങ്ങനെ എഴുത്തു പഠിച്ച ചെമ്പൻകുഞ്ഞും പഠിക്കാത്ത ചക്കിയും ഒന്നുപോലെയാണ് നീട്ടിപ്പറയുന്നത്. അവനെഴുത്തു പഠിച്ചിട്ടും പ്രയോജനമില്ല!

ഇനി, അമ്പലപ്പുഴ താലൂക്കിലെ, നീട്ടിപ്പറയുന്ന നീണ്ട നാക്കുകാ രായ ഭദ്രകാളികളും അവരുടെ ഭർത്താക്കന്മാരും ആരാണെന്നു നോക്കാം. "Another, according the *Dheevarolpathy* is that they are the Arayan descendants of the king Dushyantha of Puranic fame and they were brought to Travancore from the bank of the Krishna River, by the Chempakasseri chief of Ambalapuzha." (ധീവരോല്പത്തിയനുസരിച്ച് ഒരു വിഭാഗം അരയന്മാരുടെ ആദിചരിത്രം, അവർ പുരാണ പ്രസിദ്ധ നായ ദുഷ്യന്ത മഹാരാജാവിന്റെ പിൻവാഴ്ചക്കാരായ ആര്യസന്തതിക ളാണെന്നും അവരെ കൃഷ്ണാ നദീതീരത്തുനിന്നും അമ്പലപ്പുഴ ചെമ്പ കശ്ശേരി രാജാവ് തിരുവിതാംകൂറിലേക്ക് വരുത്തിയതാണെന്നുമാണ്).

ഇതും സെൻസസ് റിപ്പോർട്ടിൽ നിന്നുദ്ധരിച്ചിട്ടുള്ളതാണ്. അപ്പോൾ

നീട്ടിപ്പറയുന്ന ഇവരുടെ പൂർവ്വരാജ്യവും ഭാഷയും വേറെയായിരുന്നു. അവ രിവിടെ വന്നു മലയാളം മാതൃഭാഷയാക്കിയവരാണ്; കൃഷ്ണാനദിയിലെ മീൻപിടുത്തം നിർത്തി ഇവിടെ വന്നു കടലിൽ മീൻ പിടിക്കാൻ പഠിച്ചവ രാണ്. അമ്പലപ്പുഴ രാജാവിന്റെ കാലംതൊട്ട് അവർക്ക് അവിടത്തെ ഉയർന്ന ഹിന്ദുക്കളുമായി അടുത്തു നിത്യസഹവാസത്തിനുള്ള അവസരം ഉണ്ടായിട്ടുണ്ട്. പോർട്ടുഗീസുകാരുടെയും ലന്തക്കാരുടെയും ആക്രമണ മുണ്ടായപ്പോഴും സാമൂതിരി നാവികപ്പട കുഞ്ഞാലിമരയ്ക്കാരുടെ നേതൃ ത്വത്തിൽ ചെമ്പകശ്ശേരി രാജ്യം പിടിക്കാൻ വന്നപ്പോഴും ചെമ്പകശേരി രാജ്യത്തെ രക്ഷിച്ച നാവികപ്പടയും സൈന്യ നായകന്മാരും ഈ അരയ ന്മാരായിരുന്നു. "കല്ലൂർക്കാടൻ പറ" അമ്പലപ്പുഴ കല്ലൂർക്കാട്ടരയന്റെ നിത്യ സ്മാരകമാണ്. ഇങ്ങനെ ചരിത്രപാരമ്പര്യമുള്ള അമ്പലപ്പുഴത്താലൂക്കിലെ അരയന്മാരുടെ ഇന്നത്തെ തലമുറയെ നോക്കി കൊഞ്ഞനം കുത്തുന്ന തകഴി അർഥമില്ലാതെ നീട്ടിയെഴുതുന്ന ഒരാൾ എന്ന പരിഹാസത്തിനും അർഹനാണ്. *ചെമ്മീൻ* തൊലി നീക്കിത്തിന്നാൽ നല്ല സ്വാദുള്ള ഒരു വസ്തുവാണ്. എന്നാൽ, തകഴിയുടെ *ചെമ്മീനിന്* അകവും പുറവും ഒരു പോലെ തൊലി മാത്രമാണ്.

കറുത്തമ്മയെപ്പറ്റി

കറുത്തമ്മയെ ആ പരീക്കുട്ടിയുടെ മുമ്പിൽ അർദ്ധനഗ്നയായി നിർത്തിയതും ആ നിലയിൽ അവളെ നോക്കി അയാൾ പൊട്ടിച്ചിരിക്കാൻ ഇടയാക്കിയതും അപമര്യാദയായിപ്പോയി. ഈ നഗ്നചിത്രമാണ് ഒന്നാം അദ്ധ്യായത്തിൽ നാം കാണുന്നത്. *തകഴിക്ക് സാഹോദര്യ സംസ്കാര ബുദ്ധി നശിച്ചുപോയോ എന്ന് സഹൃദയന്മാർ സംശയിച്ചുപോകും ഈ ഭാഗം വായിച്ചാൽ. പക്ഷേ, ഒരു മരയ്ക്കാത്തിപ്പെണ്ണിനെ അങ്ങനെ നഗ്ന യായി നിർത്തുന്നത് മാടശ്ശേരി മാധവവാര്യർക്കും മറ്റും നോക്കി രസി ക്കുവാനുള്ള വക നല്കുന്നുണ്ട്.

അവളെ വിവാഹം ചെയ്തു പളനിയുടെ വീട്ടിൽ കൊണ്ടുവന്ന ശേഷം ആരും വിരുന്നിനു ക്ഷണിച്ചില്ല. ഇത് അരയസമുദായത്തിൽ ഇന്നോളമില്ലാത്ത ഒരു നടപടിയാണ്. അവൻ കയറുന്ന വള്ളത്തിന്റെ ഉട മസ്ഥൻ, കൂടെക്കേറി പോകുന്നവർ എന്നിങ്ങനെ കുറെപ്പേരെങ്കിലും ആ തൃക്കുന്നപ്പുഴ നാട്ടിൽ പളനിയെയും അവന്റെ ഭാര്യയെയും വിരുന്നിന് ക്ഷണിക്കുമായിരുന്നു. അവളെ കച്ചവടത്തിന് കൂട്ടിപ്പോകാനും അവൾക്ക് പേറെടുക്കാനും ഹൃദയമുണ്ടായ പെണ്ണുങ്ങൾക്ക് അവളെ ക്ഷണിച്ച് ഇത്ര വല്ലതും കൊടുത്ത് വിരുന്നൂട്ടാൻ വയ്യായ്കയില്ല.

അവൾക്ക് സ്വന്തം വീട് വിലക്കപ്പെട്ടു പോയെങ്കിലും കാക്കാഴത്തും പുന്നപ്രയും ധാരാളം ബന്ധുക്കളുണ്ടായിരുന്നു. അവരിൽ ആരെക്കൊ ണ്ടെങ്കിലും വിളിപ്പിക്കേണ്ടതായിരുന്നു. തകഴി അതു ചെയ്തില്ല. കാരണം സമുദായത്തിന്റെ ഹൃദയത്തിലേക്ക് അദ്ദേഹം ഇറങ്ങിച്ചെന്നില്ല. അതിന്റെ

സ്നേഹപാരവശ്യങ്ങൾ, ആരു പോലുമില്ലാത്തവരോടുള്ള അനുകമ്പ, സൽക്കാര താല്പര്യം, ഔദാര്യോപചാരങ്ങളിലുള്ള നിർബ്ബന്ധ വ്രതം എന്നിവ അദ്ദേഹം കണ്ടിട്ടില്ല.

അവളുടെ അമ്മ ചക്കി മരിക്കാൻ നേരത്ത് പഞ്ചമിയെ പിടിച്ചേല്പി ച്ചത് നല്ലപെണ്ണിനെയാണ്. ആ സ്ത്രീ പാപ്പിക്കുഞ്ഞിനോടുപോലും പഞ്ച മിക്കു വേണ്ടി ഏറ്റു വഴക്കിട്ടു. ചെമ്പൻകുഞ്ഞിനെയും ശകാരിച്ചു. അത്ര മാതൃഹൃദയമുള്ള നല്ലപെണ്ണ് ചെമ്പൻകുഞ്ഞിനെ പേടിച്ച് തൃക്കുന്നപ്പുഴ വരാതിരിക്കില്ല, കറുത്തമ്മയെ കാണാതെയും ഇരിക്കില്ല. മണ്ണാർശാ ലയിൽ പോകാനെങ്കിലും ആ നല്ലപെണ്ണിനെ തള്ളിവിട്ടു തൃക്കുന്നപ്പുഴ വരുത്തി കറുത്തമ്മയെ സന്ദർശിപ്പിച്ചു സമാധാനിപ്പിക്കേണ്ടത് സമുദാ യത്തിൽ ഇന്നോളമുള്ള കൂട്ടക്കൂറിന്റെ അടിസ്ഥാനത്തിൽ ആവശ്യമായി രുന്നു. തകഴി അതു ചെയ്തില്ല. അങ്ങനെ സമുദായത്തിന്റേതായി കാണേ ണ്ടതായ സ്നേഹപ്രകടനം, അനുകമ്പ, മമത, കടമ, ബന്ധം മുതലാ യവ തകഴി ഈ നോവലിൽനിന്നും പിഴുതെറിഞ്ഞിരിക്കുകയാണ്. ഇതിൽ അരയസമുദായത്തിന്റെ യാതൊന്നുമില്ല.

കറുത്തമ്മയെ, തൃക്കുന്നപ്പുഴ നിന്നു കിഴക്കോട്ടു മീൻകച്ചവടത്തിന് അയക്കുന്നതും ചരിത്രവിപര്യയമായ ഒരാചാര ലംഘനമാണ്. നവോഢ യായ ഒരു തരുണിയെ സാധാരണ മീൻകച്ചവടത്തിന് പോകുന്ന നാട്ടിൽ പ്പോലും വിടാറില്ല. തൃക്കുന്നപ്പുഴ നാട്ടിൽ യുവതികൾ മീൻ വിൽക്കാൻ പോകുന്ന നടപടിയും ഇല്ല. എന്നിട്ടും തകഴി കറുത്തമ്മയെ മീൻ വില്ക്കാൻ വിടുന്നു. അവൾ ഗർഭിണിയായിട്ടുകൂടി ഒരു കരുണ കാണി ക്കാതെ. നാട്ടുനടപ്പും സമുദായാചാരവും എങ്ങനെയിരുന്നാലും തകഴിക്ക് ഒരു കുന്തവുമില്ല. തോന്നിയതങ്ങെഴുതണം. അത്രേ വേണ്ടൂ.

കയറിനെപ്പറ്റി

തകഴി *ചെമ്മീനിൽ* കയറ്റിവച്ചിട്ടുള്ള അബദ്ധങ്ങളുടെ മകുടം ചാർത്ത ലാണ് *കയറിനെ* പറ്റിയുള്ള ഭാഗം. "ഒരു മരയ്ക്കാത്തിയും തൊണ്ടു തല്ലിയും കയറു പിരിച്ചും കഴിയുന്നില്ല. അതൊന്നും പറഞ്ഞിട്ടുള്ളതല്ല" – ഇതാണ് ആ ഭാഗം.

അതൊന്നും പറഞ്ഞിട്ടില്ല എന്നു പറയുന്നതിന്റെ അർത്ഥം കയറിന്റെ ശാങ്കരസ്മൃതിയിൽ അവൾക്കതു വിധിച്ചിട്ടില്ലെന്നാണ്! എന്റെ ശിവശങ്ക രപ്പിള്ളേ! താങ്കൾക്ക് ഈ കയർ നിയമസംഹിത എവിടെ നിന്നാണ് കിട്ടി യത്! തകഴിയിൽനിന്ന് കാൽവച്ചാൽ അമ്പലപ്പുഴ കച്ചേരിയിലും അവി ടുന്നു കാൽ വച്ചാൽ സാഹിത്യ പരിഷത്തിലേക്കും മാത്രം ചെന്നെത്തി യാൽ *കയറിന്റെ* ചരിത്രം ലഭിക്കയില്ല. തിരുവിതാംകൂറിൽ കയറു പിരി പ്രധാന തൊഴിലാക്കി അതുകൊണ്ട് പണ്ടുപണ്ടേ ജീവിച്ചുവരുന്നവരാണ് അരയസ്ത്രീകൾ. തൃക്കുന്നപ്പുഴയിലും അതു പുതിയതല്ല. നീർക്കു നത്തോ കാക്കാഴത്തോ കുറവാണെങ്കിൽ ആ കുറവ് പുന്നപ്ര, ആല പ്പുഴ എന്നീ പ്രദേശങ്ങൾ പരിഹരിച്ചുകൊണ്ടാണിരിക്കുന്നത്.

കയറിന്റെ ഉത്ഭവം

ആദ്യമായി ഈ കയറു കണ്ടുപിടിച്ചതു തന്നെ മീൻപിടുത്തത്തിന്റെ ആവശ്യത്തിനാണ്. അങ്ങനെയുണ്ടാക്കിയ കയറ് വിപണികളിൽ വില്പന യ്ക്കുകൂടി ഉണ്ടാക്കാൻ കഴിഞ്ഞത് പെരുമാൾതുറ, ആലപ്പാട്ടുതുറ എന്നീ ദിക്കുകാർക്കാണ്. അങ്ങനെ പ്രസിദ്ധിയാർജ്ജിച്ച പെരുമാൾതുറ ക്കയറ് ഇപ്പോൾ അഞ്ചുതെങ്ങു കയറായി മാറി. ആലപ്പാടൻ കയർ ഇന്നും അതേ പേരിൽ തുടരുന്നു. ആലപ്പാടൻ കയർ ഇന്നും അരയത്തികളുടെ കുത്തകയാണ്.

ആലപ്പുഴ കയർ പാണ്ടികശാലക്കാരുമായി മൊത്ത വ്യാപാരം നട ത്തിയിരുന്നവർ അരയന്മാരാണ്. ഇന്നത് പലരുടെയും കൈയിലായി.

ഇങ്ങനെ കടലിന്റെ മക്കൾ തന്നെ കണ്ടുപിടിച്ച കയർ വ്യവസായം ഇന്ന് കേരളക്കര മുഴുവൻ വ്യാപിച്ചു. എട്ടുലക്ഷത്തിൽപ്പരം ആളുകൾ ആ തൊഴിലിൽ ഏർപ്പെട്ട് തിരു-കൊച്ചിയിൽ ജീവിക്കുന്നുണ്ട്. അവരും ഈ കയറ് കണ്ടുപിടിച്ച ആദ്യത്തെ മുക്കുവർക്കും അവരുടെ പിൻവാ ഴ്ചക്കാർക്കും കടപ്പെട്ടവരാണ്.

അങ്ങനെയുള്ള കയറുണ്ടാക്കിയ കരയുടെയും മകളാണ് കറുത്ത മ്മ. അവളെ തൃക്കുന്നപ്പുഴ കയറു പിരിക്കുന്ന ഒരു അരയന്റെയോ ഈഴ വന്റെയോ വീട്ടിൽ റാട്ടു കറക്കാൻ അയച്ചാലും മതിയായിരുന്നു. അങ്ങ നെയും ചെയ്യാതെ അവൾക്ക് പരിചയമില്ലാത്ത നാട്ടിൽ, അവൾക്ക് പരി ചയമില്ലാത്ത മീൻകച്ചവടത്തിന് അയക്കുകയാണ് തകഴി ചെയ്തത്. അന്നാട്ടിലെ ചെറുപ്പക്കാരികൾ ആരും ഏർപ്പെട്ടിട്ടില്ലാത്ത തൊഴിലിൽ!

തകഴി *കയറി*നെപ്പറ്റി ഇത്രയും അറിവുകെട്ടവനാണെന്ന് അറിഞ്ഞി രുന്നില്ല. ഈ അറിവ് മാത്രം വെച്ചുകൊണ്ടാണോ ഇനി *കയർ* എഴുതാൻ പോകുന്നത്? ആ കയറിൽ ശിവശങ്കരപ്പിള്ള കുരുങ്ങിച്ചാകയേയുള്ളൂ. മറ്റാരും കുരുങ്ങുമെന്നു തോന്നുന്നില്ല.

ചെമ്മീൻ

ഇത്രയും അവാസ്തവനിഷ്ഠങ്ങളും ഇന്നത്തെ അരയസമുദായ ത്തിന്റെ പുരോഗതിയും ജീവിതപ്രശ്നങ്ങളുമായി യാതൊരു പൊരു ത്തവും തൊട്ടുതീണ്ടിയിട്ടില്ലാത്തവയുമായ കെട്ടുകഥകൾ കൊണ്ട് ഈ *ചെമ്മീൻ* നിർമ്മിക്കുന്നതിന് തന്നെയും തകഴി പല ഇംഗ്ലീഷ് നോവലു കളിൽ നിന്നും ഛായാപഹരണം ചെയ്തിട്ടുണ്ടെന്ന് സ്തുതിപാഠകന്മാർ തന്നെ പ്രകാരാന്തരേണ സമ്മതിക്കുന്നുണ്ട്. The old Man and the Sea, Blue Lagoon, Plumed Serpent, Lifes Little Ironies തുടങ്ങിയ ആംഗ ലേയ കഥകൾ കാണാൻ ഈ *ചെമ്മീൻ* ഒരു ടെലിവിഷൻ ആയിരിക്കാം. ഇതിന് *ചെമ്മീൻ* എന്ന പേരു തന്നെ നിരർത്ഥകമാണെന്ന് തകഴിയുടെ സ്തുതിപാഠകന്മാർ തന്നെ അപലപിച്ചിട്ടുണ്ട്. അത്രയും ഒരാശ്വാസം അവർ തന്നിട്ടുണ്ട്.

പ്രയോഗ വൈകല്യങ്ങൾ

ഈ ചെമ്മീനിൽ പദപ്രയോഗങ്ങളുടെ വൈകല്യത്തെക്കുറിച്ചും പറ
യാനുണ്ട്. ഉദാഹരണമായി നിശ്ചിന്തയ്ക്ക് പകരം നിഷ്ചിന്ത പലേടത്തും
പ്രയോഗിച്ചിരിക്കുന്നു. അന്യമതസ്ഥൻ എന്ന അർത്ഥത്തിൽ വിമതസ്ഥൻ
എന്നു പ്രയോഗിച്ചിട്ടുണ്ട്. തകഴിക്ക് ദ്രേഷം (ദ്വേഷ്യം) ഉള്ളത് വെറും ദേഷ്യ
മാണ്! ഇങ്ങനെ പലതും; പിന്നെ കറുത്ത കാറും!

ഉപസംഹാരം

സർദാർ കെ എം പണിക്കർ വിശ്വവിഖ്യാതനായ ഒരു സാഹിത്യ
കാരനാണ്. അദ്ദേഹം ഈ അബദ്ധജടിലമായ *ചെമ്മീൻ* ഇംഗ്ലീഷിലേക്ക്
വിവർത്തനം ചെയ്യുകയെന്നു വച്ചാൽ ഈ നോവലിന്റെ അന്തസ്സത്ത
ലോകമെങ്ങും എത്തിക്കയാണെന്നർത്ഥം. അതോടൊപ്പം ഇവിടെ അധി
ഷ്ഠാന ചരിത്രമുള്ളവരെന്ന് പാശ്ചാത്യ പൗരസ്ത്യദേശങ്ങളിൽ അറിയ
പ്പെടുന്ന ഒരു സമുദായസ്ഥർ മീൻ പിടിക്കാൻപോലും അറിഞ്ഞുകൂടാ
ത്തവരായി അധഃപതിച്ചിരിക്കുന്നു എന്നും വരുത്തുകയാണ്.

ഈ നിരൂപണം വായിച്ചതിന് ശേഷം അദ്ദേഹം *ചെമ്മീനിന്റെ* ഭാഷാ
ന്തരീകരണത്തിന് ഉദ്യമിക്കട്ടെ, ഉദ്യമിക്കാതിരിക്കട്ടെ. (*ചെമ്മീനിന്റെ*
ഇംഗ്ലീഷ് വിവർത്തനം സർദാർ കെ എം പണിക്കർ നിർവഹിച്ചില്ല - (പ്ര
സാധകർ).

നിശിതമായ വിമർശനമാണ് *ചെമ്മീനിനെതിരെ* വേലുക്കുട്ടി അര
യൻ ഇവിടെ നടത്തുന്നതെന്ന് കാണാം. ജാതി സംവാദങ്ങളുടേതായ
നാളിതുവരെ തുറക്കാത്ത വിശകലനങ്ങളിലേക്കും വർഗ്ഗപരമായ
അതിന്റെ സംഘർഷങ്ങളിലേക്കും അരയൻ ഇവിടെ സധൈര്യം തുഴ
ഞ്ഞുപോവുകയാണ്. തകഴിയും ചെമ്മീനും മലയാള സാഹിത്യത്തിൽ
അതിജീവിക്കുന്നതുപോലെ വേലുക്കുട്ടി അരയന്റെ *ചെമ്മീൻ ഒരു നിരൂ
പണവും* അതിന്റെ സംവാദസാദ്ധ്യതകൾ കൊണ്ട് അതിജീവിക്കുകതന്നെ
ചെയ്യും.

ഡോ. വേലുക്കുട്ടി അരയന്റെ കൃതികൾ

പദ്യകൃതികൾ: കിരാതാർജ്ജുനീയം, ഓണംഡേ, ദീനയായ ദമ യന്തി, പദ്യകുസുമാഞ്ജലി, ശ്രീ ചൈത്രബുദ്ധൻ, അച്ചനും കുട്ടിയാ നും (വടക്കൻപാട്ട്), സത്യഗീത, മാതംഗി, ക്ലാവുദീയ, ചിരിക്കുന്ന കവി തകൾ (ആക്ഷേപഹാസ്യം), കേരളഗീതം (ഗീതങ്ങൾ), തീക്കുടുക്ക, സർഗ്ഗസോപാനം, സൂക്തമുത്തുമാല (പ്രസിദ്ധ സൂക്തങ്ങളുടെ കാവ്യ രൂപം), ചിന്തിപ്പിക്കുന്ന കവിതകൾ.

രസവർണ്ണന: രസലക്ഷണസമുച്ചയം

ആട്ടക്കഥ: വാസവദത്താനിർവ്വാണം

പരിഭാഷ: രഘുവംശം, ഋതുസംഹാരം

ഗദ്യകൃതികൾ:

നിരൂപണം: മാധവി, ശാകുന്തളവും തർജ്ജമകളും, ചെമ്മീൻ ഒരു നിരൂപണം, സൗന്ദര്യം.

ബാലസാഹിത്യം: കുറുക്കൻ കഥകൾ, ബാലസാഹിത്യകഥകൾ.

കഥകൾ: ലഘുകഥാകൗമുദി, തെരഞ്ഞെടുത്ത കഥകൾ, മാറ്റങ്ങൾ (നീണ്ടകഥ)

നോവൽ: ഭാഗ്യപരീക്ഷകൾ, തിരുവിതാംകൂർ അരയമഹാജനയോഗം (ആക്ഷേപഹാസ്യം)

പരിഭാഷ: ശർമ്മദ (ഇംഗ്ലീഷ് ആഖ്യായികയുടെ സ്വതന്ത്ര പരിഭാഷ)

ലേഖനങ്ങൾ: മത്സ്യവും മതവും, അദ്ധ്യക്ഷപ്രസംഗം, മുഖപ്രസം ഗങ്ങൾ (അരയൻ പത്രത്തിലെ മുഖപ്രസംഗങ്ങൾ), തെരഞ്ഞെടുത്ത ലേഖ നങ്ങൾ, തിരുവിതാംകൂറിലെ മത്സ്യവ്യവസായം, കടലാക്രമണത്തെ തട യാൻ, ഡോ. അരയന്റെ നർമ്മലേഖനങ്ങൾ.

നാടകം: ബലേഭേഷ്, ആൾമാറാട്ടം, ലോകദാസൻ, നന്ദകുമാരൻ, ഇരുട്ടടി, മാടൻ സൈമൺ.

പാഠ്യവിഷയം: സംസ്കൃത ബാലപാഠം (പല ഭാഗങ്ങൾ), ഇംഗ്ലീഷ് പാഠാവലി, മലയാള സാഹിത്യത്തിൽ വരുത്തേണ്ട ഭാഷാപരമായ മാറ്റങ്ങൾ, സൂക്തമുത്തുമാല, ലഘുകലാകൗമുദി.

ആത്മകഥ: പിന്തിരിഞ്ഞുനോക്കുമ്പോൾ.

പിന്തിരിഞ്ഞുനോക്കുമ്പോൾ

തിരുവിതാംകൂറിൽ ഉത്തരവാദ പ്രക്ഷോഭം നടത്തിയ സ്റ്റേറ്റ് കോൺഗ്രസ് ജനിക്കുന്നതിന് പതിനെട്ട് വർഷങ്ങൾക്കുമുമ്പ് രൂപീ കരിക്കപ്പെട്ട ആദ്യരാഷ്ട്രീയ പ്രസ്ഥാനമായ തിരുവിതാംകൂർ രാഷ്ട്രീയ മഹാസഭയുടെ ജനയിതാക്കളിൽ ഒരാൾ ഡോ. വേലു ക്കുട്ടി അരയനായിരുന്നു. നവയുഗത്തിൽ 1961 മുതൽ തുടർച്ചയായി പ്രസിദ്ധപ്പെടുത്തിയിരുന്ന അദ്ദേഹത്തിന്റെ ആത്മകഥാസ്പർശി യായ *പിന്തിരിഞ്ഞുനോക്കുമ്പോൾ* എന്ന ലേഖനപരമ്പരയിലെ രാഷ്ട്രീയത്തിന്റെ രംഗപ്രവേശം എന്ന അദ്ധ്യായത്തിൽ നിന്ന്)

കൊല്ലവർഷം 1095 മദ്ധ്യവേനൽ ഒഴിവുകാലത്താണ് ആഗസ്തിനു മുമ്പ് തിരുവിതാംകൂറിൽ സ്മരണീയ തിരുവിതാംകൂർ രാഷ്ട്രീയ മഹാ സഭ ഉടലെടുത്ത്. അതിനുമുമ്പ് തിരുവിതാംകൂറിൽ യാതൊരു രാഷ്ട്രീയ സംഘടനയും ഉണ്ടായിരുന്നില്ല. സർക്കാരിനും രാജാവിനും എതിരായി രാജ്യതന്ത്രം കൈകാര്യം ചെയ്യുന്നത് രാജ്യദ്രോഹവും രാജ ദ്രോഹവു മായി പരിഗണിക്കുന്ന കാലമായിരുന്നു അത്. ഒരു ദിവാന്റെ ചെയ്തി കളെ ക്രൂരമായി നിരൂപണം ചെയ്തതുപോലും രാജദ്രോഹമായി വ്യാഖ്യാനിച്ച് *സ്വദേശാഭിമാനിയുടെ* പത്രാധിപരായ ശ്രീ രാമകൃഷ്ണ പിള്ളയെ നാടുകടത്തിയ മഹാരാജാവുതന്നെയാണ് 1095 (1920) ലും തിരു വിതാംകൂർ ഭരിച്ചുപോരുന്നത്.

രാജഭക്തി എന്ന രാഷ്ട്രീയം

എല്ലാസമുദായങ്ങളും കൂടുതൽ കൂടുതൽ രാജഭക്തി കാണിക്കു ന്നതിൽ ഉന്മുഖതയും ഉത്സാഹവും പ്രകടിപ്പിക്കുക എന്നുള്ളതായിരുന്നു

അക്കാലത്തെ വിലയ രാഷ്ട്രീയം. തിരുവയർ വാണാൽ, തിരുവയറൊഴി
ഞ്ഞാൽ, ആട്ടത്തിരുനാളുകൾ വന്നാൽ എന്നുതുടങ്ങിയ കാരണങ്ങളെ
അടിസ്ഥാനമാക്കി നാടുനീളെ അലങ്കാരങ്ങളും ആഘോഷങ്ങളും അനു
മോദനയോഗങ്ങളും നടത്തി രാജഭക്തി പ്രകടിപ്പിക്കുന്നതിൽ ഓരോ
ദേശവും ജനവിഭാഗവും മുൻപന്തിയിലേക്ക് നീങ്ങി മത്സരിച്ചിരുന്നു. പത്ര
ങ്ങളെല്ലാം തന്നെ ആട്ടത്തിരുനാൾ വിശേഷാൽ പ്രതികൾ ഇറക്കി രാജ
ഭക്തി പ്രകടനം ചെയ്തിരുന്നു. രാജഭക്തി പ്രകടിപ്പിക്കാനുള്ള ആട്ടത്തി
രുനാൾ മാസം തോറും വരുന്നില്ലല്ലോ എന്നുകരുതി കവികളും മഹാക
വികളും അക്ഷമ കാണിക്കുന്ന കാലമായിരുന്നു അത്.

രാജാവിന്നും സർക്കാരിന്നും എതിരായി രാജ്യതന്ത്രം കൈകാര്യം
ചെയ്യുന്നത് രാജദ്രോഹവും രാജ്യദ്രോഹവുമായയും പരിഗണിക്കപ്പെട്ടിരു
ന്ന കാലം. ഒരു ദിവാന്റെ ചെയ്തികളെപ്പോലും നിരൂപണം ചെയ്യുന്നത്
രാജ്യദ്രോഹമായി വ്യാഖ്യാനിക്കപ്പെടുന്ന കാലം. എല്ലാ സമുദായങ്ങളും
കൂടുതൽ കൂടുതൽ രാജഭക്തി കാണിക്കുന്നതിൽ ഉന്മുഖതയും ഉത്സാ
ഹവും പ്രകടിപ്പിക്കുക എന്നതായിരുന്നു അന്നത്തെ രാഷ്ട്രീയം. അക്കാ
ലത്ത് ഉത്തരവാദ ഭരണം ആവശ്യപ്പെട്ടുകൊണ്ടുള്ള ഒരു രാഷ്ട്രീയ മഹാ
സഭ രൂപീകരിക്കുക എന്നത് ഒരു കടുത്ത കാൽവെയ്പായിരുന്നു. വർഗ്ഗീയ
സംഘടനകൾ വഴി സമുദായ ആവശ്യങ്ങൾ സ്ഥാപിക്കുക എന്ന
ലക്ഷ്യവും എല്ലാ ജനവിഭാഗങ്ങളും അനുഷ്ഠിച്ച് പോന്നില്ല. എസ് എൻ
ഡി പി യോഗവും എൻ എസ് എസും ഒഴിച്ചാൽ മറ്റ് ഹിന്ദു സമുദായ
ങ്ങൾക്കോ അധഃകൃതർക്കോ സമുദായസംഘടനകൾ ഇല്ലായിരുന്നു.
ക്രിസ്ത്യൻ, മുസ്ലീം വിഭാഗങ്ങൾക്ക് അന്ന് മതാധിഷ്ഠാനങ്ങളിലെ സംഘ
ടനകൾ ഉണ്ടായിരുന്നുള്ളൂ എന്നു തോന്നുന്നു.

ഒരു കടുത്ത കാൽവെപ്പ്

അങ്ങനെയുള്ള ഒരു കാലഘട്ടത്തിൽ തിരുവിതാംകൂറിൽ ഒരു
രാഷ്ട്രീയ സംഘടന എല്ലാ ജനവിഭാഗത്തെയും ഉൾപ്പെടുത്തി രൂപീക
രിക്കുക എന്നുള്ളത് കടുത്ത ഒരു കാൽവയ്പാണല്ലോ. ഭരിക്കുന്ന രാജാ
വിനോടോ അവിടത്തെ സർക്കാരിനോടോ പരോക്ഷമായ ഒരു വെല്ലുവിളി
'രാഷ്ട്രീയം' എന്ന വാക്കിൽത്തന്നെ അടങ്ങിയിരിക്കുന്നതായി വിശ്വസി
ക്കുന്നവരായിരുന്നു അന്നത്തെ പൗരന്മാർ.

മലയാളി പത്രാധിപർ ശ്രീ. എം ആർ മാധവവാര്യർ *കൗസ്തുഭം*
പത്രാധിപർ ശ്രീ. പുതുമന ഗോപാലപിള്ള, *കേരള ചന്ദ്രിക* പത്രാധിപർ
ശ്രീ. എം കെ അബ്ദുൽ റഹിമാൻകുട്ടി എന്നിവരും *അരയൻ* വാരിക
യുടെ പത്രാധിപർ എന്ന നിലയിൽ ഞാനും കൊല്ലത്ത് വ്യവഹരിക്കുന്ന
ശ്രീ. ദാമോദരൻ നമ്പ്യാരും മറ്റും ശ്രീ. വാര്യരുടെ വസതിയിൽ കൂടിയി
രുന്നാണ് 'തിരുവിതാംകൂർ രാഷ്ട്രീയ മഹാസഭ'യുടെ ജന്മം കുറിച്ചത്.
യോഗത്തിൽ പ്രതിനിധാനം ചെയ്യേണ്ട ഡെലിഗേറ്റുകൾക്കുള്ള യോഗ്യത

എന്തായിരിക്കണം എന്ന ആലോചനയായിരുന്നു ഞങ്ങളെ വളരെയേറെ വിഷമിപ്പിച്ചത്. സമുദായാധിഷ്ഠാനത്തിൽ പ്രതിനിധികളെ സ്വീകരിക്കാൻ പാടില്ലെന്നു തന്നെ തീരുമാനിച്ചു. അങ്ങനെ വർഗ്ഗേതര പൊതു സംഘടനകൾ, വായനശാലകൾ എന്നീ രണ്ടുവിധ സ്ഥാപനങ്ങൾ തിരഞ്ഞെടു ത്തയയ്ക്കുന്നവരെ ഡെലിഗേറ്റുകളായി സ്വീകരിക്കാമെന്ന് തീരുമാനിച്ചു. അക്കാലത്ത് പൗര പ്രാതിനിധ്യം ആ വിധ സംഘടനകൾക്കേ അപൂർണ്ണ മായിട്ടെങ്കിലും ഉണ്ടായിരുന്നുള്ളൂ.

ദ്യോഗം കൂടുന്ന തീയതി, പ്രതിനിധികളെ അയയ്ക്കേണ്ട രീതി മുത ലായവ നിർദ്ദേശിച്ചുകൊണ്ട് പത്രങ്ങളിൽ നോട്ടീസ് പ്രസിദ്ധപ്പെടുത്തി. അദ്ധ്യക്ഷനായി ശ്രീ ഹരിപ്പാട്ട് കൃഷ്ണയ്യരും സ്വാഗതസംഘാദ്ധ്യക്ഷ നായി ശ്രീ. സി പി കരുണാകരമേനോനും ഉൾക്കൊണ്ടതായി പത്രങ്ങ ളിൽ വാർത്ത വന്നപ്പോൾ (അന്നത്തെ സമുന്നതരും വിദഗ്ദ്ധാഭിഭാഷ കരും എന്ന നിലയിൽ അവർ ജനാരാധനയ്ക്ക് പാത്രീഭവിച്ചിരുന്നു) സഭ യുടെ അന്തസ്സും ഗൗരവവും ജനങ്ങളെ ആകർഷിച്ചു എന്നുള്ളത് അന ന്തരസംഭവം തെളിയിച്ചു. ഈ രാഷ്ട്രീയ സമ്മേളനത്തിൽ സംബന്ധി ക്കേണ്ട ആവശ്യം തിരുവിതാംകൂറിലെ ജനതയിൽ ആവേശം കൊള്ളി ച്ചു. തല്ഫലമായി വളരെയേറെ വായനശാലകളും ദേശീയ സഭകളും പുത്തനായി ഉടലെടുക്കുകയും അവയിൽനിന്നൊക്കെ പ്രതിനിധികളെ തെരഞ്ഞെടുത്തയച്ച അധികൃത പത്രങ്ങളും പേരുകളും സ്വാഗസസംഘം ആഫീസിലേക്ക് പ്രവഹിച്ചുതുടങ്ങുകയും ചെയ്തു. സ്വാഗത സംഘം സിക്രട്ടറി, കൗസ്തുഭം പത്രാധിപരായിരുന്നു.

അന്നത്തെ ഏർപ്പാടുകൾ

കൊല്ലം പീരങ്കി മൈതാനത്ത് 1095 (1920) മേടം 10 (തിയതി ഇതെ ഴുതുമ്പോൾ ഓർമ്മയിൽ പെടുന്നില്ല) ഉച്ചതിരിഞ്ഞ് കൂടുകയാണ്. അക്കാ ലത്തെ സ്ഥിതിക്ക് ഏറ്റവും ഗംഭീരമായ ഒരു പന്തലായിരുന്നു സമ്മേളന ത്തിനുവേണ്ടി കെട്ടിയുയർത്തിയത്. പന്തലും പരിസരങ്ങളും വളരെ കമ നീയമായി അലങ്കരിച്ചിരുന്നു. 101 പേരുള്ള വാളണ്ടിയർ കോർ, ശ്രീ. പുത്തൻ മഠത്തിൽ ജനാർദ്ദനൻ പിള്ളയുടെ ക്യാപ്റ്റൻ ഷിപ്പിൽ ഉഷാ റായി പ്രവർത്തനം തുടങ്ങി. അതിഥികളെ ആനയിക്കുന്നതിനും മാർഗ നിർദ്ദേശം ചെയ്യുന്നതിനും പ്രധാന കവലകളിലും ബോട്ടുജെട്ടിയിലും റെയിൽവേസ്റ്റേഷൻ ഗെയിറ്റിലും ധർമ്മഭടന്മാർ ബാഡ്ജുകളും തലപ്പാവു കളും ധരിച്ചുനിന്നിരുന്നു. കൊല്ലം പട്ടണം ആകെപ്പാടെ ഒന്നിളകി എന്നു പറയണം.

മൂന്നു മണിക്ക് വലിയെരു പ്രവർത്തകസംഘവും വളണ്ടിയർ സേന യും പ്രതിനിധികളും കൂടി പ്രസിഡന്റിനെ ഘോഷയാത്രയായി ആനയിച്ചു പന്തലിൽ കൊണ്ടുവന്നപ്പോൾ അവിടം ടിക്കറ്റുള്ള പ്രതിനിധികളെ ക്കൊണ്ട് നിറഞ്ഞുകഴിഞ്ഞിരുന്നു. എല്ലാവരും എഴുന്നേറ്റ് ഹർഷാരവ ത്തോടെ പ്രസിഡന്റിനെ അഭിവാദനം ചെയ്തു സ്വീകരിച്ചു. ഭീമാകാര

മായ ഒരു പ്ലാറ്റ്ഫോറമായിരുന്നു അദ്ധ്യക്ഷനും മറ്റതിഥികൾക്കുമായി സജ്ജീകരിക്കപ്പെട്ടിരുന്നത്. പ്രസംഗപീഠത്തിൽ പൗരൻ പത്രാധിപർ ജി രാമൻ മേനോൻ, സ്വാഗതസംഘാദ്ധ്യക്ഷൻ സി പി കരുണാകരമേനോൻ, സ്വാഗതസംഘം സിക്രട്ടറി മാധവവാര്യർ, ദാമോദരൻ നമ്പ്യാർ, അബ്ദുൾ റഹിമാൻകുട്ടി തുടങ്ങിയവർ ഉപവിഷ്ടരായിരുന്നു.

യോഗപരിപാടികൾ തുടങ്ങി. കരുണാകരമേനോൻ അച്ചടിച്ച് തയ്യാറാക്കിയ സ്വാഗതപ്രസംഗം വായിച്ചു. ഒരു സിവിൽ വക്കീലും ശാന്തനും മിതഭാഷിയുമായിരുന്ന മേനോന്റെ ഹൃദയത്തിൽ രാഷ്ട്രീയത്തിന്റെ അഗ്നികുണ്ഡം പുകഞ്ഞുകൊണ്ടിരിക്കുന്ന കഥ ആ പ്രസംഗത്തിനു മുമ്പേ ആരും അറിഞ്ഞിരുന്നില്ല. സദസ്സിനെ അത്ഭുതവും ആവേശവും കൊള്ളിച്ച ഒരു പ്രസംഗമായിരുന്നു അത്. ഒരു രാഷ്ട്രീയ സമ്മേളനം കൂടുക എന്നുള്ള പരിപാടിയ്ക്കകത്ത് രാജഭക്തിയെ ചോദ്യം ചെയ്യുന്ന കുഴപ്പങ്ങളൊന്നുമില്ലെന്നായിരുന്നു അദ്ധ്യക്ഷന്റെ വിശ്വാസം. സ്വാഗതപ്ര സംഗത്തിനുശേഷവും അദ്ദേഹത്തിന് ആ വിശ്വാസം നഷ്ടപ്പെട്ടിരു ന്നില്ലെന്ന് ഉപക്രമ പ്രസംഗത്തിൽ വ്യക്തമായിരുന്നു. അദ്ധ്യക്ഷ പ്രസംഗം കഴിഞ്ഞാണ് പ്രാസംഗികനായ പാലിയത്ത് ചെറിയകുഞ്ഞുണ്ണിയച്ചൻ ഹാളിൽ ഹാജരായത്. അദ്ദേഹം താമസിച്ചുപോയത് കൊച്ചിയിൽ നിന്ന് ആലപ്പുഴയിലേക്കും അവിടെനിന്ന് കൊല്ലത്തേക്കുമുള്ള സമയത്ത് പുറ പ്പെടുവിക്കാൻ അമാന്തിച്ചതുകൊണ്ടാണ്. ബോട്ടുവിടുന്നതിനും അടുപ്പി ക്കുന്നതിനും സമയക്ലിപ്തി ഇന്നത്തെപ്പോലെ അന്നില്ലായിരുന്നു. ബോട്ടു കാർക്ക് ജനങ്ങളോട് ഉത്തരവാദിത്വമില്ലാത്തതാണ് ഇതിനുകാരണം. അതുകൊണ്ട് ജനങ്ങളോട് ഉത്തരവാദിത്വമുള്ള ഗവൺമെന്റ് ഇവിടെ സ്ഥാപിക്കാതെ ബോട്ടുസർവ്വീസുകാരെയും മറ്റും നിലയ്ക്കുനിർത്തു വാൻ സാധിക്കുകയില്ല. ഈ ആമുഖത്തോടുകൂടിയാണ് അച്ചൻ പ്രസംഗം തുടങ്ങിയത്. ബ്രിട്ടീഷ് ഗവൺമെന്റിനെ നിരൂപണം ചെയ്തുകൊണ്ട് പത്രം നടത്തുന്ന ഒരു തീവ്രവാദിയായിരുന്നു അച്ചൻ. അച്ചന്റെ പ്രസംഗം കേട്ടപ്പോൾ ഈ യോഗത്തിൽ അദ്ധ്യക്ഷനായി വന്നത് വലിയ അബദ്ധ മായിപ്പോയെന്ന് പ്രസിഡന്റിന് തോന്നിയതായി ഞങ്ങൾക്കൊരു തോന്ന ലുണ്ടായി.

"രാഷ്ട്രീയം പാടില്ല"

മഹാരാജാക്കന്മാരുടെ കാരുണ്യംകൊണ്ടാണ് ന്യൂനപക്ഷക്കാരായ തമിഴ് ബ്രാഹ്മണർക്ക് മറ്റ് ജനവിഭാഗങ്ങളേക്കാൾ വളരെ വലിയൊരു പങ്ക് ഉദ്യോഗങ്ങളും കൊട്ടാരം, ദേവസ്വം എന്നീ വകുപ്പുകളിൽ അമിതവും അനർഹവുമായ പ്രാതിനിധ്യങ്ങളും സാമ്പത്തിക മേന്മകളും ലഭിച്ചിട്ടു ള്ളതെന്നും ലഭിച്ചുകൊണ്ടിരിക്കുന്നതുമെന്നുമുള്ള ചരിത്രസത്യം ശ്രീ ഹരി പ്പാട്ട് കൃഷ്ണയ്യരുടെ ഹൃദയത്തെ പിടിച്ചൊന്നു കുലുക്കിക്കാണും. ഉത്ത രവാദ ഭരണം എന്നുപറഞ്ഞാൽ, മഹാരാജാവിന് ഇഷ്ടമുള്ളതല്ല. അപ്പോൾ ഈ യോഗത്തിൽ അദ്ധ്യക്ഷത വഹിക്കുക സ്വന്തം വാലാൽ

സ്വയം വെട്ടുകയാണെന്ന് ബുദ്ധിമാനായ കൃഷ്ണയ്യർക്ക് തോന്നിയിട്ടു ണ്ടെങ്കിൽ അത്ഭുതമില്ല.

അടുത്ത പടിയിലേക്ക് നീങ്ങി. സഭയുടെ പേര് തിരുവിതാംകൂർ രാഷ്ട്രീയ മഹാസഭ എന്നായിരിക്കണമെന്ന പ്രമേയം അവതരിപ്പിക്കപ്പെ ട്ടു. അതുവരെ സമ്മേളന പന്തലിന്റെ പടിഞ്ഞാറേ അറ്റത്ത് പ്ലാറ്റ്ഫാറ ത്തിനു അഭിമുഖമായി സൗജന്യടിക്കറ്റിൽ കേവലം സന്ദർശകരായി മാത്രം സ്ഥിതി ചെയ്തിരുന്ന മെസ്സേഴ്സ് വെങ്കിട കൃഷ്ണയ്യർ, പുതുപ്പള്ളി കൃഷി ണപിള്ള, ടി എം വർഗ്ഗീസ് എന്നീ വക്കീലന്മാർ അവരിരുന്ന കസാല കളും പൊക്കിയെടുത്തുകൊണ്ട് പ്രതിനിധികളുടെ കൂട്ടത്തിൽ വന്നിരു ന്നു. അക്കാലത്ത് മൈക്കില്ലായിരുന്നതുകൊണ്ട് വല്ലതും പറയേണ്ടത് പതിനെട്ടര ശ്രുതിയിൽ വേണമായിരുന്നു. വെങ്കിട കൃഷ്ണയ്യർ വിളിച്ചു പറഞ്ഞു: "തിരുവിതാംകൂർ മഹാസഭയെന്നേ പേരിടാവൂ. മഹാരാജാവി നെതിരെന്ന് വ്യാഖ്യാനിക്കപ്പെടാവുന്ന 'രാഷ്ട്രീയ' എന്ന പദം പാടില്ല."

ടി എം വർഗ്ഗീസ് വിളിച്ചു പറഞ്ഞു: "നമ്മളൊക്കെ രാജഭക്തന്മാരാ ണ്. ക്രിസ്ത്യാനികളായ ഞങ്ങൾ അതിലും വിശേഷിച്ച രാജഭക്തന്മാ രാണ്." ഈ വാക്യം പുതുപ്പള്ളിയും ഏറ്റുപറഞ്ഞു. പക്ഷേ വിലപ്പോയി ല്ല. പേര് തിരുവിതാംകൂർ രാഷ്ട്രീയ മഹാജനസഭ എന്നു തീരുമാനിക്ക പ്പെട്ടു, പ്രമേയം പാസായി.

ഉത്തരവാദഭരണം

അടുത്ത പ്രമേയം ഉത്തരവാദഭരണം ഏർപ്പെടുത്തണമെന്ന് മഹാ രാജാവിനോട് അപേക്ഷിക്കുന്നതായിരുന്നു. ഈ പ്രമേയം ഉത്തരവാദഭ രണവാദിയെന്ന് അക്കാലത്ത് അറിയപ്പെട്ടിരുന്ന ജി രാമൻ മേനോൻ തന്നെ അവതരിപ്പിച്ചു. *മലയാളി കൗസ്തുഭം, കേരള ചന്ദ്രിക, അരയൻ* എന്നീ പത്രങ്ങളുടെ അധിപന്മാരും വളണ്ടിയർ ക്യാപ്റ്റനും പിന്താങ്ങി. പ്രമേയം പാസായി. കാലമായില്ലെന്നുപറഞ്ഞു ടി എം വർഗ്ഗീസും പുതുപ്പള്ളിയും വെങ്കിടകൃഷ്ണയ്യരും എതിർത്തുകൊണ്ട് ഇറങ്ങിപ്പോയി.

അങ്ങനെ രാഷ്ട്രീയബോധവും ജനങ്ങളോട് ഉത്തരവാദിത്വവുമുള്ള ഭരണം ഏർപ്പെടുത്തുകയെന്ന ഒരാശയഗതിയും ജനഹൃദയത്തിന് പകർന്നുകൊടുത്ത തിരുവിതാംകൂർ രാഷ്ട്രീയ മഹാസഭയുടെ രണ്ടാ മത് സമ്മേളനം തിരുവനന്തപുരത്തുവച്ചാണ് നടന്നത്. തിരുവനന്തപുരം സമ്മേളനത്തിന്റെ അദ്ധ്യക്ഷൻ ചങ്ങനാശ്ശേരി പരമേശ്വരൻ പിള്ളയായി രുന്നോ ടി കെ വേലുപ്പിള്ളയായിരുന്നോ എന്ന കാര്യം ഉറപ്പിച്ചു പറയാൻ സ്മൃതി മണ്ഡലം ഉണരുന്നില്ല. എന്നാൽ സ്വാഗതസംഘം സെക്രട്ടറിമാ രിൽ രണ്ടുപേരുടെ പേര് ഓർമ്മയുണ്ട്. ശ്രീ. പട്ടംതാണുപിള്ള, ശ്രീ. എ നാരായണപിള്ള എന്നിവരാണ് ആ രണ്ടുപേർ. നാലുപേരായിരുന്നു സ്വാഗ തസംഘം സെക്രട്ടറിമാർ. ആ യോഗത്തിൽ വെച്ച് ഈ സഭയുടെ സ്ഥിരാ ദ്ധ്യക്ഷ്യനായി ശ്രീ. കെ കെ കുരുവിള എം എ ബി ഡിയെ ഐക്യക ണ്ഠേന തിരഞ്ഞെടുത്തു.

വമ്പിച്ച രാഷ്ട്രീയ വളർച്ച

അന്ന് ഉത്തരവാദഭരണത്തെയും രാഷ്ട്രീയ മഹാസഭയെയും എതിർത്ത ടി എം വർഗ്ഗീസ് 113 ൽ (18 വർഷം കഴിഞ്ഞപ്പോൾ) ഉത്തര വാദഭരണത്തിനുവേണ്ടി പട്ടത്തിനോടൊപ്പം തന്നെ സമരരംഗത്തുവന്നു. പട്ടത്തിനോടൊപ്പംതന്നെ ഉത്തരവാദഭരണകൂടത്തിൽ മന്ത്രിയുമായി.

ശ്രീ. ടി എം വർഗ്ഗീസിനെ ഇതിനുപരി നാം കണ്ടത് ഒരു തികഞ്ഞ പിന്തിരിപ്പനായിട്ടാണല്ലോ. അദ്ദേഹത്തെപ്പോലും മാനസാന്തരപ്പെടുത്തിയ രാഷ്ട്രീയ വളർച്ചയുടെ ഉറവിടം കൊല്ലം പീരങ്കി മൈതാനത്തുവെച്ച് രൂപം പ്രാപിച്ച രാഷ്ട്രീയ മഹാസഭ തന്നെയാണ്. ക്രിസ്ത്യൻ, ഹിന്ദു, മുസ്ലീം വിഭാഗങ്ങളെ ഒന്നിച്ച് കൂട്ടിയിണക്കുവാൻ അതിന്റെ ചലനങ്ങൾക്ക് സാധിച്ചിരുന്നു. പില്ക്കാലത്തുണ്ടായ സകല രാഷ്ട്രീയ സംഭവവികാ സങ്ങൾക്കും നിദാനം ആ മഹാസഭതന്നെയായിരുന്നു. 113 ൽ സ്ഥാപിത മായ തിരുവിതാംകൂർ സ്റ്റേറ്റ് കോൺഗ്രസിന്റെ ആത്മാവ് ഉത്തരവാദഭര ണമായിരുന്നല്ലോ. രാഷ്ട്രീയ മഹാസഭയുടെ ആത്മാവും അതുതന്നെ യായിരുന്നു. അപ്പോൾ തിരുവിതാംകൂർ സ്റ്റേറ്റ് കോൺഗ്രസ് തിരുവിതാം കൂർ രാഷ്ട്രീയ മഹാസഭയുടെ രൂപാന്തരം മാത്രമായിരുന്നു എന്നു തീർച്ച യാണ്. എന്നാൽ ഒരു വ്യത്യാസം, രാഷ്ട്രീയ മഹാസഭയ്ക്ക് ഒരു പ്രതി പക്ഷമില്ലായിരുന്നു എന്നുള്ളതും സ്റ്റേറ്റ് കോൺഗ്രസിന് അതുണ്ടായിരു ന്നു എന്നുള്ളതുമാണ്. പക്ഷേ പ്രതിപക്ഷങ്ങളെയെല്ലാം അതിജീവിച്ചു കൊണ്ട് സ്റ്റേറ്റ് കോൺഗ്രസ് ഉത്തരവാദ ഭരണം സ്ഥാപിച്ചു. സ്റ്റേറ്റ് കോൺഗ്രസിന്റെ പ്രതിപക്ഷത്തെ നയിച്ച മന്നവും പാർട്ടിയും തന്നെ സ്റ്റേറ്റ് കോൺഗ്രസിലേക്ക് വരികയും അതിന്റെ ടിക്കറ്റിൽ എം എൽ എ ആവു കയും രാഷ്ട്രീയ മഹാസഭയുടെ എതിരാളിയായിരുന്ന ടി എം വർഗ്ഗീസ് ആ കോൺഗ്രസ് മന്ത്രിസഭയിൽ അംഗമാവുകയും ചെയ്തു എന്ന ചരിത്രം ഇന്നത്തെ തലമുറയ്ക്ക് തലവേദനയും നെറ്റിചുളിച്ചിലും ഉണ്ടാ ക്കിയേക്കും.

ഇന്ന് രാഷ്ട്രീയമായി നാം എന്തുമാത്രം പുരോഗമിച്ചിരിക്കുന്നു. ഇത്ര വളരെ രാഷ്ട്രീയ പ്രബുദ്ധത തിരുവിതാംകൂറിന് സംഭവന ചെയ്തത് തിരുവിതാംകൂർ രാഷ്ട്രീയ മഹാസഭ തന്നെയായിരുന്നു എന്നു നിഷ്പ ക്ഷമതികൾ സമ്മതിക്കും.

ഉണരുവിൻ

(**സ്വ**സമുദായസ്ഥരെ ഉണരുവാൻ ഉദ്ബോധിപ്പിച്ചുകൊണ്ട് വേല
ക്കുട്ടി അരയൻ 1917 ൽ *അരയൻ* മാസിക ആദ്യലക്കത്തിൽ പ്രസിദ്ധീക
രിച്ച കവിത)

ഉണരുവി,നുയരുന്നുഹാ! പരിഷ്കാ-
രകരവി, മഞ്ജുവിവേക രശ്മിവീശി,
പരമതികമലങ്ങളുല്ലസിക്കു
ന്നരയരകത്തു കിടന്നുറക്കമാണോ?
അവനിലെഴുമേതുകൂട്ടരും താ-
നവരുടെ വംശസമുന്നതിക്കുവേണ്ടി;
അവസരമിതുകണ്ടുണർന്നിരിക്കെ-
ശിവ! ശിവ! നിങ്ങൾ കിടന്നുറക്കമാണോ?
പരമസുഖ സുജീവിതത്തിനായി-
പ്പര, മസുഖങ്ങൾസഹിച്ചു മറ്റുവർഗ്ഗം
ഇരവുപകൽ പരിശ്രമിച്ചിടുമ്പോ-
ളരയരകത്തു കിടന്നുറക്കമാണോ?
സഭകൾ, വിമലവിദ്യ, പിന്നെ, നിസ്സ-
ന്നിഭതയെഴുംനിജശുദ്ധമാനസൈക്യം
വിഭവ, മിവയൊടന്യരുല്ലസിക്കു-
ന്നഭഗമൊടെൻ കുലമിന്നുറക്കമാണോ?
മതി; മതി ബത! ഗാഢനിദ്ര വേഗം-
മതിതെളിവോടെഴുന്നേൽക്കനിങ്ങളാരും
അതിവിവശത വന്നുഹാ! വശായ്ദു-
ർഗ്ഗതിയിലലഞ്ഞതുപോരുമിന്നു നമ്മൾ.

ഒരുമയൊടിനിനാംമുതിർന്നുവെന്നാ-
ലുരുസുഖമോടഖിലം കരസ്ഥമാക്കാം.
തെരുതെരെയുയരാം പടിപ്പടിക്കായ്-
പ്പെരിയസുജീവിതസൗധമെത്തിമേവാം.
സകലരുമവിടേയ്ക്കുപൊയ്ക്കഴിഞ്ഞു-
പകലേ: ഇതാ! പുറകായി നമ്മൾ മാത്രം
അകലുഷ, മവർനമ്മിൽ നിന്നുമെന്നോ-
യകലെയുമായി; അടുക്കുവാൻ ശ്രമിപ്പിൻ!
ഇനി ഉണരുവിനെൻ പിതാക്കളേ! എ-
ന്നനിയരെ! എൻപ്രിയരണ്ണരേ! സതോഷം
ജനിസഫലമതാക്കുവിൻ! സ്വവംശം-
ത്വരയൊടു നിങ്ങളുയർത്തുവാൻ ശ്രമിപ്പിൻ!

വിദ്യാർത്ഥികൾക്ക് ഒരനുസ്മരണം

(രാജവാഴ്ച കാലത്ത് വളരെ അസാധാരണമായ ഒരു സംഭവമാ യിരുന്നു വിദ്യാർത്ഥി പ്രക്ഷോഭവും അടിച്ചമർത്തലും. അതിനേ ക്കാൾ അസാധാരണമായിരുന്നു ഒരു പത്രം അതിനെതിരെ പ്രതി കരിച്ച് മുഖപ്രസംഗവും വാർത്തയും കൊടുക്കുക എന്നത്. പത്രാ ധിപർ വേലുക്കുട്ടി അരയൻ തന്നെ നേരിട്ട് കോളേജിലെത്തി അന്വേഷിച്ച ശേഷമാണ് മുഖപ്രസംഗം എഴുതിയത്. അക്കാരണ ത്താൽ *അരയൻ* പത്രം നിരോധിക്കുകയും പ്രസ് കണ്ടുകെട്ടു കയും നിയമസഭാ സാമാജികനാന്മി നാമനിർദ്ദേശം ചെയ്യപ്പെട്ടി രുന്ന വേലുക്കുട്ടി അരയനെ അതിൽ നിന്ന് ഒഴിവാക്കുകയും ചെയ്തു. 1097 കന്നി 5-ാം തിയതി (1921 സെപ്തംബർ 21) തിരുവ നന്തപുരം കോളേജ് വളപ്പിൽ നടന്ന വിദ്യാർത്ഥി വേട്ടയെ സംബ ന്ധിച്ച് കന്നി 12-ാംതിയതി ബുധനാഴ്ച (സെപ്തംബർ 28) *അര യൻ* പത്രത്തിൽ പ്രസിദ്ധീകരിച്ച മുഖപ്രസംഗം.)

ഫീസ് കൂട്ടിയെന്നുള്ള കാരണത്താൽ തിരുവനന്തപുരത്തെ വിദ്യാർത്ഥികൾ വിദ്യാലയങ്ങൾ വിട്ട് വെളിക്കിറങ്ങി. അതിനെത്തുടർന്ന് ഫീസ് കൂട്ടിയ തിരുവിതാംകൂറിലെ എല്ലാ വിദ്യാലയങ്ങളിൽനിന്നും വിദ്യാർത്ഥികൾ ത്യാഗമനുഷ്ഠിച്ചു. ഇതിന്റെ ഫലമായി കുറെദിവസങ്ങൾ സ്കൂളുകൾ പണിമുടക്കി അടച്ചിടേണ്ടതായി വന്നു. സ്കൂൾ വിട്ട് വിദ്യാർത്ഥികൾ വെളിക്കിറങ്ങിയത് അപരാധമാണെന്നും അത് ഗവൺമെന്റ് നടപടികൾ പ്രകാരം ശിക്ഷാർഹമായി തീർക്കുന്നതാ ണെന്നും തോന്നുന്ന അഥവാ-പ്രഖ്യാപനം ചെയ്യുന്ന- ഒരു കമ്മ്യൂണിക്ക് ഗവൺമെന്റിൽ നിന്ന് അന്ന് പരസ്യം ചെയ്തു. പണിമുടങ്ങിയതും ഓണം പ്രമാണിച്ച് പണിമുടക്കിയതുമാകെ ഒരുനല്ല ഒഴിവുകഴിഞ്ഞ് വിദ്യാലയ

ങ്ങൾ തുറന്നത് ഈ മാസം 3-ാം തീയതി ആയിരുന്നു. ഇക്കൊല്ലം ഫീസ് കൂട്ടുന്നില്ലെന്ന് മഹാരാജാവ് തിരുമനസ്സുകൊണ്ട് കല്പിച്ചുത്തരവുചെയ്ത സന്തോഷവാർത്ത വിദ്യാർത്ഥികൾ മൂന്നാം തീയതി അറിഞ്ഞ് അതിരു കടന്ന പരമാഹ്ലാദത്തോടുകൂടി തങ്ങളുടെ രാജഭക്തിയെ പ്രദർശിപ്പിക്കു വാൻ ഒരു ഘോഷയാത്ര നടത്തി. വിദ്യാർത്ഥികൾ രാജഭക്തി പ്രദർശി പ്പിക്കുവാൻ നടത്തിയ ആ ഘോഷയാത്രയെ മഹാരാജാവ് തിരുമനസ്സിലെ ഭൃത്യജനങ്ങളായ പൊലീസുകാർ നിഷ്കരുണം തടഞ്ഞു. കശപിശകൂട്ടി തിരുമേനിയുടെ പടം വലിച്ചുകീറി രാജ്യത്തെയും മഹാരാജാവ് തിരുമ നസ്സിലെ രാജഭക്തന്മാരെയും അപമാനിച്ചു. പിറ്റേദിവസവും അവിടെ ഏതോ ചില സംഭവങ്ങളെല്ലാം നടക്കയും ഒരു മിസ്റ്റർ കുഞ്ഞുരാമൻ നായരെ ഡിസ്മിസ് ചെയ്യുകയും ചെയ്തു. 5-ാം തിയതി കാലത്ത് പത്തു മണിക്ക് കുഞ്ഞുരാമൻ നായരെ അകത്തുകയറ്റാതെ ഞങ്ങൾ കയറുന്ന തല്ലെന്ന് കോളേജ് വിദ്യാർത്ഥികളിൽ ഒരുഭാഗം പ്രിൻസിപ്പാളിനോടു പറഞ്ഞു എന്നുള്ള കാരണത്താൽ തിരുവിതാംകൂർ രാജ്യചരിത്രത്തിലും ഭൂലോക സംഭവങ്ങളിലും നാളിതുവരെ പെട്ടിട്ടില്ലാത്ത ഒരു പൈശാചിക യുദ്ധം കോളേജ് വളപ്പിനകത്തുവെച്ചു നടന്നിരിക്കുന്നു.

5-ാം തീയതിയലത്തെ ആ ഭയങ്കരസംഭവത്തെപ്പറ്റി ഇതെഴു തുന്നയാൾ തിരുവനന്തപുരത്തുപോയി അന്വേഷിക്കുകയും വഞ്ചിയൂർ സ്കൂളിലെയും കോളേജിലെയും ഏതാനും വിദ്യാർത്ഥികളെ നേരിൽ കണ്ട് ചോദിക്കുകയും ചെയ്തു. അവരിൽ പലരും പൊലീസുകാരുടെ മർദ്ദനത്തിൽപ്പെട്ടവരാണ്. കോളേജ് വിദ്യാർത്ഥിയായ മിസ്റ്റർ കേശവൻ പോറ്റിയെയും കാണാതിരുന്നില്ല. അധികം പരുക്കേറ്റത് മിസ്റ്റർ പോറ്റി ക്കാണെന്നറിഞ്ഞിരുന്നതുകൊണ്ട് ആ മാന്യനോട് ചില വിവരങ്ങൾ ചോദി ച്ചറികയും, ആ ചെറുപ്പക്കാരന്റെ തടിച്ചു ചെമന്നു കിടക്കുന്ന അടിയുടെ അടയാളവും കാലിലെ മുറിവും കാണുകയും ചെയ്തു. മറ്റുള്ള അടി യുടെ അടയാളങ്ങൾ മറഞ്ഞിരിക്കുന്നു. അന്വേഷണത്തിൽ കിട്ടിയ വിവി രങ്ങൾ താഴെ പറയും പ്രകാരമാണ്...

വിദ്യാർത്ഥികളുടെ നേരെ, വിശേഷിച്ചും സരസ്വതി ക്ഷേത്രങ്ങളായ സ്കൂളുകളിൽ വെച്ച് ഇങ്ങനെയുള്ള മർദ്ദനനയം യാതൊരു പരിഷ്കൃത ഗവൺമെന്റും ചെയ്തതായി ഞങ്ങൾക്കറിഞ്ഞുകൂടാ. വിദ്യാർത്ഥികൾ കുറ്റക്കാരായാൽ പോലും ഇങ്ങനെയുള്ള സന്ദർഭങ്ങളിൽ അവർ ബുദ്ധിക്കും മനസ്സിനും ശരിയായ പരിപാകം സിദ്ധിച്ചിട്ടില്ലാത്തവരെന്നു മനസ്സിലാക്കി ക്ഷമിക്കുന്നതിനുപകരം ഭരണമേധാവികൾ കൂടി അവരെ നേരെ പോർക്ക് വിളിച്ച് പൊലീസ് മർദ്ദനനയ നാടകം അഭിനയിച്ചത് വളരെ സാഹസവും സങ്കടകരവും തന്നെയാണെന്ന് തീർത്തുപറയാതെ കഴികയില്ല. വിദ്യാർത്ഥികളുടെ നേരെ യുദ്ധം കഴിഞ്ഞു. വഴിയിൽ കാണു ന്നവരെയും കിട്ടുന്നിടത്തോളവും കഴിയുന്നിടത്തോളവും പൊലീസുകാർ ഉപദ്രവിച്ചതായറിയുന്നു. വിദ്യാർത്ഥികളും വിദ്യാലയങ്ങളിലെ അദ്ധ്യാ പകരും തമ്മിൽ വിദ്യാലയ കാര്യമായി ഇതു സംഭവിച്ചിരുന്നുവെങ്കിൽ-

"കണ്ണിൽ ചോരയുള്ള"വരൊക്കെ സങ്കടപ്പെടേണ്ട. ഈ വിദ്യാർത്ഥി വിപൽക്കാലത്തുപോലും അവരെ ഞങ്ങൾ കഠിനമായി അധിക്ഷേപിക്കു കയും ശകാരിക്കുകയും ചെയ്യുമായിരുന്നു. കഴിഞ്ഞ സംഭവങ്ങളെ സംബ ന്ധിച്ചെടത്തോളം അങ്ങനെയൊരു വിദ്വേഷ വികാരത്തിനു ഞങ്ങളെ അധീനരാക്കുന്നതു ഭരണകൂടമല്ലാതെ മറ്റൊന്നുമല്ല. വിദ്യാലയങ്ങളിൽ അധ്യേതാക്കളൊക്കെ ബാലന്മാർ അഥവാ ചെറുപ്പക്കാരാണെന്നല്ലാതെ തിരുവിതാംകൂർ രാജ്യത്തിന്റെ ഭരണമേധാവികൾ കൂടി ബാലന്മാരെ കാണുമ്പോൾ ബാലസമാനമായ ചാപല്യവും ക്രോധാന്ധദ്വേഷാധീനമായ മനസ്സും, അസമീക്ഷണ കർമ്മബുദ്ധിയും ഉള്ളതാദൃശന്മാരാണെന്നു ഞങ്ങളറിഞ്ഞിട്ടില്ല. ഈ മാതിരി സംഭവങ്ങൾ ഹൃദയരക്തത്തിൽക്കൂടി കലരുമ്പോൾ, വഞ്ചിവസുധയുടെ അധുനാതനഭരണഗതി ശങ്കനീയമാ ണെന്നു തോന്നിപ്പോകും. പക്ഷേ ധൈര്യപ്പെടുകയേ വേണ്ടൂ. ഈ സംഭവം രാജ്യചരിത്രത്തിൽ മാച്ചാൽ മായാത്ത ഒരു കറുത്ത കളങ്കമത്രേ.

അവശ വിഭാഗങ്ങൾക്ക് ജാതി സംഘടനകൾ പ്രയോജനകരമല്ല

ഡോ. വേലുക്കുട്ടി അരയൻ

(ജനയുഗം പത്രാധിപർ കാമ്പിശ്ശേരി ഡോ. വേലുക്കുട്ടി അരയനു മായി നടത്തിയ അഭിമുഖ സംഭാഷണം. 1969 ജനുവരി 30 ന് ജന യുഗം പത്രത്തിൽ ഇത് പ്രസിദ്ധീകരിച്ചു.)

ജാതിയുടെ പേരിൽ സംഘടന നിലനിർത്തുന്നതുകൊണ്ട് അവ ശജനവിഭാഗങ്ങൾക്കിനി പ്രയോജനമൊന്നും ഉണ്ടാകാൻ പോകുന്നില്ലെന്ന് അരനൂറ്റാണ്ടിലേറെക്കാലം അരയസമുദായത്തിന്റെ അഭിവൃദ്ധിക്കുവേണ്ടി നാനാമുഖമായ പ്രവർത്തനം നടത്തിയിട്ടുള്ള ഡോ. വി വി വേലുക്കുട്ടി അരയൻ അഭിപ്രായപ്പെടുന്നു. കുറെനാളായി ശയ്യാവലംബിയായി കരു നാഗപ്പള്ളി ചെറിയഴീക്കലെ സ്വവസതിയിൽ കഴിയുന്ന വേലുക്കുട്ടി അര യനെ കഴിഞ്ഞ ദിവസം പ്രൊഫസർ പുതുശ്ശേരി രാമചന്ദ്രനും ഞാനും കൂടി അവിടെ ചെന്ന് സന്ദർശിക്കുകയുണ്ടായി. ജീവിച്ചിരിപ്പുള്ളവരിൽ ഏറ്റവും പഴക്കമുള്ള പത്രാധിപർ, സംസ്കൃത പണ്ഡിതൻ, ആയുർവേ ദത്തിലും ഹോമിയോപ്പതിയിലും ഗാഢവിജ്ഞാനമുള്ള ഭിഷഗ്വരൻ സർവ്വോപരി ദൃഢനിഷ്ഠനായ ഒരു സാമൂഹിക പ്രവർത്തകൻ എന്നീ നിലകളിൽ പ്രശസ്തനായ ഡോ. അരയൻ രോഗശയ്യയിൽ പോലും പത്ര ങ്ങളുടെയും ഗ്രന്ഥങ്ങളുടെയും നടുവിൽ കഴിയുകയാണ്.

ചോദ്യം: 'അരയൻ' എന്ന അങ്ങയുടെ ആദ്യമാസിക ഏതുവർഷമാണ് തുടങ്ങിയത്?

വി വി: അമ്പത്തിരണ്ടുകൊല്ലമായി (1092 ചിങ്ങത്തിൽ).

ചോ: ഒരു പത്രം തുടങ്ങാൻ അന്നുള്ള പ്രേരണ എന്തായിരുന്നു?

വി വി : അവശതകളിൽപ്പെട്ടുകിടക്കുന്ന അരയ സമുദായത്തിനു

വേണ്ടി ശബ്ദിക്കുക, ശ്രീനാരായണ ധർമ്മപരിപാലനയോഗത്തിന്റെ പ്രചോദനം മൂലം ഞാൻ സെക്രട്ടറിയായി അരയവംശ പരിപാലനയോഗം സ്ഥാപിതമായത് അന്നാണ്.

ചോ: പ്രവർത്തനകേന്ദ്രം എവിടെയായിരുന്നു?

വി വി: ഇവിടെത്തന്നെ, ചെറിയഴീക്കൽ.

ചോ: ഒരു പത്രം എന്ന നിലയ്ക്ക് അത് വിജയിച്ചോ?

വി വി: വായനയ്ക്ക് വേണ്ടതായ വൈവിധ്യം മാസികയിലുണ്ടായി രുന്നു. വൈദ്യവും വനിതാ പംക്തിയും വരെ. എങ്കിലും, സാമുദായിക ആവശ്യങ്ങൾക്കുവേണ്ടി അതു ശക്തിയായി പോരാടി.

ചോ: മറ്റ് സമുദായങ്ങൾ അതിനോട് എന്തു മനോഭാവം സ്വീകരിച്ചു?

വി വി : എല്ലാ സമുദായത്തിലെയും ഉല്പതിഷ്ണുക്കൾ സഹകരി ച്ചു. പ്രോത്സാഹിപ്പിച്ചു.

ചോ: അരയസമുദായത്തിന്റെ ഇന്നത്തെ നിലയെന്ത്?

വി വി: എല്ലാ സമുദായത്തിലെയും പാവപ്പെട്ടവരുടെ സ്ഥിതിതന്നെ യാണ് അരയ സമുദായത്തിലെ പാവപ്പെട്ടവരുടെയും.

ചോ: എന്നുവെച്ചാൽ, കേവലം സാമുദായിക അടിസ്ഥാനത്തിലുള്ള സംഘടന ഇനി ആവശ്യമില്ലാ എന്നാണോ വിവക്ഷ?

വി വി: അതെ, അരയസമുദായത്തിൽ കുറെ ധനികരും വിദ്യാസമ്പ ന്നരുമുണ്ടെങ്കിലും, ഒരു നല്ല വിഭാഗം ആളുകൾ മത്സ്യം പിടുത്തം കൊണ്ട് കാലയാപനം ചെയ്യുന്നവരാണിന്നും. അവർക്ക് തൊഴിലടിസ്ഥാനത്തി ലുള്ള സംഘടന കൂടിയേ കഴിയു. എങ്കിൽ മാത്രമേ അവകാശങ്ങൾ നേടാനാവൂ.

ചോ: ജാതിപരമായ ഉച്ചനീചത്വം ഇന്നും സാമൂഹിക തലത്തിൽ അനുഭ വപ്പെടുന്നില്ലേ?

വി വി: എല്ലാ സമുദായത്തിലെയും പാവപ്പെട്ടവർക്ക് സമൂഹത്തി ലിന്നും സ്ഥാനക്കുറവുണ്ടല്ലോ. അതിൽക്കവിഞ്ഞൊന്നും അരയർക്കുമി ല്ല. എന്റെ ഒരു മകൻ വിവാഹം ചെയ്തിരിക്കുന്നത് ഒരു ഈഴവ യുവതി യെയാണ്. എന്റെ ഒരു മകളെ വിവാഹം ചെയ്തിരിക്കുന്നത് ഒരു നായർ യുവാവാണ്. ഒരു അരനൂറ്റാണ്ടിനുമുമ്പ് ഇതൊന്നും നടക്കുമായിരുന്നില്ല.

ചോ: ജാതി ഇന്ന് ഒരു പ്രശ്നമല്ലാതായിട്ടുണ്ട് എന്നാണോ ഇതിനർത്ഥം?

വി വി: അതെ ജാതിയല്ല, സമ്പത്താണ് ഇന്നത്തെ പ്രശ്നം. ആ അടിസ്ഥാനത്തിൽ എല്ലാ സമുദായപ്രവർത്തകരും ചിന്തിച്ചേ മതിയാകൂ. പുരോഗമിച്ചിരിക്കുന്നു.

സമുദ്രാക്രമണ നിരോധന പദ്ധതി

(1954 ഒക്ടോബർ 16 മുതൽ *മിന്നൽക്കൊടി* എന്ന പത്രത്തിൽ ഡോ. വേലുക്കുട്ടി അരയൻ തന്റെ ലാന്റ് റെക്ലമേഷൻ സ്കീം എന്ന പദ്ധ തിയെക്കുറിച്ച് എഴുതിയ ലേഖനപരമ്പരയുടെ ഒരു ഭാഗം)

തിരുകൊച്ചി സംസ്ഥാനത്തിൽ പ്രതിവർഷം പലേ സ്ഥലങ്ങളിലും കടൽക്കയറ്റമുണ്ടാകാറുള്ളതാണ്. അതിനു പലയിടത്തും പല കാരണ ങ്ങളും പറയാറുമുണ്ട്. കരുനാഗപ്പള്ളി താലൂക്കിലെ കടലാക്രമണത്തിനു മണ്ണെടുപ്പ് ഒരു പ്രധാനകാരണമാണ്. വടക്കു കാർത്തികപ്പള്ളി മുതൽ ചെല്ലാനം വരെയുള്ള തീരപ്രദേശങ്ങളിൽ ചാകര (പതം) അല്ലെങ്കിൽ mud എന്നു പറയപ്പെടുന്ന ഗതിവിഗതികൾ നിമിത്തമാണ് കടലാക്രമണ മുണ്ടാകുന്നത്. എന്നാൽ ഇക്കൊല്ലത്തെ കടലാക്രമണം ഏതാണ്ട് വടക്ക് ചെല്ലാനം മുതൽ തെക്ക് കോവളം വരെ അതിഭയങ്കരമായും ജനങ്ങളെ ആകമാനം അമ്പരപ്പിക്കുന്നതായും ഉള്ള വിധത്തിൽ രാജ്യവ്യാപകമാ യിരുന്നു. ജനപ്രതിനിധകൾ ഈ വിഷയം നിയമസഭാ ബഡ്ജറ്റ് സമ്മേ ളനത്തിൽ കൊണ്ടുവന്നു. അതിനുമുമ്പായി തന്നെ തിരു-കൊച്ചിയിലെ സകല പത്രങ്ങളും ഈ രാജ്യവിപത്തിനെപ്പറ്റി മുഖപ്രസംഗങ്ങൾ എഴുതി. പലേടത്തുനിന്നും പ്രതിദിനം പത്രങ്ങൾക്കു ലഭിച്ചുകൊണ്ടിരുന്ന റിപ്പോർട്ടു കൾ വായിച്ച് ജനങ്ങൾ തലയ്ക്കു കൈവെച്ചു. ശാശ്വതമായ ഒരു സമു ദ്രാക്രമണ നിരോധന പദ്ധതി വേണമെന്നാണ് പത്രങ്ങളും പത്രവായന ക്കാരും നിയമസഭാ സാമാജികന്മാരും അഭിപ്രായപ്പെടുന്നത്.

കടലാക്രമണ നിരോധനക്കാര്യം ആരോ നിയമസഭയിൽ ഉന്നയിച്ച പ്പോൾ പ്രധാനമന്ത്രി പറഞ്ഞ മറുപടി വരുണദേവനോട് പറയുക എന്ന തായിരുന്നു. കടലാക്രമണം തടയാൻ ഒരു മേജർ സ്കീം വേണമെന്ന

ല്ലാതെ ആ സ്കീം ഇന്നതായിരിക്കണമെന്ന് സൂചിപ്പിക്കുവാൻ ആർക്കും കഴിഞ്ഞില്ല. ക്രോസ്ബണ്ട് (പുലിമുട്ട്) പതാമുകെട്ടൽ (embankment) ഫോർട്ടുറൈസുകെട്ടൽ മുതലായവയെപ്പറ്റിയാണ് പലരും പ്രതിരോധ ശക്തിയെന്ന് ധരിച്ചിരുന്നത്.

മത്സ്യപ്പിടുത്തംകൊണ്ട് ജീവിച്ചുപോരുന്ന ജനതയാണ് തീരപ്രദേ ശങ്ങളിലുള്ളത്. മീൻ പിടുത്തത്തെ ബാധിക്കുന്ന പ്രതിരോധ നടപടിക ളേതും തന്നെ തീരത്തെ സംബന്ധിച്ചെടത്തോളം പ്രായോഗികങ്ങളല്ല. തീരവാസികളെ നശിപ്പിച്ചുംകൊണ്ടു തീരത്തെ രക്ഷിക്കുന്ന ബുദ്ധിശൂ ന്യതയിലേക്ക് ആരും തന്നെ തലതിരിക്കരുത്. എന്നാൽ മുകളിൽ പറഞ്ഞ പ്രതിരോധ മാർഗ്ഗങ്ങളെല്ലാം തന്നെ പ്രയോഗത്തിൽ പരാജിതങ്ങളാണ്. ഇത്തരം പരാജയ മാർഗ്ഗങ്ങൾ ചെലവുകുറഞ്ഞവയാണെങ്കിൽ ഒന്നു നട ന്നുകൊള്ളട്ടെ എന്നു വയ്ക്കാമായിരുന്നു. എന്നാൽ വളരെ വളരെ കോടി ക്കണക്കിൽ പണം ചെലവാക്കേണ്ടതും ചെല്ലാനത്തുനിന്നു പുറപ്പെടുന്ന പക്ഷം 150 കൊല്ലം കൊണ്ടുതന്നെയും കോവളത്തെത്താൻ സാധിക്കാ ത്തതുമായ ഫലശൂന്യപദ്ധതികളാണ് മുകളിൽ പറഞ്ഞവയെല്ലാമെന്ന് അനുഭവത്തിൽ കണ്ടറിഞ്ഞിട്ടുണ്ട്. തീരവാസികൾ, തീരവാസികൾക്ക് ഗുണം ചെയ്തുകൊണ്ട് തീരസംരക്ഷണം ചെയ്യുന്നതും ഒരു പഞ്ചവ ത്സരം കൊണ്ടു പരിപൂർണ്ണമാകുന്നതുമായ ഒരു പദ്ധതിയാണ് വേണ്ടത്.

അങ്ങോളമിങ്ങോളമുള്ള സമുദ്രാക്രമണത്തെ നിരോധിച്ച് നിർത്തു വാനുള്ള ശാശ്വത പദ്ധതിയായി ഞാൻ ഒരു നിർദ്ദേശം ഗവണ്മെന്റിലേക്ക് സമർപ്പിച്ചിട്ടുണ്ട്. കൊച്ചി വിഭാഗത്തെ കടലാക്രമണത്തെപ്പറ്റി കേന്ദ്ര മന്ത്രി സഭയെ തന്നെ ഇളക്കി മറിക്കുകയും ചെയ്ത ശ്രീ. അലക്സാണ്ടർ പറ മ്പിത്തറ ഇക്കഴിഞ്ഞ ബഡ്ജറ്റ് സമ്മേളനത്തിൽ ഒരു പദ്ധതിയെപറ്റി സൂചിപ്പിച്ച് പ്രസംഗിക്കുകയും പെന്തതാമ്പി അദ്ദേഹം തന്നെ എന്നോട് പറഞ്ഞിട്ടുണ്ട്. എന്നാൽ ഗവൺമെന്റ് ആ പദ്ധതിയെപ്പറ്റി ആലോചിക്കാ നുള്ള സമയം ഇപ്പോഴാണ്. പഞ്ചവത്സരപദ്ധതിയിൽ ഉൾപ്പെടുത്തി ഈ കടലാക്രമണ നിരോധന ജോലി തുടങ്ങേണ്ടതാണ്.

തിരുകൊച്ചി പ്രദേശത്തിന്റെ വടക്കേ അറ്റത്തു ചെല്ലാനത്തുനിന്നും തെക്കു കോവളം വരെ ഒരു ഫർലോങ് വീതിയിൽ കടൽ നികത്തി ഒരു നീണ്ടകര ഇപ്പോഴുള്ള കടൽത്തീരത്തോടു തൊട്ടു നെടുനീളത്തിൽ സൃഷ്ടിക്കണം. കടൽ തോണ്ടിവേണം കര നിർമ്മിക്കുവാൻ. ഹാർബർ നിർമ്മാണത്തിനുവേണ്ടി ഗവണ്മെന്റ് അധീനതയിലുള്ള ഡ്രഡ്ജർ വേണം ഇതിലേക്ക് ഉപയോഗപ്പെടുത്താൻ തന്നെ. ഇതുകൊണ്ട് കടലാ ക്രമണത്തെ ശാശ്വതമായി തടയാമെന്നുള്ളതിനുപുറമേ താഴെക്കാണുന്ന ഗുണങ്ങളും സിദ്ധിക്കുന്നതാണ്.

1 കര സൃഷ്ടിക്കുന്നതിനായി തോണ്ടി മണ്ണെടുക്കുന്ന സമുദ്രവിഭാ ഗത്തിന് ആഴം കൂടുകയും തന്മൂലം കടൽകയറ്റത്തിന് ശക്തിയില്ലാതെയും വരും. പതിവു വസ്തുക്കൾ സുരക്ഷിതങ്ങളുമാവും.

2 കരയോടടുത്ത സമുദ്രത്തിന് ആഴം വരുമ്പോൾ അവിടെ ചൂട്

കുറയുകയും മത്സ്യത്തിനുവേണ്ടുവോളം പ്രാണവായു ശ്വസിക്കാൻ സാധിക്കുകയും ചെയ്യുന്നതുകൊണ്ട് അവ ദൂരത്തോടിപ്പോകാതെ കരയ്ക്കുതന്നെ താവളം കെട്ടിക്കിടക്കും. അപ്പോൾ മീൻപിടുത്തക്കാർക്ക് കരയ്ക്കുനിന്നും കമ്പവലകൊണ്ടും കടലിൽ തന്നെ കരയ്ക്കടുത്ത് കടന്നു വല ചെയ്തും മത്സ്യം പിടിക്കാൻ സാധിക്കും.

3 തീരപ്രദേശങ്ങളിൽ നിന്ന് ഇപ്പോൾ മൈനിങ് നടത്തുന്നതിൽ വെച്ചുള്ള ദോഷങ്ങളൊന്നും അപ്പോൾ ബാധിക്കുകയില്ല.

ജലദാരിദ്ര്യപ്രശ്നവും ഈ പദ്ധതിമൂലം പരിഹരിക്കത്തക്കവണ്ണം കുളവും കിണറുകളും കുഴിക്കാൻ സാധിക്കും. തന്മൂലം മേജർ പദ്ധതി ഇല്ലാതെ തന്നെ തീരപ്രദേശങ്ങളെ ജല സുഭിക്ഷതംകൊണ്ടു അനുഗ്രഹിക്കാൻ സാധിക്കും.

4 ഇങ്ങനെ സൃഷ്ടിക്കുന്ന പുതിയ കരയിൽ മീൻപിടുത്തക്കാർക്ക് മത്സ്യ വേധനോപകരണങ്ങൾ സൂക്ഷിക്കുന്നതിനും മത്സ്യം പാകം ചെയ്തെടുക്കുന്നതിനും കൂടങ്ങൾ കെട്ടി സൂക്ഷിക്കുന്നതിനും ഭവന നിർമ്മാണം നടത്തുന്നതിനും സൗകര്യം ലഭിക്കും. തന്മൂലം വില്ലേജുകളിലെ ശുചീകരണം, ആരോഗ്യം എന്നിവയുടെ നിലവാരം ഉയർത്തുന്നതിനും കുടികിടപ്പുപ്രശ്നം ഏറക്കുറെ പരിഹരിക്കുന്നതിനും സാധിക്കും.

ഇതു മറ്റുള്ള എല്ലാ നിർദ്ദിഷ്ട പദ്ധതികളേക്കാളും ചെലവു കുറഞ്ഞതും ശ്രദ്ധിച്ചാൽ ഒന്നോ രണ്ടോ കൊല്ലം കൊണ്ടുതന്നെ ചെയ്തു തീർക്കാവുന്നതുമാണ്. വെള്ളം നികഴ്ത്തിയാൽ കരയാകുമെന്നുള്ളത് സംശയാതീതമായ ഒരു സത്യമാണ്. വെള്ളത്തിൽ തോണ്ടിയാൽ മണ്ണും ചെളിയും ലഭിക്കുമെന്നുള്ളതും ഏറ്റവും പരമാർത്ഥമാണ്. ഇവ രണ്ടും ഇനി പരിശോധിച്ചു നോക്കുവാൻ ഒരു വിദഗ്ദ്ധന്റെ ആവശ്യം ഇവിടെ യില്ല. അതിന്റെ വെളിച്ചത്തിൽ ഈ പദ്ധതി സ്വീകരിക്കുകയും പ്രയോഗത്തിൽ വരുത്തുകയും ചെയ്താൽ കോടിക്കണക്കിനുവിലയുള്ള ഭൂമി സൃഷ്ടിക്കപ്പെടുകയും കോടിക്കണക്കിനുപോലും വില നിർണ്ണയിക്കാൻ സാധിക്കാത്ത തീരവ്യവസായികളുടെ ജീവൻ, ധനം, തൊഴിൽ എന്നിവ മാനിക്കപ്പെടുകയും മറ്റ് പദ്ധതികളെ ആശ്രയിച്ച് കോടിക്കണക്കിന് രൂപ ഗവൺമെന്റ് ഭണ്ഡാരത്തിന് ലഭിക്കുകയുമാണ് ഫലം. ഈ വിഷയത്തിൽ തിരുകൊച്ചി ഗവൺമെന്റിന്റെയും കേന്ദ്ര ഗവൺമെന്റിന്റെയും ശ്രദ്ധയെ ഒരിക്കൽക്കൂടി ക്ഷണിച്ചുകൊള്ളുന്നു.

ഗ്രന്ഥസൂചി

1   അരയൻ, ഡോ. വള്ളിക്കാവ് മോഹൻദാസ്, കേരള സാഹിത്യ അക്കാദമി തൃശ്ശൂർ.

2   ചെമ്മീനിലെ സംഘർഷങ്ങൾ, കെ ഇ എൻ, റാസ്ബെറി ബുക്സ് കോഴിക്കോട്

3   കേരളനവോത്ഥാനം യുഗസന്തതികൾ യുഗശില്പികൾ, പി ഗോവിന്ദപ്പിള്ള, ചിന്ത പബ്ലിഷേഴ്സ്, തിരുവനന്തപുരം.

4   ചെമ്മീൻ ഒരു നിരൂപണം, ഡോ. വി വി വേലുക്കുട്ടി അരയൻ, ഡോ വി വി വേലുക്കുട്ടി അരയൻ ഫൗണ്ടേഷൻ, കരുനാഗപ്പള്ളി.

5   തകഴി വായനയും പുനർവായനയും, എഡി. രാജേഷ് ചിറപ്പാട്, ചിന്ത പബ്ലിഷേഴ്സ് തിരുവനന്തപുരം

6   ജീവിതസമരം, സി കേശവൻ, ഡി സി ബുക്സ് കോട്ടയം

7   ഡോ. വി വി വേലുക്കുട്ടി അരയൻ സ്മാരക ഗ്രന്ഥം, ഡോ വി വി വേലുക്കുട്ടി അരയൻ ഫൗണ്ടേഷൻ, കരുനാഗപ്പള്ളി.

8   സരസകവി മൂലൂർ എസ് പത്മനാഭപ്പണിക്കർ, പ്രൊഫ. എം സത്യ പ്രകാശം, സാംസ്കാരിക പ്രസിദ്ധീകരണ വകുപ്പ് തിരുവനന്ത പുരം.

ലേഖനങ്ങൾ

1.   പിന്നാക്കജാതിക്കാരും ഇടതുപക്ഷ പ്രസ്ഥാനവും, ഇ എം എസ്

2.   ഡോ. വേലുക്കുട്ടി അരയൻ, ഇ എം എസ്

3.   ഒരു പഴയ ഓർമ്മയുടെ തിളക്കം, സുകുമാർ അഴീക്കോട്

4.   അനന്യസാധാരണനായ നവോത്ഥാന പ്രതിഭ, പി ഗോവിന്ദപ്പിള്ള

5.   സമുദായവാദം, നിത്യചൈതന്യയതി

6. ധീരനായ പത്രാധിപർ, തെങ്ങമം ബാലകൃഷ്ണൻ

7. ക്രാന്തദർശിയായ സാമൂഹ്യപരിഷ്കർത്താവ്, വെളിയം ഭാർഗ്ഗവൻ.

8. അറിയപ്പെടാതെ സാമൂഹ്യപരിഷ്കർത്താവ്, പിണറായി വിജയൻ

9. പൊരുതി ജ്വലിച്ച ജീവിതം, ജസ്റ്റിസ് വി ആർ കൃഷ്ണയ്യർ

10. ഡോ. വേലുക്കുട്ടി അരയനും വൈക്കം സത്യാഗ്രഹവും, തഴവാ കേശവൻ

11. പത്രാധിപർ ഒരു സ്മരണ, സ്വാമി ബ്രഹ്മവ്രതൻ

12. കേരളീയ നവോത്ഥാനരംഗത്തെ ഉജ്ജ്വല നക്ഷത്രം, ഡോ. പുതു ശ്ശേരി രാമചന്ദ്രൻ

13. ഡോ. വേലുക്കുട്ടി അരയനും പുരോഗമന പ്രസ്ഥാനവും, എം എ ബേബി

14. തീരദേശ സംരക്ഷകൻ, ബി വെല്ലിങ്ടൺ

15. മത്സ്യമേഖലയുടെ കാവലാൾ, ഡോ. ഹെൻറി ഓസ്റ്റിൻ

16. അരയരുടെ അരചൻ, ടി എച്ച് പി ചെന്താരശ്ശേരി